AA000570

ఇవి కథలా? కవితలా? కథల్లాంటి కవితలా? కవితల్లాంటి కథలా? లేక లాక్షణికంగా రెండు ప్రక్రియలకు మధ్యగా ఉండే మరో క్రొత్త ప్రక్రియా? ఇటువంటి చర్చ లాక్షణికులు, విమర్శకులు తర్జనభర్జన చేసి తేల్చుకోవచ్చు. పేరు ఏముందంటాను నేను. కొందరికి పేరు చెబితేగాని ఆ ప్రక్రియ అర్థం కాకపోవచ్చు. కొందరు సంగీత రసికులు రాగం పేరు చెబితేగాని పాటను విని ఆనందించలేనట్టు. నాకు మాత్రం యీ రచనలు సాహిత్యం. ఉత్తమ సాహిత్యం. తెలుగులో కొత్తరకం సాహిత్యం.

**-పాలగుమ్మి పద్మరాజు (21 మే 1980)**

ఇవి నిశ్శబ్ద సముద్రాలు. ఎవరికి వాళ్లు అందులో పడి ఈదవలసిందే (నేనయితే చీకటి రాత్రిలో). తెలుగు పాఠకులు చీకటి రాత్రిలో సముద్రాల్ని ఈదటమేమి, మహా సముద్రాల్ని అవలోకనం చేసినవారు. వారికి ఈ కథలు అగాథ జలాంతర్గత మణి మాణిక్య సంపద.

**-సత్యం శంకరమంచి (12 మార్చి 1982)**

ఒక బుచ్చిబాబో, ఒక తిలక్కో, ఒక మోహన్‌ప్రసాదో, ఒక అజంతానో, ఒక నగ్నమునో చెప్పే రకం కవిత్వం త్రిపురగారి కథలన్నిట్లోనూ కనబడే జీవనాడి.

**-భరాగో (2 సెప్టెంబర్ 1988)**

త్రిపుర కథల్లో అస్పష్టత లేదు. సంక్లిష్టత ఉంది. సంక్లిష్టతకు కారణం సమాజంలోలానే ఆయన సృజించిన పాత్రలలో అనిశ్చిత స్థితే. అంతఃచేతనని ప్రతీపగమనం చేస్తే అభివ్యక్తిలో అసంబద్ధ సంపర్గం రూపుకట్టుకుంటుంది.

**-మో (31 జనవరి 1999)**

త్రిపుర కథలన్నీ ఒకటే. అన్ని కథలకీ అంతస్సూత్రం ఉంది. కాలం ఆయన కథల్లో ప్రధాన పాత్ర, సూత్రధారుడు. ఆయన కథలు అర్థం కాకపోయినా, లోపలికి ప్రవేశించి కొత్త చూపు ప్రసాదిస్తాయి.

**-తల్లావజ్ఝల పతంజలిశాస్త్రి (4 జూలై 2011)**

తెలుగు సాహిత్యానికి నిజమైన ఆధునికతను పరిచేయం చేసిన శ్రీశ్రీ, పఠాభి, బైరాగి, అజంతా, మోహన్‌ప్రసాద్‌ల కోవకు చెందిన రచయిత త్రిపుర. కాని వారందరి కన్నా ప్రత్యేకమైన రచయిత కూడా.

**-వాడ్రేవు చినవీరభద్రుడు (28 మే 2013)**

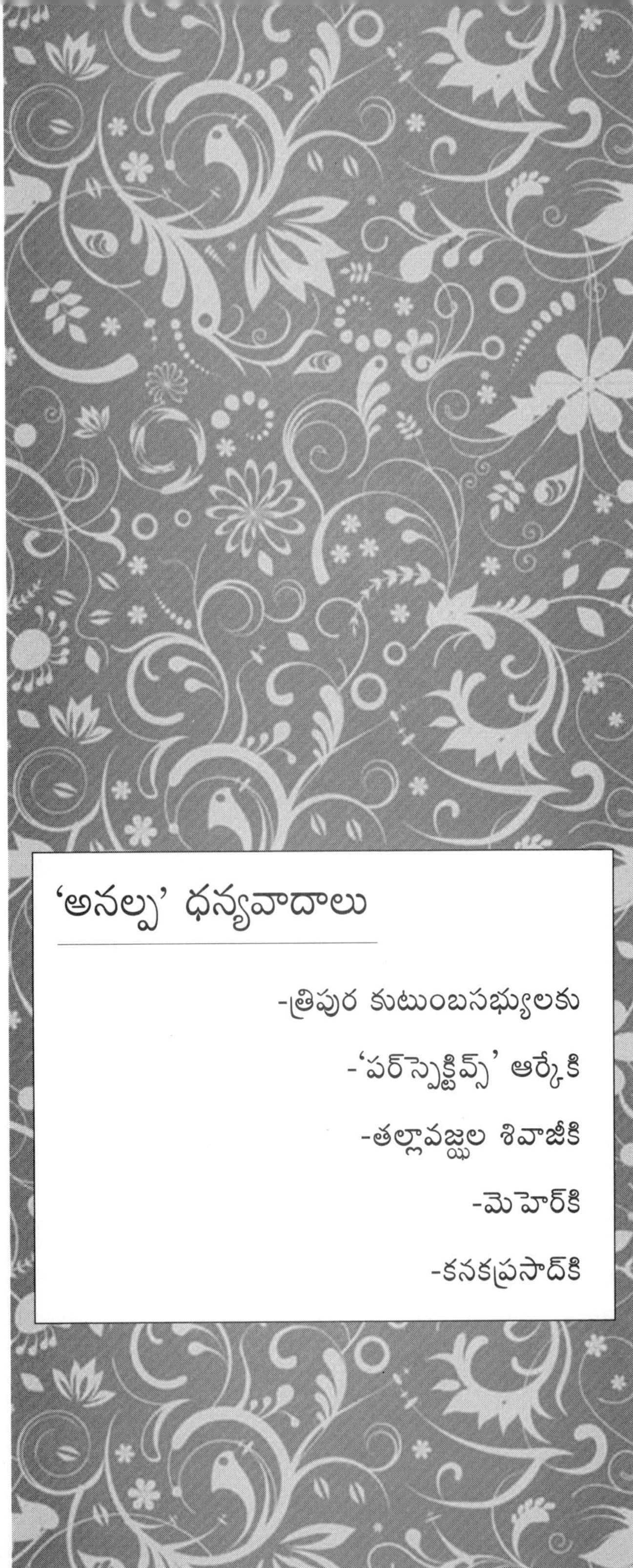


## 'అనల్ప' ధన్యవాదాలు

-త్రిపుర కుటుంబసభ్యులకు

-'పర్స్పెక్టివ్స్' ఆర్కేకి

-తల్లావజ్ఝల శివాజీకి

-మెహెర్‌కి

-కనకప్రసాద్‌కి

# త్రిపుర

## కథలు

**ANALPA**

*is an imprint of*
ANALPA BOOK COMPANY
An independent publishing firm
dedicated to books with a creative edge.

TRIPURA KATHALU
(An anthology of stories)
by Tripura

First Analpa Edition in August 2020 by
ANALPA BOOK COMPANY
Ground Floor, GK Prashanthi Nilayam,
GK Colony Main Road, Near Neredmet Cross Road,
Secunderabad - 500 094. Telangana State. India.
Phone: +91 709 3800 303, e-mail: analpabooks@gmail.com



Illustrations (cover & inside): Sivaji



ISBN: 978-81-947518-0-9

Publication Number : ABCT-16

Printed & Bound in India by Karshak Art Printers, Hyderabad.



Price : **₹ 250 USD 15 UKP 12**

# రచయిత గురించి...

ఆధునిక తెలుగు సాహిత్య వాసనలు ఏ కాస్త చూసిన పాఠకులకైనా, రచయితలకైనా పరిచయం చేయనక్కర్లేని పేరు త్రిపుర. ముచ్చటగొలిపే మూడక్షరాల ఈ కలం పేరుతో రాయసం వెంకట త్రిపురాంతకేశ్వరరావు నాలుగుదశాబ్దాల కాలంలో రాసింది- పదహారు కథలూ, మూడు కవితా సంకలనాలూ! ఈ కాసిన్ని, మన సాహిత్యంలో, అంతం లేని గొలుసు విస్ఫోటనాలకు ప్రేరేపకాలు.

ఒడిశా రాష్ట్రంలోని గంజాం జిల్లా పురుషోత్త పురంలో 1928 సెప్టెంబర్ 2న జన్మించిన త్రిపుర బాల్యం, విద్యాభ్యాసం విశాఖపట్నం, కాశీ నగరాల్లో; ఉద్యోగ జీవితం వారణాసి, మాండలే(బర్మా), మదనపల్లి, విశాఖపట్నం, జాజ్‌పూర్‌లో. ఈశాన్య భారతం లోని త్రిపుర రాష్ట్ర రాజధాని అగర్తలాలో మహారాజా బీర్ బిక్రం కాలేజీలో 1960లో ఆంగ్లభాషా ఆచార్యులుగా చేరిన ఆయన 1987లో ప్రిన్సిపాల్‌గా రిటైరయ్యారు. 2013 మే 24న విశాఖలో కన్నుమూశారు.

విశ్వసాహిత్యాన్ని విస్తారంగా చదివిన త్రిపుర అభిమాన రచయితలు- ఆల్డస్ హక్స్‌లీ, జేమ్స్ జాయిస్, శామ్యూల్ బెకెట్, గ్రాహం గ్రీన్, సాల్ బెల్లో, ఆల్బర్ట్ కామూ, సార్త్ర్, శ్రీశ్రీ. ఇక ఆయనను జీవితంలో ఆసాంతం ప్రభావితం చేసిన గొప్ప రచయిత ఫ్రాంజ్ కాఫ్కా. గతంలోనూ త్రిపుర కథాసంకలనాలు వచ్చినా, 'అనల్ప' తీసుకొచ్చిన ఈ పుస్తకం ప్రత్యేకత- త్రిపుర సంపూర్ణ కథాసంపుటి కావడం!

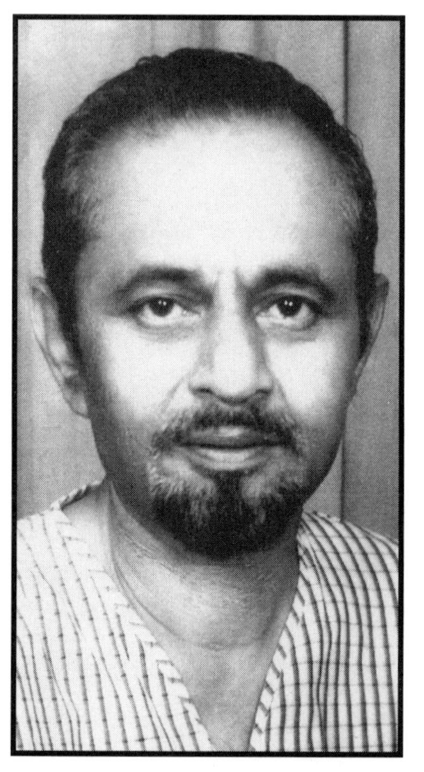

# 'అనల్ప' మాట

**కా**లం మారింది. సాంకేతిక పరిజ్ఞానం మనిషి జీవితంలోని అన్ని భాగాలకూ విస్తరించి కాగితపు వాసనను, అక్షరాల రుచిని మస్తిష్కానికి దూరం చేసే స్థాయికి చేరుతున్న రోజులివి. ఇలాంటి సమయాల్లో చదువుకి, ఉద్యోగానికి, వ్యక్తిత్వ వికాసానికి అక్కరకొచ్చే పుస్తకాలను తప్పించి, మంచి పుస్తకాలను ఎవరు కొంటారు? చదివేది ఎందరు? అనే ప్రశ్నలు సర్వత్రా వస్తున్న సంగతి అందరికీ తెలిసిందే. అయితే మంచి పుస్తకాలు అనేవి కాలాతీతమైనవనీ, వాటికి ఆదరణ ఎప్పటికీ చెక్కుచెదరదనీ లెక్కకు మిక్కిలి చారిత్రక నిదర్శనాలు నొక్కిచెప్తున్నాయి.

తెలుగునాట ప్రచురణసంస్థలకు కానీ, అవి ఏటా వెలువరించే పుస్తకాలకు కానీ కొదవేం లేదు. మరి అలాంటప్పుడు కొత్తగా మేము, అదే పుస్తక ప్రచురణను ఎందుకు చేపట్టినట్టు? అని మీరు అడగవచ్చు. దానికి మా సమాధానం– ఎన్ని పుస్తకాలు వచ్చినా పదికాలాలు నిలిచి వెలిగే దీపాలు మాత్రం కొన్నే. సాహిత్యం, చరిత్ర, విజ్ఞాన శాస్త్రం, రాజకీయాలు, కళలు తదితర రంగాల్లో అలాంటి పుస్తకాలు తీసుకొస్తున్న సంస్థలు నేడు అతికొద్ది మాత్రమే. ఈ దృష్ట్యా ఉన్న వెలితిని కొంత మేరకైనా పూరించడం కోసమే 'అనల్ప' అక్షర యాత్రను ఆరంభించి ముందుకు సాగుతోంది.

'అనల్ప' మీకు అందిస్తున్న 16వ పుస్తకం ఈ 'త్రిపుర కథలు'. ఈ కథాసంకలనాన్ని ప్రచురించాలన్న నా జ్వలితకాంక్ష ఇప్పుడిలా సాకారమైంది. 'అనల్ప' అవతరణకు దాదాపు పుష్కరం ముందునాటి ముచ్చట. కుప్పం ద్రవిడ విశ్వవిద్యాలయంలో 'మో' ఉన్న రోజులు. పనిమీద అక్కడికి వెళ్లినపుడు రెండు రాత్రుల దీర్ఘ సంభాషణల్లో, ఒక సందర్భంలో, ఆ మహానుభావుడు అన్న మాటలివి– "తెలుగు కథకుల్లో త్రిపురని చదవడం ఒక అద్భుతమైన అనుభవం". అక్షరసత్యం. త్రిపుర అంటే త్రిపురే. కవులకు కవి. రచయితలకు రచయిత. సాధారణంగా ఎవరేం రాసినా, అది చదివే ప్రతి ఒక్కరికీ అర్థం కావాలని అంటుంటారు కానీ ప్రతి ఒక్కరిలోనూ ఇంకాలని ఎవరైనా అనగా, తెలుగులో, నేను వినలేదు. అలా నరనరాన ఇంకేలా రాసిన రచయితలూ మనకు చాలా తక్కువే. త్రిపుర ఇంకేలా మాత్రమే కాదు, మస్తిష్కపు లోతుల్లో పాతుకుని అనుదినం వెంటాడేలా రాసిన రచయిత. కథలైతేనేం, కవితలైతేనేం. కాఫ్కా గాఢ పరిష్వంగ సుదీర్ఘ ప్రభావ ప్రకాశితుడై, ఆధునిక తెలుగుసాహితీ ప్రపంచాన కొత్తదారులకు కాంతిపరచే ధ్రువనక్షత్రమై వెలుగులీనుతున్న త్రిపుర కథలను ప్రచురించడం 'అనల్ప'కు దక్కిన అపురూప గౌరవం. సాధ్యమైనంత సరికొత్తగా రూపుదిద్దిన ఈ సంపుటిని అందరూ ఆదరిస్తారని నా ప్రగాఢ ఆకాంక్ష.

**-కె.బలరామ్, ప్రచురణకర్త**

# కథల దారి

## నాందీవాచకం

# ముక్త చైతన్య స్వరం

రాయాలంటే ముందు రాయాలి. అంతేతప్పించి, రాతకి దన్నుగా అభిప్రాయాల పట్టికనొకటి పరికల్పిద్దామని కూర్చుంటే, తీరా రాస్తున్నప్పుడు ఆ అభిప్రాయాలు మనకే అడ్డుపడి ఊపిరాడకుండా చేస్తాయి. ఇలాంటి అవస్థలో ఉన్నప్పుడు నాకు త్రిపుర పుస్తకం దొరికింది. కొత్తగూడెంలో, గుమ్మంలోంచి చూస్తే కొండలు కనపడే ఊరి చివర ఇంట్లో, కొన్ని వేసవి రాత్రులు వరుసగా కొవ్వొత్తి ముందు కూర్చుని, పుస్తకం మొత్తం చదివాను. ఏమనిపించింది? ...స్వేచ్ఛ! ఏంతెలిసింది? ...ఇంటిమేట్ విషయాలు చెప్పుకుందామని కూర్చున్నప్పుడు కాయితం మీద పెద్ద పథకాలేవీ పన్నాల్సిన అవసరం లేదని. త్రిపురని చదివింతర్వాత నేను రాసినవేవీ చదవకముందు రాసినవాటిలా లేవు. అందుకే త్రిపుర నాకు ముఖ్యం. అందుకే ఇప్పుడీ అవకాశం వస్తే, ఆ కృతజ్ఞత చెప్పుకుందామని కొంతా, త్రిపుర అక్షరాలతో చోటు పంచుకోవచ్చని కొంతా- ఈ ఉబలాటం.

2

త్రిపుర తన టెక్నిక్ గురించి ఒక చోట ఇలా చెప్తాడు: "నా కథలకి ప్రణాళిక అంటూ ఉండదు. నాకు పథకం ప్రకారం కథలల్లడం చేతకాదు. నా కథల్లో 'జరగని సంఘటన'లంటూ ఏమీ ఉండవు. కాల్పనికత అతితక్కువ. నేను ఎక్కువగా 'వాతావరణం' మీద ఆధారపడి కథలు రాస్తుంటాను. పాత్రలు సృష్టించుకునే వాతావరణం. పాత్రల్ని సృష్టించే వాతావరణం. చాలా కథలు ఫస్ట్ పెర్సన్ సింగ్యులర్‌లో నడుస్తాయి. 'నేను' అనకుండా 'నువ్వు' అనే మాటను ప్రవేశపెట్టాను. ఫస్ట్‌పెర్సన్ నుంచి నేరేటర్‌ని సెకండ్‌పెర్సన్‌కు బదిలీ చేయడం ఒక్కటే టెక్నికల్‌గా ఆలోచించి చేసింది. మిగతావేవీ టెక్నికల్‌గా ఆలోచించి చేయలేదు."

త్రిపుర ఇలా టెక్నికల్‌గా ఆలోచించి చేశానని చెప్తున్నదాని వెనక కూడా పెద్ద పథకమేమీ లేదనీ, త్రిపుర స్వభావమే ఉందనీ నాకనిపిస్తుంది. 'వంతెనలు' అనే కథ ఫస్ట్ పెర్సన్ నెరేషన్‌తో మొదలవుంది. కానీ కథ సగంలో ఉండగా త్రిపుర ఉన్నట్టుండి 'నేను'కు బదులు 'నువ్వు' అంటూ కథ చెప్పటం మొదలుపెడతాడు. ఇది త్రిపుర పదవ కథ. తర్వాతి నాలుగు కథల్లోనూ ఈ పద్ధతి ఉంది. వాటిల్లో 'సఫర్', 'అభినిష్క్రమణ' కథలైతే పూర్తిగా 'నువ్వు'తోనే సాగుతాయి. ఉదాహరణకి 'అభినిష్క్రమణ' ఇలా మొదలవుతుంది:--

ఇదిగో. ఇది నీ యిల్లు.

మెల్లగా మెట్లు ఎక్కి లోపలికి రా.

ఇల్లు కొత్తగా ఉంది. డబ్బు కొత్త రంగు. క్రిందటి రాత్రి భంగమైన నిద్ర.

ఇప్పుడు, అంటే, పన్నెండు గంటల తరువాత మళ్ళీ ప్రవేశిస్తున్నావు.

పన్నెండు గంటలు గడియారంలో. కాని ఆ పన్నెండు గంటలూ 'కాలం'లోవి కావు. విమల ప్రసాదించిన 'స్వర్గానికి' సంబంధించినవి. అలా అని నువ్వు అనుకుంటున్నావు. ఇప్పుడు.

కాని, అప్పుడే, అప్పుడే జ్ఞాపకంలా మారిపోతూంది. కాని దాని ప్రభావం నీకు ఎప్పుడో తెలుస్తుంది. నీ జీవితం మళ్ళీ యీ జ్ఞాపకం నిన్ను తరుముతూంటే ముందుకు సాగుతుంది, వేగంగా. అలా అని కూడా అనుకుంటున్నావు. అదీ యిప్పుడే.

కథనంలో ఇలా సెకండ్ పెర్సన్ సర్వనామాన్ని (నీ/ నువ్వు) మామూలుగా రెండు సందర్భాల్లో వాడతారు: రచయిత పాఠకుణ్ణే అడ్రెస్ చేస్తూ కథ చెప్తున్నప్పుడు, లేదా ఒక పాత్రని అడ్రెస్ చేస్తూ ఇంకో పాత్ర కథ చెప్తున్నప్పుడు. (మొదటిదానికి ఉదాహరణగా ఇటాలో కాల్వినో 'ఇఫ్ ఆన్ ఎ వింటర్స్ నైట్ ఎ ట్రావెలర్'నీ, రెండవదానికి ఉదాహరణగా మన శ్రీపాద సుబ్రహ్మణ్య శాస్త్రి కథ 'మార్గదర్శి'నీ చెప్పుకోవచ్చు.) కానీ ఇక్కడ త్రిపుర కథలో నేరేటర్ అటు పాఠకుణ్ణి గానీ, ఇటు వేరే పాత్రని గానీ అడ్రెస్ చేయటం లేదు. తనని తానే అడ్రస్ చేసుకుంటున్నాడు. కాబట్టి 'నువ్వు' అనే సర్వనామం ఉన్నా నిజానికి ఇది ఫస్ట్ పెర్సన్ నేరేషనే. ఇంతమాత్రానికి ఎందుకు 'నేను'కు బదులు 'నువ్వు' వాడటం?

కారణం, త్రిపుర మనస్తత్వం. అద్దంలో కనపడే రూపాన్ని 'అది నేనే' అని

కచ్చితంగా చెప్పుకోలేని తత్త్వం ఏదో త్రిపురలో తీవ్రంగా ఉండేదనిపిస్తుంది. మన సినిమాల్లో ఒక్కోసారి పాత్రల శరీరాల్లోంచి ఆత్మలు ట్రాన్స్‌పరెంట్ రూపాలతో బయటకొచ్చి పక్కన నిలబడతాయే, అలా త్రిపురలో ఒక అంశ ఎప్పుడూ ఆయన్నించి బయటకు వచ్చి ఈ 'నేను' తాలుకు మాటల్నీ, చేష్టల్నీ, ఆలోచనల్నీ అన్నింటినీ ఆబ్జెక్టివ్‌గా చూసుకునేదేమో. అందుకే, 'పాము' కథలో శేషాచలపతి బస్సెక్కి కండక్టర్‌ని రెండు టిక్కెట్లు అడుగుతాడు, "ఒకటి నాకు, ఇంకొకటి నా స్పిరిట్‌కీ" అని. ఇలా చూసుకోగలగటం ప్రయత్నం మీద వచ్చిందని త్రిపుర ఒక చోట చెప్తాడు. అసలు జబ్బేమో అని ఒక చోట అనుమానపడతాడు. ఆయన కథల్లో దీని ఋజువులు కొన్ని:--

> జ్ఞాపకాల్ని కూడా ఆబ్జెక్టివ్‌గా చూడడం నా స్వంత శిక్షణలో ఒక భాగం. నాకు సంబంధించిన సంఘటనలు ఎవరికో అయినట్లు అనుకోవడం నా మెంటల్ మేకప్‌లో యిమిడిపోయింది. *(ప్రయాణీకులు)*
>
> ఆఖరికి నా పేరు కూడా నేను ముళ్లూ, పొదలూ, డొంకలూ అడ్డు పెట్టుకోకుండా సులభంగా, సూటిగా చెప్పలేననీ, అద్దం ఎదురుగా నిలబడి నన్ను నేనే పోల్చుకుని--ఇది నువ్వూ--అని సందేహం లేకుండా చెప్పలేననీ... *(వంతెనలు)*
>
> జీవితం గురించి ఒక విధమైన వింతైన ఫీలింగ్. ప్రపంచానికి పూర్తిగా సంబంధించనట్లు అనిపించడం. ఒక మేఘం కింద పడుకుని, ఆ మేఘాన్ని చూస్తున్నట్లు. *(గొలుసు చాపం విడుదల భావం)*
>
> బాబుట్టి అంది "నీకు 'నీ' మీద నమ్మకం లేదు. అంటే, నువ్వు నువ్వు అని గట్టిగా, నిజంగా తెలుసుకోకుండా వున్నావు. 'నేను' అనే సరిహద్దుల్ని తుడిచేసుకుంటున్నావు. ఎంత 'అదృష్టం'! ఎంత 'శక్తి' నీలో! 'నేను' అనుకుంటూనే 'నువ్వు' లోకి చెదిరిపోతూ వుంటావ్...." *(వలసపక్షుల గానం)*

కథల్లోనే కాదు, జీవితంలో కూడా త్రిపురది ఇదే పద్ధతి అని కనక ప్రసాద్ రాసిన 'అవధారు' వ్యాసంలో తెలుస్తుంది: "రెండేళ్ళ కిందట మా ఇంటికొచ్చి రెండ్రోజులున్నారు. చిన్న పిల్లలు ఫ్రెండ్స్ ఇంటికెళ్తున్నట్టు సరదా పడి సంచీ ఒకటీ, దాన్లో బట్టలూ కిళ్ళీలూ సర్దుకున్నారు. 'అలా ఊరంతా తిరగాలనుందివై!' అన్నారు. ఏవేవో కబుర్లు చెప్పుకుంటూ ఊరల్లా తిరిగేము. మాటల్లో తనూసొస్తే అది ఎవరో వేరే మనిషి లాగ తృతీయ పురుషలో అనుకునేవాళ్ళం 'త్రిపుర ఇలాగ..' అని."

ఈ మనస్తత్వమే త్రిపుర ఫస్ట్ పెర్సన్ కథల్లో 'నేను'కు బదులు 'నువ్వు' వాడటం వెనుక కారణమని అర్థం చేసుకున్నాను. ఇంకో కారణం కూడా తోచింది, 'నేను' అని చెప్పటమంటే implicitగా ఆ కథని పాఠకునికి చెప్పటమే. పైన 'అభినిష్క్రమణ' ఉదాహరణే తీసుకుంటే, అక్కడ వాక్యం 'ఇదిగో. ఇది నా యిల్లు' అని మొదలైతే అప్పుడు ఆ వాక్యానికి స్వీకర్త పాఠకుడే. అదే 'ఇది నీ యిల్లు' అని మొదలుపెడితే, అదెలాగూ పాఠకుని ఇల్లు కాదు కాబట్టి, అక్కడ మరో పాత్ర ఉనికీ లేదు కాబట్టి, ఆ వాక్యాన్ని వ్యక్తీకరించిందీ స్వీకరించిందీ రెండూ ఒకరే--ఆ పాత్రే. అప్పుడు కథ అనేది బయటకు ముఖం చూపించటం లేదు. ఒక అంతరంగ సంభాషణ అవుతుంది.

## 3

త్రిపుర తనలోని 'నేను'ని ఆబ్జెక్టివ్‌గా గమనించటం ఒక్కటే కాదు; లోకంలో బతుకుతూపోవటం అనే అనివార్యమైన ప్రయాణంలో 'నేను'కి వచ్చి తగులుకునే లౌక్యాల్ని వెంటనే పసిగట్టి దులుపుకునే ప్రయత్నం చేస్తాడు. 'నేను' అంటూ ముందుకు దూకే అహానికి కళ్ళెం వేసి, కట్టడి చేసి, దానికి పోషణ ఇవ్వక నీరసింపజేసి, దానంతట అదే చచ్చిపోయేలా చేయటం కూడా ఆయన శిక్షణలో ఒక భాగమే:--

> "ఈ మనఃఫలకాన్ని, కాన్షస్‌నెస్‌ని పరిశుద్ధం చేసి..." అని అనుకుంటుంటే లోపలి లోపలి లోతుల్లోంచి నవ్వు ఉప్పెనగా వచ్చి, ఎడమచెయ్యి రిస్ట్ మీద గట్టిగా గిల్లుకున్నాను. సైన్ అది. 'డ్రామాలు మాని వేషాలు తీసేసి--ఆలోచించు' అని వార్నింగ్ సైన్. *(భగవంతం కోసం)*
>
> "మీలో ఒక గొప్ప గుణం ఉంది. ఏ అనుభవాన్నీ కాదనరు. కాని వాటిని మీ రక్తంలోకి జొరబడనియ్యరు. అవునా?" అన్నాడు. అవునో కాదో అప్పుడు చెప్పలేకపోయాను. జవాబు ఇదీ అని ఊహించుకొని మాటల్లో చెప్పదలచుకుంటే, చెప్పడానికి ప్రయత్నిస్తే, ఒఖ్ఖసారిగా గర్వం, 'అహం' తెలియకుండా వెనుకపాటుగా ముట్టడి చేసి... మాటల్లో విపరీతమైన "ట్విస్ట్" అసత్యం... బంగారు పూత... వెలిగే అసత్యం. *(జర్కన్)*
>
> మెదడులో, ఉల్కల వేగంతో రూపం పొందుతుండే ఆలోచనల్ని మొదటి నుంచి చివరిదాకా అనుసరించగలదు, అతని మెదడులోనిదే యింకో భాగం. ఆ గాలిపడగలా ఎగుర్లు, ఆ గొలుసులూ, ఆ 'పల్లం' ఎరిగిన

పారుదలా, ఆ 'అహం'... తటస్థంగానే... ప్రతి నిమిషాన్ని నిలబెట్టి, కస్టమ్స్ చెక్ చేసినట్లు అటకాయించి, క్రూరంగా, నిర్దాక్షిణ్యంగా, అనుమానంతో పరీక్ష చేసి, వాటి చీకట్లనీ, దాగుడుమూతల్నీ కనిపెట్టి, పైకి లాగగలవు అతని కళ్ళూ, ఆ కళ్ళలోని నల్లటి వెలుగూ. *(కనిపించని ద్వారం)*

జెన్ బుద్ధిజం నుంచి వచ్చిన ఈ తత్త్వం త్రిపుర కథల్లో అంతర్లీనమైన భాగం. అందుకే 'అస్తిత్వవాది, అసంబద్ధవాది, తాత్వికుడు' ఇలా వేర్వేరు కోణాల్లోంచి త్రిపుర కథల్ని విశ్లేషించి థీసిస్ రాసిన విమర్శకుడికి ఇందులో 'జెన్ బుద్ధిజాన్ని' కూడా చేర్చి ఉంటే సమగ్రమయ్యేదని త్రిపురే స్వయంగా చెప్పారు. త్రిపుర కథలంతా అదే అని కాదు, కాని అది కూడా ఉంది ఓ మూల.

## 4

త్రిపుర కథలన్నీ నిజానికి వేర్వేరు అధ్యాయాలున్న ఒకే పెద్ద కథ అనిపిస్తాయి. ఒకే పాత్ర రెండు కథల్లో వేరు వేరు పేర్లతో మన ముందుకొస్తుంది. ఉదాహరణకి 'చీకటి గదులు', 'జర్కన్'లలో కనిపించే కల్యాణి 'ప్రయాణీకులు'లో శాంత అవుతుంది. 'వంతెనలు'లో విమల ప్రభాదేవే 'అభినిష్క్రమణ'లో విమలేమో అనిపిస్తుంది. పాత్రల అనుభవాలు కూడా బదిలీ అవుతాయి. ఉదాహరణకి 'చీకటి గదులు' కథలో శేషాచలపతి పాత్ర తన తల్లిని తండ్రి పూజగదిలో పీకనొక్కి చంపాడని చెబుతాడు. 'ప్రయాణీకులు' కథలోనూ అదే శేషాచలపతి పాత్ర "తల్లి లేదు, తండ్రి లైఫ్ టర్మ్" అని అదే జ్ఞాపకాన్ని సూచిస్తాడు. కానీ మళ్ళీ అదే జ్ఞాపకం 'వంతెనలు', 'కనిపించని ద్వారం' కథల్లో త్రిపుర తన కన్ఫెషన్‌లకోసం వాడుకునే ఫస్ట్ పెర్సన్ నెరేటర్ల తాలూకు జ్ఞాపకంగా మారిపోతుంది (నిజానిది త్రిపుర కన్ఫెషన్ల స్వభావాన్ని తెలిపే ఉదాహరణ). అలాగే కొన్ని ఇమేజెస్‌ని, పోలికల్ని కూడా త్రిపుర పదే పదే వాడతాడు. మచ్చుకు కొన్ని:--

నీ కళ్ళ అమాయకత్వంలోకి చూస్తూంటే, ఆలోచనల **గొలుసు** ఎక్కడో చీకట్లో ప్రారంభం అయి దూరంగా, చాలా దూరంగా, తీసుకుపోయేది. *(జర్కన్)*

తోట గేటు తీస్తున్నప్పుడే నడకకి తోడుగా, ఏదో ఒక కొటేషన్‌తో మొదలుపెట్టిన ఆలోచనల **గొలుసు**. *(వంతెనలు)*

⁕

**తుప్పు** కూడా తడిగానే, తడి తగలగానే తుప్పు. ఆ తుప్పు పట్టి పట్టి ఎప్పుడో ఎండి, రాలిపోవడం కూడానూ. యినుముతో సహా, తుప్పు పట్టిన యినప వస్తువుని సుత్తితో కొడితే, యింకో యినప ముక్కతో గీస్తే, అలా రాలుతూ వుంటుంది నేల మీద, తుప్పు రంగుగా, ఫ్లేక్స్‌గా రాలుతూ వుంటుంది. ఎండబెట్టు. పొడిగా వుంచు. వాడుతూ వుండు. లోపల లోపలికి వెళ్ళిపోయి వుండకు ఎప్పుడూ. యినప ముక్కల్తో రాసి గీసి తుప్పుని రంపాన్ని బెట్టు. *(గొలుసులు చాపం విడుదల భావం)* బూజు. వర్షం పడితే బూజు. తోలుకి పచ్చగా బూజు. ఇనుముకి **తుప్పు**.
*(రాబందుల రెక్కల చప్పుడు)*
తెల్లటి టేబుల్ క్లాత్ మీద తుప్పు మరకలు... ఎవరో ఎప్పుడో తడిసిన యినుప వస్తువు పెట్టారు. **తుప్పు** శాశ్వతంగా అంటుకుంది. *(కేసరివలె కీడు)*

✧

సగం కాల్చి పారేసిన సిగరెట్ ముక్కల మీద వర్షం నీళ్ళు పడి, మెత్తగా ముద్దగా **బైల్ రంగులో** *(రాబందుల రెక్కల చప్పుడు)*
సగం కాల్చి పారేసిన పీకల మీద వర్షం పడి, మెత్తగా, ముద్దగా **బైల్ రంగులో**... *(భగవంతం కోసం)*

✧

“రేపు ఉదయం నాకు పని లేదు. వెళ్ళగలను. కళ్యాణి కళ్ళల్లో ఆశ్చర్యం **మిలియన్ డాలర్లతో** సమానం” *(చీకటిగదులు)*
నువ్వు ఆశ్చర్యపోయావు దీన్ని నీకు ఇచ్చినపుడు. నీది ‘**మిలియన్ డాలర్ల**’ ఆశ్చర్యం కల్యాణీ! *(జర్కన్)*

- ఇవే కాదు, నేరేటర్ అద్దంలోని ప్రతిబింబంతో మాట్లాడుకోవటం *(పాము, కనిపించని ద్వారం)*, పచ్చటి వేళ్ళు వీపుతట్టడం *(చీకటిగదులు, పాము)* నైలాన్ నీలి మేజోళ్ళు *(చీకటిగదులు, వంతెనలు, కనిపించని ద్వారం)*, నొప్పెట్టే పిప్పిపన్ను, జీసస్-జూడాస్, డాంటే-ఇన్ఫర్నో, సర్పం ఉపమానం, పాకల్లో కాందిశీకులు... ఇలా ఎన్నో ఎలిమెంట్స్ కథ నుంచి కథకి పాకుతూ, ఈ కథలన్నింటినీ ఒకే పెద్ద కథలో వేర్వేరు అధ్యాయాలుగా చేస్తాయి.

# 5

ప్రభావితం కావటమే కాదు, ప్రభావాల్ని దాచుకోవటం కూడా రచయితలకు వ్యాసంగికంగా అబ్బే స్వభావాల్లో ఒకటి. ఇందులో తప్పుపట్టేందుకేమీ లేదు. విమర్శకులు చాలావరకూ గాటనకట్టే పనిలో తలమునకలై ఉంటారు. ఆ గుడ్డి దోవన ఒకసారి ఒక రచయితకి ఇంకో రచయితతో లంకె పడిందంటే ఇక ఎవరెంత గింజుకున్నా ఊడదు. భావి పాఠకుల్ని కన్ఫ్యూజ్ చేస్తుంది. త్రిపురని కాఫ్కాకి అలాగే అంటగట్టారు. ఈ విషయంలో త్రిపుర ఏం పెద్ద ఇబ్బంది పడినట్టులేడు. పైగా తన వంతు సాయం కూడా చేశాడు. 'కాఫ్కా కవితలు' అని పుస్తకం వేసి అందులో చాలా కవితల్లో కాఫ్కా డైరీ వాక్యాల్నే పంక్తులుగా విడదీసి కవితలుగా పేర్చాడు. తన సొంత కథ మధ్యలో కాఫ్కా స్కెచెస్ కొన్ని అనువదించి 'వలసపక్షుల గానం' అల్లాడు. బహుశా కాఫ్కాని చదివినవారెవరైనా ఆయన్నుంచి తను తీసుకున్నది పెద్దగా ఏం లేదని గ్రహిస్తారని ఆయనకూ తెలుసనుకుంటాను. ఆయన కాఫ్కాని ఇష్టపడ్డాడంతే. అనుకరించలేదు. కాఫ్కా శైలి గురించి ఆయనే ఒక చోట ఇలా చెప్తాడు: "కాఫ్కా రచన - భూమికి రెండడుగులు పైన మెల్లగా నడుస్తున్న నడకలా ఉంటుంది."

ఇది చాలా మంచి పోలిక. భూమికి రెండడుగుల పైన నడక. అలాగని ఆ నడకలో తొట్రుపాటు ఏం లేదు. ఆ నడక మెల్లగా ఉంది. కాఫ్కాది చాలా స్పష్టమైన నేరేషన్ (స్పష్టమైన అర్థాన్నివ్వదు, అది వేరే సంగతి), కాఫ్కా వాక్యాలు వ్యాకరణబద్ధమై ముగుస్తాయి. కాఫ్కా భాష సాహిత్య భాష. కాఫ్కా సన్నివేశాలు- మన భూమిలాగే ఉన్నా కొద్దిగా లెక్కలు వేరైన మరో గ్రహం మీద జరుగుతున్నట్టు ఉంటాయి. ఈ లక్షణాలేవీ త్రిపుర రచనలకు అన్వయించవు.

కాఫ్కా రచన "భూమికి రెండడుగుల పైన మెల్లగా నడిచే నడక" ఐతే, త్రిపుర రచన మాత్రం- చెరువునీటి మీదకు ఏటవాలుగా విసిరిన చిల్లపెంకు వేసే గెంతులు. ఈ పోలికని ఇంకా విస్తరించవచ్చు. అసలక్కడ నిజంగా జరిగిన కథని చెరువు అనుకుంటే, దాని మీద చిల్లపెంకు గెంతులే త్రిపుర నేరేషన్. త్రిపుర ఏదీ కళ్లకు కట్టినట్టు చెప్పే ప్రయత్నం చేయడు. అయినా ఎసెన్షియల్ సరంజామా మాత్రం అక్కడ సమకూరుతుంది. అలా ఎలా అంటే, త్రిపుర కథలన్నీ జీవితంలోంచి వచ్చినవే కాబట్టి.

కల్పించి రాసే రచయిత ఆ కల్పిస్తున్న కథని తాను కూడా అప్పుడే చూస్తాడు. కాబట్టి తన కోసమైనా సరే దాన్ని స్పష్టంగా నిర్మించుకుంటాడు. కానీ జీవితంలోంచి రాసే రచయితకి కథ అంతా ముందే సిద్ధంగా ఉంటుంది. అందులోంచి కొన్ని

ఎసెన్షియల్ వివరాల్ని మాత్రం ఎన్నుకుంటే అతనికి చాలు. అప్పుడు కూడా, పాఠకుల స్పృహ పెద్దగా లేని రచయిత ఐతే, ఆ వ్యక్తీకరణ మరీ క్లుప్తంగా టెలిగ్రామ్ మెసేజుల్లాగ మారిపోతుంది. ఎందుకంటే ఇక్కడ కథ అల్లడం కన్నా, తలపోత ముఖ్యం కాబట్టి.

త్రిపుర ఎప్పుడూ le mot juste (ఒక్కగానొక్క సరైన పదం) కోసం వెతుక్కుని చెమట్లు పట్టించుకున్న రచయిత అనిపించడు. ఇలా వెతుక్కోవటంలో ఒక ఇబ్బంది ఉంది. అనుభవాన్ని కచ్చితంగా రిప్రెజెంట్ చేసే ఒకేవొక్క పదాన్ని మనం ఎక్కణ్ణుంచో వెతికి తేవచ్చు; కానీ ఆ అపరిచిత పదం అనుభవానికీ మనకీ మధ్య ఇంటిమసీని పోగొడుతుంది. త్రిపుర పదాలు అనుభవాన్ని ఒడ్డునే నిలబడి తోడేవి కాదు. అసలు రాసేటప్పుడు ఆయనా అనుభవమూ వేరు కాదు. అనుభవ తటాకంలోకి మరలా దూకితే కాయితంపైకి చిప్పిల్లే నీటి తుంపరలే ఆయన పదాలు.

ఈ లక్షణాలన్నీ--ఈ టెలిగ్రాఫిక్ స్టయిల్ నేరేషన్, తడుములాట లేకుండా తెరతెరలుగా వచ్చిపడే ఇంటిమేట్ భాష ఇవన్నీ--త్రిపురకి కాఫ్కా నుంచి వచ్చినవి కాదు. త్రిపుర తన ప్రభావాల గురించి వివరంగా ఎక్కడా మాట్లాడలేదు. కానీ ఇంటర్వ్యూల్లో ప్రస్తావించిన కొన్ని పేర్లను బట్టి కొంత గ్రహించవచ్చు. ఇక్కడ నా ఉద్దేశం ప్రభావాల వేట కాదు. ప్రపంచ సాహిత్యంలో ఆయన సహోదరులెవరో గుర్తించడం. ఫ్రెంచ్ రైటర్ సెలీన్ తన అభిమాన రచయిత అని త్రిపుర ఒక చోట చెప్పుకున్నాడు. సెలీన్ 'డెత్ ఇన్ ఇన్‌స్టాల్మెంట్ ప్లాన్' చదువుతున్నప్పుడు ఆ వ్యక్తీకరణ త్రిపుర వ్యక్తీకరణకి ఎంత దగ్గరగా ఉందో కదా అనిపించింది. అలాగే త్రిపుర ప్రస్తావించిన రచయితల్లో బీట్ జెనరేషన్ రచయిత జాక్ కురవాక్ కూడా ఉన్నాడు. అతను "స్పాంటేనియస్ ప్రోజ్" అన్న పద్ధతిని పాటించి ప్రకటించాడు. స్పాంటేనియస్ వచనం అంటే ఒక పథకం లేకుండా తట్టింది తట్టినట్టు రాస్తూపోవటం; సబ్ కాన్షస్‌తో ఒక డీప్ కనెక్షన్ కుదిరినప్పుడు, కాన్షస్ ఉద్దేశాలన్నింటినీ రద్దు చేసుకోగలిగినప్పుడు, బుద్ధికి ఎప్పటికీ వీలుకాని పరిపూర్ణతతో వెల్లువెత్తే వచనం. ఇది త్రిపుర శైలిలోనూ గమనించవచ్చు. అలాగే ఒకే కుదురుకి బద్ధులై ఉండిపోవటాన్ని వ్యతిరేకించే ఆ బీట్ మనస్తత్వాన్నీ, బీట్నిక్కుల జెన్ నేపథ్యాన్నీ త్రిపుర స్వభావంలో కూడా చూడవచ్చు.

## 6

త్రిపుర ఈస్థటిక్ మాత్రం పాశ్చాత్య కళా సంప్రదాయానికి చెందదు. ఆయన టిపికల్ వెస్టర్న్ ఆర్టిస్టుల కోవలోకి రాడు. పాశ్చాత్య కళా సంప్రదాయం అంటూ ఒకటి స్థిరపడటానికి మూలం అరిస్టాటిల్ రాసిన 'పొయెటిక్స్' అని చెబుతారు. ఆ కాలంలో

అన్ని కళల్లోకి నాటకం ముఖ్యమైనది కాబట్టి- అరిస్టాటిల్ తన పుస్తకంలోని ప్రతిపాదనలన్నీ నాటక కళ ఆధారంగానే చేశాడు. కానీ వాటిని తర్వాత సాహిత్యానికి అన్వయించారు. ఈ అన్వయించటంలో నాటకానికి మాత్రమే నప్పే సూత్రీకరణలు కొన్ని సాహిత్యం పైనా ఆపాదించబడ్డాయి. ఆ విధంగానే పాశ్చాత్య సాహిత్యానికి 'mimesis' ఒక ప్రధానాంగమైంది. 'మిమెసిస్' అంటే మిమిక్ చేయటం, అనుకరించటం. భౌతిక ప్రపంచాన్ని అనుకరించే, దానికి అద్దంపట్టే ప్రయత్నం పాశ్చాత్య సాహిత్యంలో ఎక్కువగా కనిపిస్తుంది. సాహిత్యమే కాదు; వాళ్ళ శిల్పం, చిత్రకళ అన్నీ ఈ ప్రాతిపదిక మీదే కొనసాగాయి.

దీనికి భిన్నంగా ప్రాచ్య కళకి 'suggestion' ముఖ్యం అంటారు. మన వాళ్ళు 'ధ్వని' అని చెప్పేది ఇదే అనుకుంటాను. అంటే ప్రపంచాన్ని అనుకరించటం కాదు; ధ్వనింప చేయటం, సూచనమాత్రంగా చెప్పటం. ఈ తీరున సాగే కళకి ఇంద్రియ గ్రాహ్యమైన ప్రపంచ భౌతిక రూపం ముఖ్యం కాదు. భారత్, జపాన్, చైనా మొదలైన తూర్పుదేశాల చిత్రకళను పాశ్చాత్య చిత్రకళతో పోల్చి చూసినప్పుడు ఈ తేడా స్పష్టంగా తెలుస్తుంది. తూర్పు దేశాల చిత్రకారులు భౌతిక రూపాలను యథాతథంగా చిత్రించరు. ఆ రూపం మనసులో మిగిల్చే అతీంద్రియ సారాన్ని పట్టుకొనే ప్రయత్నం చేస్తారు. ఈ స్వభావం తూర్పుదేశాల సాహిత్యంలోనూ ఉంది. ప్రాచ్య స్వభావం పునాదిగా రాసే రచయిత అనుభవాన్ని యథాతథంగా పునర్నిర్మించే ప్రయత్నం చేయడు. అనుభవం నుంచి మనసులో మిగిలిన సారాన్నే స్వీకరిస్తాడు, అది కూడా సూచనగా మాత్రమే వ్యక్తం చేస్తాడు. పాఠకుడు అక్కడున్నదాన్ని బట్టి అక్కడలేనిదాన్ని తనలోంచే తెచ్చి నింపుకోవాలి. ఈ పద్ధతిలో తార్కిక పునర్నిర్మాణం (rational reconstruction) కంటే, తర్కాతీతమైన అంతఃస్ఫురణ (intuition) ముఖ్యం. కళలో వ్యక్తమయ్యే ఈ చూపులోని తేడాలనిబట్టే ఒక రచయితని పాశ్చాత్య ప్రభావంలోంచి రాస్తాడనో, మరో రచయితని మన ప్రాచ్య సంప్రదాయంలోంచి రాస్తాడనో అనగలం. ఇలా చూసినప్పుడు ఈస్థటిక్స్ పరంగా విశ్వనాథ నవలలు పాశ్చాత్యమూ, బెకెట్ నవలలు ప్రాచ్యమూ కావొచ్చు. అప్పుడు కూడా అవి మరీ అంత కచ్చితమైన గీతలతో విడదీయగలిగే విషయాలేమీ కాదు. ఉదాహరణకి- ఎరిచ్ ఔర్‌బాఖ్ అన్నాయన తన 'Mimesis' అనే పుస్తకంలో దాదాపు ఒకే ప్రాచీనత్వమున్న రెండు పాశ్చాత్య రచనలైన హెూమర్ 'ఒడిస్సీ'లో అనుకరణ శిల్పాన్నీ, 'బైబిల్' పాత నిబంధనలో సూచన శిల్పాన్నీ చూపిస్తాడు.

త్రిపుర తన రచనల్లోను, ఇంటర్వ్యూల్లోను చాలా చోట్ల కాఫ్కా, బెకెట్,

కామూ అంటూ పాశ్చాత్య రచయితల పేర్లు వాడటం వల్ల ఆయన్ని పాశ్చాత్య ప్రభావాలతో రాసిన రచయిత అని తేల్చేస్తారు. కానీ ఆయన స్వభావం ప్రాచ్యమే. భారతీయం అనలేమేమో కానీ ఒక జపనీస్ zen-తనం అనొచ్చు. ఆయన రాసిన కథలన్నీ దాదాపు జ్ఞాపకాల నుంచి రాసినవే. కానీ జ్ఞాపకానుభవం మొత్తాన్ని ఒక క్రమంలో, ఏ ఖాళీలూ లేకుండా పునర్నిర్మించాలని అనుకోడు; దాన్ని కథలాగా చేసి తన నుంచి విడిగా, దానంతటదిగా నిలబడేట్టు చేయాలనుకోడు. జ్ఞాపకం సారాన్ని రాస్తాడు; రాయటం కూడా కాదు, జ్ఞాపకాన్ని తల్చుకుంటాడు, పిసరంత కల్పన సాయంతో (ఆ పిసరంత కల్పన కూడా ఎందుకంటే, జ్ఞాపకంలోని ఫలానా ఆరోజున నిజంగా- "నాలుగుగంటల శీతాకాలపుటెండ ఎవరో తెలియని దేవుని ఆశీర్వాదంలా" అనిపించి వుండకపోవచ్చు కాబట్టి). త్రిపురకి కథ ఒక నెపం, తలపోత ముఖ్యం. పిప్పిపన్నును "వేలుతో నొక్కితే ఎక్కడలేని సుఖం ఆ బాధలో", ఆ బాధలాంటి సుఖమే తలపోతలోనూ. త్రిపుర సాహిత్యంలో confession తనకు ముఖ్యమని చెప్పుకున్నాడు. కన్ఫెస్ చేసుకోవటం రచయిత వ్యక్తిగత విషయం, అక్కడ కన్ఫెస్ అవుతున్న విషయాలకు మూలం రచయిత అంతరంగానుభవం, కాబట్టి దాని ఋజువులు మనకు రచయిత బయోగ్రఫీలో దొరక్కపోవచ్చు, అక్కడ ఒక కన్ఫెషన్ జరిగిందని కూడా అనిపించకపోవచ్చు. పైగా త్రిపుర పాఠకుల కోసమని అలాంటి ఋజువులేవీ విశదంగా చెప్పడు. ఆయనది మనసులో గొణుక్కునే శైలి. అదే ఆయన కథల్లో అర్థంకానితనం. అంతే తప్పించి, అబ్సర్డిటీ అనీ, సర్రియలిజమనీ, ఎగ్జిస్టెన్షియలిజమనీ, ఆధునిక మానవుడి ఏలియనేషన్ అనీ... అలాంటి పాశ్చాత్య కాన్సెప్టులేవీ ఆయన రచనల్లో లేవు. కథల్లో వాటికి సంబంధించిన ప్రస్తావనలుంటే ఉండొచ్చు, కానీ కథల ఫ్రేమ్ వర్క్‌లోనూ ఈస్థటిక్‌లోనూ వాటి జాడ లేదు.

ఒక ఇంటర్వ్యూలో త్రిపుర ఇలా అంటాడు: "నేను అస్తిత్వవాద కథ రాద్దామనీ, అసంబద్ధ కథ రాద్దామనీ, ఒక తాత్విక కథ రాద్దామనీ ముందే నిర్ణయించిన మానసిక స్థితిలో ఎప్పుడు రాయలేదు. రాశాను- కథ మొదలుపెట్టిన దగ్గర నుంచీ అంతం అయ్యేదాకా చచ్చాను. ఆ కథను చంపేను. ఆ చచ్చిన కథతో నేను చాలాకాలం జీవించాను. అవి అలాగే ఉన్నాయి, నేను ఇలాగే ఉన్నాను".

(ఈ ముద్రణలో కొత్తగా వచ్చిచేరిన 'నిద్ర రావడం లేదు' కథలో మటుకు అబ్సర్డ్ ఎలిమెంట్స్ చూడొచ్చు, అది కూడా- నిద్రకు దూరమైన insomniac మనసు కలకీ మెలకువకీ మధ్య తచ్చాడుతూ చేసే ఊహలు అబ్సర్డ్‌గానే ఉంటాయి కాబట్టి.)

## 7

త్రిపుర ఎక్కువ కథలు రాయకపోవటం వెనుక రచయిత అనే ఐడెంటిటీ అంటే ఆయనకు లెక్కలేకపోవటాన్నీ, ఆయన జెన్ తాత్త్విక మౌనాన్నీ కారణంగా చెప్తారు. నిజమే అయ్యుండొచ్చు. కానీ తన కథల మీద విమర్శకులు వేసిన సంబంధంలేని ముద్రలతోపాటు, ఎక్కువమంది పాఠకుల నుంచి వచ్చిన అవి అర్థం కావన్న ఆరోపణ కూడా ఆయన్ని ఎంతో కొంత నిరాశపరచి ఉండదా అనిపిస్తుంది. ఏ రచయితైనా తనలాంటివాళ్లు కొంతమంది ఉంటారన్న నమ్మకంతో రాస్తాడు. త్రిపుర తను ఎక్కడకు వెళ్ళినా తనతోపాటు వచ్చే పాఠకులు కొందరైనా ఉంటారని రాశాడు. తనకు ఇష్టమని చెప్పుకున్న పొయెటిక్, ఇన్‌కంప్లీట్ వాక్యాన్ని అర్థం చేసుకునే శక్తి పాఠకులలో ఉంటుందని ఆశించాడు. కానీ తన దగ్గరవాళ్ళకి కూడా అవి అర్థం కాకపోవటం ఆయన్ని నిరాశపరిచి ఇక చాల్లే అనిపించేలా చేసిందా అని నాకు అనిపిస్తుంది. తన స్నేహితుడైన ఒక కవి మిత్రుడికి కూడా తన కథలు అర్థం కాలేదని ఇలా వాపోతాడు: "కథలు మెచ్చుకుంటాడు. కాని, కథల ఫ్రేమ్ అర్థం కాదు. త్రిపురగార్ని ఎవరో ఆవహించి రాయించారంటారు."

## 8

త్రిపుర కథలు అర్థం కావూ అనేవాళ్ళని పక్కన కూర్చోపెట్టుకుని ఏ కథ అర్థం కావటం లేదో, అందులో ఏది అర్థం కావటం లేదో అడిగి తెలుసుకుని నాకు అర్థమైందేంటో చెప్పి సాయపడాలని ఉంటుంది. సినిమా అనే కళ పుట్టిన కొత్తలో కెమెరా వైపుకి రైలు వస్తున్న షాట్ ప్రదర్శించగానే థియేటర్లో ప్రేక్షకులు భయంతో బైటికి పరిగెట్టారట. అలాగే అప్పటిదాకా స్టేజీ మీద నాటకాలు మాత్రమే చూసిన అనుభవంతో సినిమాలో క్లోజప్ షాట్ రాగానే నటుల మొహాలు అంత దగ్గరగా కనిపించటం ప్రేక్షకులకి కొత్తగా ఉండేదట. సినిమా గ్రామర్ అభివృద్ధి చెందినకొద్దీ, ప్రేక్షకులు ఆ గ్రామర్‌కి అలవాటు పడినకొద్దీ, సంక్లిష్టమైన పద్ధతుల్లో చెప్పిన నెరేటివ్స్ కూడా సులువుగా ఇంకుతున్నాయి. మరి అలాగ సాహిత్యానికి కూడా ఒక గ్రామర్ ఉంటుంది. త్రిపుర కథలు అర్థం కాకపోవటం అంటే అలాంటి సాహితీ వ్యాకరణంలో ఆ పాఠకుడు ఒక స్థాయి వరకే వచ్చి ఆగిపోయాడని అర్థం. న్యూస్ పేపర్ల స్థాయి వచనంతోనే అందరూ అన్ని కథలూ చెప్పలేరు.

"స్టోరీలు ఆటోబయోగ్రఫికల్‌గా ఉండాలి. కన్ఫెషనల్ ఎలిమెంట్ లేని సాహిత్యం సాహిత్యం కాదు" అన్న త్రిపుర అలాంటి వ్యక్తీకరణకు అనువుగా తన

ఇన్‌స్ట్రుమెంట్‌ని సవరించుకున్నాడు. అదేమంత సులువుగా అయింది కాదు. కథలు రాయటం మొదలుపెట్టేనాటికి తెలుగు ప్రపంచంతో, తెలుగు భాషతో సంబంధం తెగిపోయింది త్రిపురకి. మరి అనర్ఘళంగా ఇంగ్లీషులో రాయగలిగిన ఈ ఇంగ్లీషు లెక్చరర్‌కి తెలుగులోనే ఎందుకు రాయాలనిపించింది? విపరీతంగా కవిత్వాన్ని చదివిన ఈ కవిత్వ ప్రేమికుడికి కథలే ఎందుకు రాయాలనిపించింది? తన తండ్రి చనిపోవటానికీ, తనకి తెలుగులో కథలు రాయాలనిపించటానికీ తనకే తెలియని సంబంధం ఏదో ఉందంటాడు త్రిపుర. "మా నాన్నగారు మరణించటం రకరకాలుగా నన్ను విడదీసింది. దివాళా తీయించినట్లు చేసింది," అంటాడు. ఆ ఖాళీతనంలోంచి ఆయన కథలు రాయటం మొదలుపెట్టాడు. కానీ రాయటం సులువు కాలేదు. భాష సాయపడలేదు. ప్రక్రియ అలవాటైంది కాదు. ఒకచోట "ముప్పై భారతి పత్రికలు చదివి తెలుగు నేర్చుకున్నాను" అంటాడు. కొన్ని ఇంగ్లీషు పదాలకి తెలుగు పదాలని వెతుక్కుని వాటితో సొంతంగా చిన్న నిఘంటువు తయారుచేసుకున్నాడు ("ఫరెగ్జాంపుల్ కర్లీ హెయిర్ పక్కన వంకుల జుత్తు అని రాసుకునేవాణ్ణి"). అప్పటికీ కథల్లో కొన్ని ఇంగ్లీషు ఇడియమ్స్ తెలుగులోకి యథాతథంగా అనువాదం కావటం మనకి తెలుస్తుంది. ఉదాహరణకి "paint the town red" అన్న అర్థంలో జర్కన్ కథలో వీరాస్వామి "మీ చేత రంగూన్‌కి ఎర్ర రంగు పూయిస్తాను" అంటాడు. అలాగే ఇంకోచోట "poet at heart" అన్న ఎక్స్‌ప్రెషన్ "అతను హృదయంలో కవి" అని మారుతుంది. మొత్తానికి ఇలా భాషని కష్టం మీద సమకూర్చుకుని రాయటంలోకి దిగాడు. అయినా వెంటనే ఒకేసారి మనకు పరిచయమైన లోతుల్లోకి దిగిపోలేదు. ఆయన కథలు పబ్లిష్ అయిన క్రానాలజీని బట్టి ఆయన మెల్లగా తన ఇన్‌స్ట్రుమెంట్‌ని సవరించుకున్న తీరు తెలుస్తుంది. మొదట జేమ్స్ థర్బర్ ఇంగ్లీషు కథ 'సీక్రెట్ లైఫ్ ఆఫ్ వాల్టర్ మిట్టీ'కి స్వేచ్ఛానువాదంతో రాయటం మొదలుపెట్టాడు. తర్వాత శేషు పేరుతో తనకు గతంలో పరిచయమున్న ఒక చిత్రమైన వ్యక్తిలోకి 'పాము' కథ ద్వారా పరకాయ ప్రవేశం చేశాడు. తర్వాత ఏదో 'హొటల్లో' కూర్చుంటే చెవిన పడ్డట్టనిపించే వొట్టి సంభాషణా శకలాలతో మరో కథ పేర్చాడు. ఇక అప్పుడు, 'ప్రయాణీకులు' కథతో కాన్ఫిడెంటుగా 'నేను' అని తన అనుభవాన్ని ఆవిష్కరించటం మొదలుపెట్టాడు. అక్కడ నుంచి ఒక్కో కథనీ ఎంతో లోతుల్లోంచి కన్ఫెస్ చేసుకోవటం మొదలుపెట్టాడు. ఇన్‌స్ట్రుమెంట్ ఆయన అధీనంలోకి వచ్చేసింది. రాతతో ఒక సులభమైన, ఎంతో సౌకర్యవంతమైన సంబంధం ఏర్పడింది. ఇక వరుసగా 'భగవంతం కోసం', 'చీకటి గదులు', 'కేసరివలె కీడు', 'జర్కన్', 'కనిపించని ద్వారం', 'వంతెనలు'... ఒక్కో కథ ఒక్కో ఆణిముత్యం.

## 9

"...(కథ రాసే ప్రాసెస్) ఇలా అని కచ్చితంగా ఏమీ వుండదు. ఒక ఆర్డర్ వుంటుంది. నాకు తెలిసిన అనేక విషయాల్ని దాంట్లో చేరుస్తూ పోతాను. కొన్ని వాటంతటవే వచ్చి చేరుతూ వుంటాయి.... అంటే అవేం గాలిలోంచి వూడిపడవు. మనం కాస్త ఫ్లెక్సిబుల్‌గా వుంటే కలైడోస్కోప్‌లో ఏర్పడతాయి చూడండి... డిఫరెంట్ డిఫరెంట్ కాంబినేషన్స్... మనం డిక్టేట్ చెయ్యకుండానే ఏర్పడతాయి. ఏర్పడనివ్వాలి చేత్తో అలా తిప్పి."- త్రిపుర

ఈ పుస్తకంలోని కథల్లో త్రిపుర తన అంతరంగపు లోతుల్లోకి ఏ ఆసరాలేకపోయినా, కింద ఏ వలా లేకపోయినా సర్కస్‌లో trapeze artists లాగా సాహసంతో నమ్మకంతో దూకుతాడు, మనల్నీ దూకమంటాడు. ఇది leap of faith... ఆయన వైపు నుంచీ, మన వైపు నుంచీ కూడా. అర్థరాహిత్యంలోకి పడిపోతున్నామేమో అనిపించే ఆఖరి క్షణంలో మన చేతులు అందుకుంటాడు, ప్రతి సారీ, ప్రతి వాక్యంలోనూ! రాస్తూ రాస్తూ ఆయన తన అంతరంగంలోని ఎంతెంతటి లోతుల్లోకి దూకుతాడంటే, చివరికి మన అంతరంగంలోంచి పైకి తేలతాడు. మన అనుభవ ప్రపంచం మరొకరి అనుభవ ప్రపంచంతో సొంతం అనుకంపించే ఇలాంటి సందర్భాలు మాజికల్! ఆయన వెంట ఎంతో ఇంటిమేట్ దూరాల్లోకి పోగలిగాను. జీవితమొక జ్ఞాపకం కాబట్టి--ఆయన చూపించినవన్నీ, అక్కడ కనిపించినవన్నీ, నాకు చాలా ముఖ్యమనిపించాయి. త్రిపుర రచనా సర్వస్వాన్ని ఎత్తి పట్టుకోవటానికి రెండు వేళ్ళ మధ్య తేలికపాటి ఒత్తిడి చాలు. అయినా త్రిపుర పుస్తకాలు నాకు స్పిరిచ్యువల్ హెూం అనిపిస్తాయి.

**మెహెర్**

24 ఆగస్టు, 2020

*When I consider the short duration of my life, swallowed up in the eternity before and after, the little space I fill, and even can see, engulfed in the infinite immensity of space of which I am ignorant, and which knows me not, I am frightened, and am astonished at being here, rather than there, why now rather than then.*

**Blaise Pascal** *(1623-62)*
*French mathematician and philosopher*

*Who calls my poems poems?*
*My poems are not poems.*
*Knowing my poems are not poems,*
*together we can begin to speak of poems.*

**Daigu Ryokan**
*a Zen monk*

# పాము

శేషాచలపతిరావ్ అద్దంలోచూస్తూ దువ్వుకుంటూ ''ఇవాళ నీపేరు అలఖ్ నిరంజన్'' అని చెప్పేడు అద్దంలోని శేషాచలపతిరావ్‌తో. అద్దం లోని శేషా....నవ్వి ''గొప్ప మజా, స్కాండ్రల్, నీసంగతేం చెప్పను. అవును కానీ, నీకు ఎడం పాపిడేమీ బాగులేదు ఇవాళ. కుడి పాపిడిలాగు. టై నాట్ కింద డింపుల్ బాగులేదు. షోల్డర్స్ ఇంకా స్క్వేర్ చెయ్యి'' అన్నాడు.

విండ్సర్ నాట్ కింద డింపుల్ దిద్ది, పాపిడి కుడిచేసి, మళ్ళీ బ్రష్ చేసి, బుగ్గల్లోని డింపుల్స్ ప్రాక్టీస్ చేసి, అద్దం పక్కని పిన్‌చేసి ఉంచిన క్లాస్ రొటీన్ చూశాడు.

''మొదటి రెండు పీరియడ్సూ ఉండాలి. మూడు, నాలుగూ స్కిప్ చెయ్యొచ్చు.''

హాస్టల్‌గేటు దాటుతూ ''పవర్, ట్రెచరీ, ఎడ్వంచర్. నేను నేతాజీని, హిట్లర్‌ని. వినండి, బుద్ధిలేని, బలంలేని బాస్టర్డ్స్.........మిమ్మల్ని హత మార్చేస్తాను. పారా హుషార్......లక్షలు లక్షలుగా క్రిముల్లాగ బ్రతుకుతున్న మిమ్మల్ని రూపురేఖలు లేకుండా చేస్తాను.....'' పిడికిలి బిగపట్టి, హాస్టల్ వేపు కాలేజీవైపు చూపించి గట్టిగా చెయ్యి ఊపేడు.

జోరుగావచ్చే రిక్షాని తప్పించుకుని హిందీలో బూతులు తిట్టేడు.

'మొదటి రెండు పీరియడ్స్ స్కిప్ చెయ్యొచ్చు. దశాశ్వమేథ్ ఘాట్‌కి వెళ్తాను' అని అనుకుంటూనే లైబ్రరీ వేపు తిరిగి, 'అలఖ్ నిరంజన్! నిన్ను....నన్నే....నేను డిసీవ్ చెయ్యగలను తెలుసా' అని లైబ్రరీ వేపు నడవటం మొదలుపెట్టేడు.

సెక్షన్ లైబ్రేరియన్ టేబుల్ మీద గుట్టలు గుట్టలుగా రీబైండు చేసిన పుస్తకాల పేర్లు రెజిస్టెర్‌లో రాసుకుంటున్నాడు. నేరుగా లోపలికి పోయి బీరువాల్లో పుస్తకాల టైటిల్స్ చూడటం మొదలు పెట్టేడు అలఖ్ నిరంజన్.

చీర రెపరెపలు.

సున్నితంగా మాటలు.

కంటి చివరినుంచి చూస్తే, సెక్షన్ లైబ్రేరియన్ టేబుల్‌మీద వేళ్ళు. లేడి..... జింక.....డీర్.

ముఖం తిప్పి చూసేడు.

తనవేపే చూస్తూంది ఉమాడే.

అప్రయత్నంగా కళ్ళతో నవ్వేడు అలఖ్, అప్రయత్నంగా కళ్ళతో నవ్వడం అలవాటు చేసుకున్న నిరంజన్.

హిందీలో అంది : "నా కార్డ్ మర్చిపోయాను. శనివారం త్రివేదీ సెమినార్‌లో ఎస్సే సబ్మిట్ చెయ్యాలి. మీకార్డ్‌మీద ఛాసర్ మీద బుక్స్ ఏమేనా ఇప్పిస్తారా?"

ఆ క్షణంలో చిరునవ్వు మాయమయి పోయింది నిరంజన్ కళ్ళల్లో. క్షణంలో కళ్ళల్లోని నవ్వుని మాయం చెయ్యడం అలవాటు చేసుకున్న అలఖ్ కళ్ళల్లో. ఇంగ్లీషులో అన్నాడు : "కారిడార్ లోకి రండి."

గాజు అద్దాల కిటికీ దగ్గరగా వెళ్ళి, వెనక్కి తిరిగి కోపంగా అన్నాడు, "నా కార్డ్ ఎప్పుడూ జేబులో పెట్టుకుని తిరగను, మీరెవరో నాకింకా బాగా తెలియదు. తెలియని ఆడవాళ్ళందరికీ సహాయం చేసే షివల్రస్ మనిషిని కాను."

ఉమా కళ్ళలో మెరుపులాగా కోపం.....

"ఇవ్వకపోతే యివ్వనని మృదువుగా చెప్పొచ్చు. గొంతుకలో అంత థండర్ అవసరం లేదు."

విసురుగా చీర మెరుపు మాయమయింది.

మళ్ళీ తెర ఎత్తబడింది. తను అనుకోకుండానే అకస్మాత్తుగా. అయితే, తన భవిష్యత్తుకి ఆకారం తానే యిస్తాడు. ఇప్పుడు జరుగుతున్నది తను ఎప్పుడో ఊహించి మనస్సు మారుమూలల్లో తొక్కిపడేసి ఉంచిన నాటకంలోని ఒక భాగం.

తెర ఎత్తేసింది కాలం, కాస్త ముందుగానే.

అయితే తను ఎప్పుడూ సిద్ధమే.

"జగదేవ్....జగదేవ్!...."

"జీ."

"ఈ అల్మైరా తాళాలియ్యి."

తాళాలు తీసుకుని బీరువా తెరిచి రెండు పుస్తకాలు తిరగేశాడు. జగదేవ్ అక్కడే నిలబడ్డాడు.

ఒక చివరన ఇషర్‌వుడ్ నావల్ ఒకటి కనిపించింది.

"ఇదిగో! నువ్వు అన్నిరకాల మనుషులకీ తాళాలిచ్చేస్తావ్. ఎలా అడ్డదిడ్డంగా పెట్టేశారో చూడు. ఈ పుస్తకం యిక్కడేమిటి చేస్తూంది. తీసుకువెళ్ళి ఫిక్షన్‌లో పెట్టు. మీకు బుద్ధిరాదు. ఎన్నిసార్లు లైబ్రేరియన్ చేత తిట్లు తిన్నా."

జగదేవ్ గొణుక్కుంటూ పుస్తకం తీసుకుపోయేడు.

అల్మైరాలోంచి ఛాసర్‌మీద లెగూయీ రాసిన పుస్తకం పైకి తీసేడు. కోట్ ప్రక్కకిలాగి, షర్ట్‌కి, బెల్ట్‌కి మధ్య పుస్తకాన్ని తోసి, మళ్ళీ కోటు గుండీలు పెట్టాడు. ఎడం చెయ్యి అడ్డంగా పెట్టుకుని జగదేవ్‌ని పిలిచి తాళాలు యిచ్చేశాడు.

కౌంటర్ దగ్గర:

"పండిట్జీ, ఇంకా కాస్త విజిలెంట్‌గా ఉండాలి. పుస్తకాల దొంగలు ఎక్కువయి పోయారు. ఇవాళ నాకు కావలసినవి ఒకటీ కనిపించలేదు. ఇష్యూకూడా అవలేదు. మీరింత ఇన్‌ఫిషెంట్‌గా ఉంటే మేము కంప్లెయిన్ చెయ్యవలసొస్తుంది." కోపంగా టికెట్ తోసుకుని విసురుగా పైకి వచ్చేశాడు అలఖ్ నిరంజన్.

లైబ్రరీ దగ్గర చెట్టుకింద కేంటీన్.

చెట్టుకింద బల్లమీద కూర్చుని నాలుగు సమోసాలు తిని, టీ తాగుతూ చుట్టూ ముసిరే ఎర్ర కందిరీగల్ని ఛాసర్‌తో అప్పటికే ఆరు చంపేడు.

'ఇంకో అయిదు నిమిషాల్లోపల ఉమ పైకి రావాలి....వచ్చి తీరాలి' అనుకున్నాడు. రిస్ట్‌వాచ్ విప్పి చేత్తో పట్టుకున్నాడు. సాసర్ బల్లమీద ఉంచి, కప్ మాత్రం చేత్తో పట్టుకుని లైబ్రరీ వేపు తిరిగి నిలబడ్డాడు.... నాలుగు నిముషాల నలభయి సెకండ్లు....నలభయిఐదు....ఏభయి.... ఏభయి ఎనిమిది....అయిదు నిముషాలు.

ఉమ లైబ్రరీ మెట్లు దిగి వస్తూంది. దగ్గరగా వచ్చింది.

"హలో! మీరు రెండు సెకండ్లు ఆలస్యం. చూశారా స్టాప్‌వాచ్ లాగ పట్టుకుని ఎలా లెఖ్ఖ పెట్టున్నానో. ఈసారికి క్షమించేను....రండి, మేనర్సు గురించి బాధపడితే మీకు కావాల్సిన బుక్ దొరకదు. మీ హృదయంలోని మిక్సెడ్ ఫీలింగ్స్ నాకు స్పష్టంగా కనిపిస్తున్నాయి. అయినా....."

ముందుకు, దగ్గరగా అడుగు వేసింది ఉమ.

"......అయినా, మీరు వప్పుకుంటారు....రండి."

ఉమ నవ్వింది. బెంచ్ మీద కూర్చుంది.

"గులాబ్ జామున్ కూడా చేశాడు శర్మాజీ. స్వీట్స్ అంటే అసహ్యం నాకు. స్వీట్స్ అంటే ఇష్టపడే వాళ్ళని మెషిన్‌గన్‌తో షూట్ చేద్దామనిపిస్తుంది. కాబట్టి సమోసాలు. ఏమంటారు. అండ్ టీ....ఇదిగో మీకు కావలసిన పుస్తకం. మన ఫ్యూచర్ అసోసియేషన్‌కి చిహ్నంగా యీ ఆరు కందిరీగల కళేబరాల్ని ఛాసర్‌తో చంపి సిద్ధంగా ఉంచేను....వద్దు. మీరు మాట్లాడటానికి ప్రయత్నించకండి. నేనే అంతా మాట్లాడేసిన తరువాత మీకు అవకాశం యిస్తాను....మీరు నాకు జూనియర్. మీ పేరు ఉమాడే. గౌహతిలో బి.ఏ. చదివేరు. ఇక్కడ బెంగాలీ టోలాలో అంకుల్ దగ్గర ఉన్నారు.... తరువాత, నా సంగతి. బెలూచిస్తాన్, జర్మనీ నా స్పిరిట్యుయల్ హోమ్స్. ఇంఫాల్‌లో ఫోర్టీన్త్ ఆర్మీలో పనిచేశాను. కెప్టెన్‌గా, కోర్ట్ మార్షల్ చేసేరు కారణాంతరాలవల్ల. ఇక్కడ ముప్పయి సంవత్సరాల వయస్సులో - యూనివర్సిటీలో చదవటానికి కారణాలు :

ఒక్కొక్క వేలు ముడుస్తూ చెప్పేడు.

"....ఒకటి : నాకు హోమ్‌లేదు. బంధువులు లేరు.

రెండు : ఉద్యోగాలు చెయ్యటానికి కావలసిన టెంపర్‌మెంట్ లేదు.

మూడు : హోటల్స్‌లో ఎప్పుడూ ఉండటానికి కావలసిన డబ్బు లేదు.

నాలుగు : యూనివర్సిటీలో చదువు నా ఎస్టిమేట్ ప్రకారం చాలా చవక."

"చూశారా....నాలుగు నిముషాల్లో, నాలుగు నెలల పరిచయం అయితేగాని తెలియని విషయాలన్నీ చెప్పేశాను. కాలానికి ఏదీ వదిలెయ్యకూడదు....."

సమోసాలు, టీ వచ్చాయి.

ఉమ తినడం మొదలు పెట్టింది.

"రిమార్కబుల్. మీరు రెండు వేళ్ళతో సమోసాలని చిన్న చిన్న ముక్కలుచేసి గ్రేస్‌ఫుల్‌గా నోట్లో పెట్టుకుని అవి బాధతో ఏడుస్తాయేమో అన్న భయంతో మెల్ల మెల్లగా తినడం అలవాటు చేసుకోలేదు. ఎడ్మిరబుల్."

సమోసాలు అయిపోయాయి.

"ఇప్పుడు మీరు మాట్లాడొచ్చు."

"మీరు విచిత్రమయిన వ్యక్తులు. అన్ని విషయాలు చెప్పేరుగాని మీ దగ్గర లైబ్రరీ కార్డ్ లేకుండానే యీ పుస్తకం ఎలా తెచ్చారో చెప్పలేదు."

కుడిచేతి వేళ్ళ గోళ్ళతో బెంచ్‌మీద వరసగా చప్పుడు చెయ్యడం మొదలు పెట్టేడు. "హార్స్ రైడింగ్ యిన్ చండికా...చాలా కాలం క్రింద చండిక అనే ఫిల్మ్ చూశాను. అందులో గుర్రాలు పరుగెట్టుంటే యిదే చప్పుడు. చండికా ఆన్ హార్స్‌బేక్....ఐదడుగుల పదకొండున్నర అంగుళాల పొడవూ, నూట ఎనభయి పౌన్ల బరువూ మనిషిని. ఈ పది ఔన్సుల బరువు పుస్తకాన్ని తేడానికి లైబ్రరీ కార్డ్ ఉండాలా?....ఇష్యూ కౌంటర్‌దగ్గర పండిట్జీ బాగా తెలుసులెండి. అడిగి తెచ్చాను. మీరు నాలుగు రోజులుంచుకుని నాకు తిరిగి యిచ్చేయండి."

ఉమ తెలివైన పిల్ల.

అంది : "నన్నొకమాట చెప్పనిస్తారా. మీరు చాలా నెర్వెస్ మనుష్య లనుకుంటాను. దాన్ని కప్పి పుచ్చడానికి ఈవిధంగా మాట్లాడతారు.... అంతేనా?" ఉమ కళ్ళల్లోకి సూటిగా, తీవ్రంగా చూశాడు నిరంజన్.

"మీరు సైకాలజీ పుస్తకాలు చదివినట్లున్నారు. లేకపోతే ఎవరో అంటే విన్నారు. అంత సులభంగా లేబుల్ అంటించీకండి. మీ మంచికి చెప్తున్నాను. నేను డేం....జ....ర....స్ మనిషిని."

"శర్మాజీ?"

రూపాయినోటు యిచ్చి చిల్లర తీసుకున్నాడు.

"నన్ను మరచిపోండి. ఈ సెప్టెంబర్ వెదర్ నన్ను సరదాగా మాట్లాడటానికి ప్రోత్సహించింది. అంతే. మీకింకా చిన్న వయస్సు. గుడ్ బై!" లేచి గిరుక్కున తిరిగి పెద్ద పెద్ద అడుగులు వేస్తూ బిర్లా హాస్టల్ వేపు నడిచిపోయాడు. అలా పెద్ద పెద్ద అడుగులు వేస్తూ నడవడం అలవాటయిపోయిన అలఖ్.

బ్రోచా హాస్టల్ దగ్గర బస్ ఎక్కేడు. ఖాళీగా ఉంది.

గోడోలియాకి రెండు టిక్కట్లు అడిగేడు.

"ఒక్కడికే రెండెందుకూ" అడిగేడు కండక్టర్.

"అది నీకవసరంలేదు. ఒకటినాకూ, రెండోది నాస్పిరిట్‌కి" అన్నాడు అలఖ్.

రూయా హాస్టల్ స్టాప్ దగ్గర అమెరికన్స్‌లా కనిపించే ఒక జంట ఎక్కేరు. అతను లావుగా, పొట్టిగా. ఆమె సన్నగా, పొడుగ్గా, అందంగా.

'లై కే క్వీన్' అనుకున్నాడు. క్రిందటి సాయంత్రం సాన్‌ఫ్రాన్సిస్కో నుంచి ఒక పెద్ద గ్రూప్ దిగిందట. ఆ గ్రూప్‌లోని వాళ్ళే గాబోలు అనుకున్నాడు.

కండక్టర్‌తో "గేంజిస్‌కి టికెట్స్" అన్నారు వాళ్ళు.

కండక్టర్‌కి బోధపడలేదు.

"గోడోలియాకి యియ్యి" అన్నాడు అలఖ్.

వాళ్ళవేపు చూసి అన్నాడు. "మీకు యిష్టమయితే సహాయం చెయ్యగలను? నేను గూడా గేంజిస్ వేపే వెళుతున్నాను."

థేంక్స్‌తో ఉక్కిరి బిక్కిరి చేసిన తరువాత అన్నారు. "గ్రూప్‌లో తిరగడం థ్రిల్లింగ్‌గా ఉండదు మాకు. అందుకే ముందుగా బయలు దేరేము. లక్కీగా నువ్వు కలిసేవు."

"నువ్వు హిందూవేనా? ఇజిప్షన్‌లాగో, స్పేనియర్డ్‌లాగో ఉన్నావు" అని అడిగేడు మగ అమెరికన్.

పరిచయం చేసేడు : "నాపేరు జేమ్సు ఎలియట్. ఈమె మిసెస్ ఎలియట్... క్వీనీ ఎలియట్."

'లై కే క్వీన్!' నిజమే అనుకున్నాడు నిరంజన్.

"నేను హిందూనికాను. ముస్లిమ్‌ని. నా పేరు బైరాంఖాన్. మీరు గేంజిస్ చూడొచ్చు. కాని టెంపుల్స్‌లోకి రానీయరు."

"ఇదిగో యిక్కడే దిగాలి."

క్వీనీ దిగడానికి తన చెయ్యి యిచ్చి సహాయం చేశాడు.

ముగ్గురూ దశాశ్వమేథ్ వేపు నడిచారు.

జేమ్సు, క్వీనీ దృశ్యాల్ని తాగుతున్నారు!

లస్సీ దుకాణంలో బెంచ్ మీద కూర్చున్నారు.

ఛోక్రాని పిలిచి "మూడు గ్లాస్‌లు తీసుకురా. బాగా భంగ్ కలుపు" అన్నాడు.

అప్పుడే కలలోంచి లేచి ప్రపంచాన్ని కొత్తకళ్ళతో చూస్తున్నట్లు చూస్తున్నాడు, జేమ్సు గుంపులుగా రోడ్ మీద నడిచే ఇండియన్ ప్రజల్ని, టాంగాల్ని, ఎక్కాల్నీ.

క్వీనీ మధురమైన స్వరంతో, "నువ్వు యూనివర్సిటీలో చదువు తున్నావా?" అని అడిగింది.

"ఇక్కడ యూనివర్సిటీలో యిడియట్స్ తప్ప ఎవరూ చదవరు. నేను తోళ్ళ వర్తకం చేస్తాను. యూనివర్సిటీ డైరీలో ముసలి ఆవులు బేరానికొస్తే కొనడానికి వచ్చేను. నాది మీర్జాపూర్ హెడ్‌క్వార్టర్స్."

ఛోక్రా లస్సీ తెచ్చి టేబుల్‌మీద పెట్టేడు.

"ఇందులో భంగ్ వేయించేను. చాలా థ్రిల్లింగ్ డ్రింక్" అని జేమ్సు చెవిలో ఏదో అన్నాడు. జేమ్సు మొదట షాక్ అయి, తరువాత ఏమనాలో తెలియక నవ్వేడు.

లస్సీ మెల్లగా తాగేరు ముగ్గురూ.

జేమ్సు ఎంతయిందో అడిగి, జేబులోంచి వాలిట్ తీసి, మెల్లగా కూడ బలుకుతూ లెక్కపెట్టి యిచ్చేడు. వాలిట్ లావుగా, నోట్లతో వానాకాలం కప్పలాగుంది.

"పదండి గేంజిస్ దగ్గరకు పోదాం."

ఘాట్ వేపు నడిచేరు.

వెల్లువతో గంగానది బురదనీరు ఉరకలేస్తూ ప్రవహిస్తూంది. విజృంభించి మెట్లమీద కెరటాలు పగిలి సుడిగా వెనక్కి తిరుగుతున్నాయి.

"క్రాస్ చేద్దామా"

"వయొలెంట్‌గా ఉన్నట్లుంది. అవేనా బోట్స్? చాలా ఫ్లిమ్సీగా కనిపిస్తున్నాయి" అన్నాడు జేమ్సు.

"ఏం భయం లేదు. ఇంతకంటే వరద ఎక్కువ వున్నప్పుడు కూడా తీసుకుపోతారు యీ పడవ వాళ్ళు. పోనీ డౌన్ స్ట్రీమ్ పోదామా?"

జేమ్సు ముఖంలో భయం. "వద్దు రిస్క్ తీసుకోవడం మంచిది కాదు, క్వీనీ కూడా ఉంది."

థ్రిల్స్ కావాలి నీకు. కవర్డ్.

"సరే, నీకేమేనా బనారస్ బ్రోకేడ్స్ కావాలా?" అడిగేడు క్వీనీని.

క్వీనీ ముఖంలో సంతోషం. "చాలా కొందామని ఉంది. ఆ దుకాణాలకి తీసుకువెళ్ళు.......ప్లీజ్!"

విశ్వనాథ్ గల్లీలోకి తీసుకువెళ్తూ ఆగేడు అలఖ్.

జేమ్సుతో అన్నాడు: "ఇక్కడ జేబుదొంగలు ఎక్కువ. మీ దగ్గర వాలిట్ వుంచడం మంచిది కాదు. ఇక్కడ జేబుకొట్టే వాళ్ళందరూ నాకు తెలుసు. వాలిట్ నా దగ్గరుంచితే ఏ భయమూ లేదు."

జేమ్స్ తొందరగా కోట్ లోపలి జేబులోంచి వాలిట్ తీసి అలఖ్‌కి యిస్తూ "ముందే చెప్పినందుకు చాలా థేంక్స్" అన్నాడు.

గల్లీలోకి వెళ్ళారు.

చాలా రద్దీగా ఉంది. క్వీనీ దుకాణాల్లో వేళ్లాడగట్టిన చీరెల్నీ, కంచు, యిత్తడి సామానుల్ని ఆశ్చర్యంగా చూస్తూంది.

జేమ్సు పొట్టి కాళ్ళతో వెనుక నడుస్తున్నాడు.

దుకాణాల సేఠ్‌లు కాకుల్లాగ పిలుస్తున్నారు.

బీహారీ పల్లెటూరు గుంపొకటి గొడవచేస్తూ ముందు నడుస్తుంది.

ఆబోతు ఎదురుగా రంకెవేస్తూ వేగంగా దూసుకుంటూ పరుగెత్తుతూ వచ్చింది.

బీహారీ గుంపు అరుచుకుంటూ చెదిరిపోయి వెనక్కీ ముందుకూ గోల పెడుతూ పరుగెడ్తూంటే.....

'రన్' అని గట్టిగా అరిచి, ఇద్దరి చేతులూ పట్టుకుని పరుగెత్తేడు. "వాట్ ద హెల్ యీస్ ద మేటర్ నౌ" అంటూ పొట్టికాళ్ళ జేమ్స్ చెయ్యి విదిలించుకుంటూ అడిగేడు.

"శ్.....హిందూ ముస్లిమ్ రయట్" క్వీనీ చెయ్యి పట్టుకుని పరిగెత్తుతూనే అన్నాడు.

బీహారీ మూక మధ్య జొరబడ్డారు.

క్వీనీ చెయ్యి కూడా వదిలి అలఖ్ ఇంకా వేగంగా ముందుకు దూసుకుపోయి గల్లీలోంచి పైకి పోయాడు.

చౌక్‌లోంచి కట్ చేసి యింకో చిన్న గల్లీలో జొరబడి 'సంగమ్' బార్ చేరుకున్నాడు.

గట్టిగా వూపిరి బిగించి ఒక నిముషం నిలబడ్డాడు. పేంట్ జేబులో చెయ్యి పెట్టి బరువుగా, డబ్బుగా ఉన్న వాలిట్‌ని సంతృప్తిగా తడిమేడు. వాలిట్ పైకి తీసి, నోట్లు పైకి లాగి, వాలిట్‌ని కాలవలో విసిరేశాడు. బార్ లోపల అడుగు పెట్టేడు. సగం బార్ నిశ్శబ్దంగా ఉంది. హాల్ అద్దంలో జుత్తు దువ్వుకుని, రుమాలుతో ముఖం తుడుచుకున్నాడు. జేబులో నోట్లు మళ్ళీ చూసుకున్నాడు. అరవయికి పైగా పది రూపాయల నోట్లు. అద్దంలో చూస్తూ, కుడికన్ను గట్టిగా మూసి నాలిక పైకి పెట్టి మళ్ళీ లోపలికి మడిచి, ఎడం చెయ్యి చూపుడువేలు పెదవులమీద నిలువుగా నిలిపి మెల్లగా అన్నాడు, "ఎవరికి చెప్పొద్దు...సక్కర్స్."

బార్‌లో నిశ్శబ్దం. బూత్స్‌లో తొంగిచూస్తే ఎవరూ లేరు. పక్క గదిలో బెనర్జీ డెస్క్ దగ్గరికి వెళ్ళాడు. కునుకు తీస్తున్నాడు బెనర్జీ, డెస్క్ మీద ముఖం పెట్టుకుని. చప్పుడు చెయ్యకుండా డెస్క్ మీద తాళాలు తీసి, వెనక గదిలోకి వెళ్ళి బీరువా తెరిచాడు. క్రింద అరలో కారూస్‌జిన్ బాటిల్ తీశాడు. బెనర్జీ దగ్గరకు వచ్చాడు. డెస్క్ మీద వంగి బెనర్జీ వీపు మీద గట్టిగా చరిచాడు. ఉలిక్కిపడి కోపంగా, బాధగా, భయంగా, అర్థం లేని అరుపులు అరుస్తూ లేచాడు బెనర్జీ.

కళ్ళు రెపరెపలాడించి శేషాచలపతిని చూసి బెంగాలీలో అన్నాడు:

"అబ్బ ఎంత దెబ్బ కొట్టేవు రావు బాబూ. ఇంత మిట్ట మధ్యాహ్నం వచ్చేవేమిటి. ఎవరూ లేరు కుర్రాళ్ళు!"

"నువ్వు యిలా తలుపులు తీసిపెట్టి కునుకు తీస్తుంటే లిక్కర్ స్టోర్ అంతా ఖాళీ అవుతుంది ఒక గంటలోనే. ఐస్ ఉందేమో చూడు." బెనర్జి లోపలికి వెళ్ళాడు ఐస్ కోసం.

అలఖ్ అక్కడే సోఫాలో కూర్చుని బాటిల్ మూత తీసేడు.

బెనర్జీ ట్రేలో ఐస్, వైన్ గ్లాసులు, నిమ్మకాయలు పట్టుకొచ్చాడు. గ్లాసులలో మూడు పెగ్‌లు జిన్ పోసి ఐస్ ముక్కలు వేసి బెనర్జీ కొకటి యిచ్చి, తను సిప్ చెయ్యడం మొదలు పెట్టేడు.

బెనర్జీ గడగడ తాగేసి గ్లాస్ ఖాళీచేసి మాట్లాడటానికి గొంతు సవరించు కుంటుంటే, "మాట్లాడొద్దు. నన్ను వదిలి నీ పని నువ్వు చూసుకో - అంటే, మళ్ళీ ముఖం డెస్క్ మీద పెట్టి పడుకో" అన్నాడు అలఖ్.

బెనర్జీ కళ్ళు మూసుకునే చిరునవ్వు నవ్వి తిరిగి సమాధిలోకి వెళ్ళిపోయాడు.....

కుడి జేబులో ఆరు వందల రూపాయలు, ఎడం జేబులో ఉమాదేకి జాగా. సెంటిమెంటల్ మూడ్‌లోకి పోవచ్చు.

".........బాల్యం... .... బాల్యపు అనుభూతులు....బాల్యం నన్ను విరామం లేకుండా మెత్తగా వెంటాడుతూంది. ఏళ్ళు గడిచిన కొలదీ, ఎడారి లాంటి 'యథార్థం' గుండెల్లో బలమైన వ్రేళ్ళతో పాతుకుపోయి స్థిరపడ్డకొలదీ, ...నా వెనుకనే నీడలా వచ్చి వీపు మీద పచ్చటి వేళ్ళతో తట్టి పిలుస్తున్నారెవరో....జీవితానికి అర్థం లేదు, అంతా శూన్యం అని తెలుస్తున్న కొలదీ, నా పూర్ణ శక్తితో వెనక్కి....వెనక్కి పరుగెడు దామను కుంటాను....తిరిగీ, నా బాల్యంలోకి....క్షణానికీ, క్షణానికీ, క్రియకీ, క్రియకీ సంబంధం లేకుండా బ్రతకడం... ... ..."

పవర్, ట్రెచరీ....

జిన్ కైపు ఎక్కిస్తూంటే వాచాలత్వం, దెబ్బలాడడం సోపానాలు స్కిప్ చేసి సెంటిమెంటల్ మూడ్‌లో ప్రవేశించి అందులోంచి మెల్లగా జరిగి, కళ్ళనీళ్ళ ప్రవాహంలో పడ్డాడు.

సాయంకాలం ఏడు గంటలకు యింకా కొంచెం మత్తు ఉండగానే, మెల్లగా తూలుకుంటూ హాస్టల్ చేరుకున్నాడు శేషాచలపతి.

బట్టలన్నీ విప్పేసి నగ్నంగా మంచం మీద పడుకొని, పది నిముషాల తరువాత చల్లటి నీరుతో ముఖం కడుక్కొని, అద్దంలో చూసుకుంటూ "ఎలా ఉంది, అలఖ్ నిరంజన్, యీ దినం?" అని అడిగేడు అద్దంలోని శేషాచలపతిని.

"రేపు నీ పేరు సాల్వడార్ డాలీ. ఏం చేస్తావో" అని అద్దంలోని శేషాచలపతి విషపు నవ్వు ఒకటి మధురంగా నవ్వేడు.

# హోటల్లో

ఉదయం ఎనిమిది. పైన చితచితగా వాన. లోపల తడి.

"మా పాప్ ఇలాంటి వేషాలు వేస్తే పాతేస్తానని రాశాడురా. బుద్ధి లేదు."

"ముసలాళ్ళందరూ అంతేరా. ఈ ఓల్డ్ హేగ్స్‌ని హిట్లర్ జ్యూస్‌ని మెసకర్ చేసినట్లు ఫైరింగ్ స్క్వాడ్ ముందు పెట్టి టకటకమని షూట్ చేసి పారేయాలి."

ముందు ఖాళీ కప్పులు, పెదిమల చివర్ల సిగరెట్లు.

* * *

"ధర్మాబమ్స్" చదివేరా?

"పోన్లెద్దురూ. ఈ బీట్‌నిక్స్, మరీ రూట్‌లెస్ ఫెలోస్, ఏంగ్రీ యంగ్ మెన్ నయమనిపిస్తూంది."

కప్పుల్లో చల్లారుతున్న కాఫీ.

* * *

"యదవ నాయాల. పది రూపాయలిస్తేగాని ఫైలు ముట్టుకోడానికీలు లేదన్నాడు. మళ్ళీ చూస్తే కుఱ్ఱకుంక. ఆ యదవ మొగాన్ని ఆ పది కొట్టి, సంతక మెట్టించుగొచ్చా. ఏం జేస్తాం. సస్తామా."

"ఈ కాలం యదవలంతా ఇంతేనయ్యా. డబ్బు సేతిలో అడయ్యందే పనిసెయ్యరు."

టేబుల్ మీద ఖాళీ చేసిన ఇడ్లీ ప్లేట్లు. మొదటాయన జేబులో చుట్ట కోసం తడుముడు.

* * *

ఒక మూల, దిబ్బగా, టొమాటోలాగ ఎర్రటి ముఖం కుర్రాడు నాలుగిడ్లీల ప్లేటు తింటున్నాడు అటూ ఇటూ చూడకుండా.

* * *

"సరోజినమ్మగారు రెండు రవ్వ దోసెలు పొట్లాం కట్టించుకు రమ్మన్నారండి. ఆళ్ళబ్బాయి ఇటొచ్చినప్పుడు డబ్బులంపిస్తారంట."

"రెండు రవ దోశా పార్సెల్...." నంబుదిరి కేక.

* * *

"ఏమిటోయ్ హనుమంతూ, ప్రమోషన్ వచ్చిన తర్వాత పార్టీ ఇవ్వకపోవడమే కాకుండా ఒక్కడివి అలా బాంబర్ లాగ కూచుని మేసేస్తున్నావ్!"

కుర్చీ బరబర వెనక్కి లాగి, పారల్లాంటి పళ్ళు విశాలంగా విప్పి, గుర్రంలాగ సకిలింపు నవ్వు నవ్వేడు వెంకట్రావ్. గతుక్కుమన్న హనుమంతరావ్ - ఉల్లి దోసెలోని అడపా దడపా దంతాల మధ్యపడే వుల్లి ముక్కల్ని ఒక్కడూ సావకాశంగా అనుభవిస్తున్న హనుమంతరావ్ - 'ఈ వెధవ ఎప్పుడూ ఇంతే' అనుకుంటూ, పులికోరల్లాంటి తన పళ్ళు కూడా విప్పి -

"రావోయ్, ఏమిటి శాశ్వతం. ఏదీ ఇప్పుడే" అని "ఒక వుల్లి దోసె పట్రా మణీ మా బ్రదర్‌కి" అన్నాడు.

* * *

"క్రాఫర్డ్ దొరని పట్టి మెల్లగా తోసేసేను నా ఎల్డెస్ట్‌సన్‌ని కంట్రోలర్‌గా. ఆ కాలం వేరు. ఇంగ్లీషు వాళ్ళ తరహాయే వేరు. 'వాటీస్ యువర్ బాయ్ డూయింగ్,' మేన్" అని అడిగేడు.

'హి యీస్ మెట్రిక్ సార్' అన్నాను.

'వై డోంట్ యూ పుష్ హిమ్ యిన్ టూ అవర్ బ్లడీ రెల్వేస్ మేన్' అన్నాడు. మర్నాడే ఆర్డరూ. రెండోవాడిది పెద్ద బుర్రలె. ఎమ్మెస్సీ చేసి ఎటామిక్ ఎనర్జీ

కమీషన్‌లో ఉన్నాడు. బొంబాయి. థర్డ్ ఫెలోవే కొంచెం అల్లరి పెడుతున్నాడోయ్. వెధవ కమ్యూనిష్టులతో చేరి జండాలూ అవీ పట్టుకు తిరుగుతాడు. పొడుస్తాం, నరుకుతాం అని ఏమిటో పాటలూ.... అవేమీ ఒద్దులే. వుత్త కాఫీ చాలు. అరగవు, ఆ తిండే పడిపోయింది."

* * *

నములుతున్న ముఖాలు.

గానుగలాగే.

ఎద్దుల్లా

మెల్లగా........

"ఇమేజ్ దొరకడం లేదు. ఫీలింగ్‌కీ థాట్‌కీ డిసోసియేషన్ అవడం లేదు. ఇవాళ పొయ్‌టిక్ వెదర్ లేదు" అనుకున్నాడు భాస్కర్రావ్ ఖాళీ కాఫీ కప్‌లో సిగరెట్ ఏష్ దులుపుతూ.

* * *

"శివాజీగాడు ఛాన్సు ఇవ్వడం లేదురా ఎబ్లెన్ టోర్నమెంటులో. ముప్పయి నాలుగు కొట్టేను పచ్చయ్యప్పాస్ మీద. టాప్ స్కోర్. యూనివర్సిటీ మీద త్రీ ఫర్ ఫార్టీ సెవెనూ. ఆల్‌రౌండర్లఖ్ఖర్లేకపోతే పొమ్మను. రేపు రాన్‌జీకి సెలక్టయితే గీర అణిగిపోతుందిలే."

* * *

"ఆరు నెల్లయి తిరుగుతున్నాను కాళ్ళరిగేలాగ ఈఎంప్లాయ్‌మెంట్ ఎక్స్‌ఛేంజ్ చుట్టూ. రిన్యూ చేయించుకోవడమేగాని ఇంటర్వ్యూకైనా పిలిచిన గాడ్దెవడూ కనిపించడం లేదు. ఒక్కసారి కాబోలు పిలిచేరు. షిప్ యార్డ్‌కి. ఒఖ్ఖ క్వశ్చన్‌కి జవాబు చెప్పలేకపోయానంటే నమ్ము. అసలు మొట్టమొదటే, ఇంగ్లీషులో నీ పేరేమిటని అడిగితే వాడేమిటన్నాడో బోధపడక తికమక పడిపోయాననుకో.....రిక్షా డబ్బులు దండగ."

* * *

"మా పాప్ అంతేరా. లాస్ట్ ఇయర్ సమ్మర్‌లో ఆలిండియా ఎక్స్‌కర్షన్ వెళ్ళాలీ, సిక్స్ హండ్రెడ్ వైరు చెయ్యమని వైరిస్తే 'రిటర్న్ ఇమీడియేట్లీ' అని కొట్టేడు. ఆ మాత్రం కామన్‌సెన్సుండొద్దూ."

"సరేగాని, ఈ టెరిలీన్ పేంట్ చూశావా. ఆరు లూప్‌లు పెట్టమని ఖచ్చితంగా చెప్తే నాలుగే పెట్టి కూచున్నాడు సన్నాసిగాడు. మళ్ళీ మాస్టర్ కట్టర్ అని పెద్ద బోర్డూ వీడూనూ."

* * *

టర్నిప్‌లా వున్న, టొమాటో ముఖం దిబ్బబ్బాయి. ఇడ్లీల ప్లేటు పక్కకినెట్టి, ఒరిగిన తిమింగలంలాగ ప్లేటుమీద పడివున్న మసాల దోసెని చిత్రవధ చెయ్యడం మొదలు పెట్టేడు.

* * *

"ఇవాళ మాటినీ ఏమిట్రా"

"బర్ట్ లంకాస్టర్, సోఫియా లోరెన్. టైటిల్ జ్ఞాపకం లేదు."

"కమాన్, లెటజ్ గో."

"రైటో, బాస్."

* * *

"మూడు కేచ్‌లు మిస్సయ్యేడు. మళ్ళీ పెద్ద కబుర్లు."

"తాసిల్దారు దగ్గరకి వెళ్ళడమంటేనే పెద్ద ఎడ్వెంచరూ వెధవకి."

"మావాడూ రైల్వేలోనే. కానీ ఫిట్టరు. రెండోవాడు కూడా. కాని వాడు ఖరగ్‌పూర్‌లో."

"ఇల్లు దొరక్క సస్తున్నామనుకోండి."

"లెప్పర్సూ, బెగ్గర్సూ."

"డీసెంట్ జాబ్‌లురా. క్వార్టర్సూ, ఫ్రిజ్, ఓ."

"కెరూఏ 'ఆన్ ది రోడ్' చదివేరా?"

"లంచాలు మీద లంచాలు గుంజి అఫీసనల్ కాల్నీలో ఇల్లు కట్టించేసేడంట."

"రాత్రికి రాత్రి మోసుకొచ్చేమండి టేక్సీలో చిట్టివలస నుంచి. అప్పటికప్పుడు ఆపరేషన్ చేశారు. కాని....కాని ఆశలేదు"

“పప్పాస్. పెద్ద డాబులూ నువ్వున్నూ.”

“ఒరే ఇందులో రేలంగున్నాడూ.”

* * *

మాంచి సారమైన నేలలో పెరిగిన బీట్ రూట్‌లా ఉన్న దిబ్బ కుర్రాడు దోసెని తినీసి, అప్పుడే సర్వర్ టేబుల్ మీద పెట్టిన పెసరట్‌ని ముదిరిన బెండ కాయల్లాంటి వేళ్ళతో ఆప్యాయంగా నిమురుతున్నాడు, మేకని నరకబోయే కసాయివాడిలా -

* * *

సరోజినమ్మ గారికి కావలసిన దోసెల కోసం వచ్చిన రాములు చుట్టూ ఖాళీ కళ్ళతో చూస్తూంది. ఇంట్లో తన గుడిసెలో చిన్న కొడుకు సింవంచలంకి మందెవరు తెస్తారు....

* * *

మెత్తగా నల్లగా చుంచులాంటి ముఖాలు. రహస్యంగా నక్కలాంటి ముఖాలు. అప్పుడే చంపిన గేదెని చీరుతున్న పులిముఖాలు. దుమ్మలగుండు ముఖాలు. బెదిరిన కుందేలు ముఖాలు. సన్నగా పగగా పాము ముఖాలు. మార్కోవిచ్ సిగరెట్ పాకెట్ మీద ముఖంలాంటి ముఖాలు. డిటెక్టివ్ ముఖాలు. దొంగ ముఖాలు.

* * *

ఉదయం తొమ్మిదీ నలభయి. పైన చితచితగా వాన. లోపల తడి, ఉక్క.

# చీకటి గదులు

ఈ పన్ను ఊడదు. సలుపు మానదు. కుడిచేతి చూపుడు వేలుతో నొక్కితే ఎక్కడలేని సుఖం ఆ బాధలో. గేటు తోసుకుని లోపలికి వెళ్ళాను.

బార్వే అందంగా, జ్వరంతో పడుకుని ఉన్నాడు. మీగడ తెలుపు దిండులమీద సింహం తల. మెడదాకా రొజాయి కప్పి ఉంది.

"ఎలా ఉంది?" అన్నాను కూర్చుంటూ.

"ఉదయం తగ్గింది. ఇప్పుడు మళ్ళీ 103."

"చలిలో-"

"చలికాదు. మనస్సులో కల్మషం ఉంటే దేహానికి జబ్బు. ప్రయత్నిస్తున్నాను. రేపటికి తగ్గిపోవాలి."

బార్వేకి చాలా సిద్ధాంతాలు ఉన్నాయి. వాటిల్లో ఇదొకటి. కాని సిద్ధాంతాల పట్టాలమీద జీవితాలు నడిపించే వారిని చూస్తే బార్వేకి పడదు. ముక్తాదేవి చనిపోయి అతన్ని చాలా మార్చేసింది.

"మందేమేనా-"

బార్వే మూలిగాడు విసుగ్గా, తల అటువేపు తిప్పి. శాంత ట్రేలో టీ పట్టుకొచ్చి పెట్టింది. ముద్దబంతి పువ్వు. లోపలే నవ్వుతుంది. చిన్న వయస్సులోనే కళ్ళల్లో 'ఆత్మ' వికసించింది. ఏ తలుపు తెరుచుకుని ఏ వెలుతురు ప్రవేశించిందో, ముక్తాదేవే చనిపోయి శాంతలో ఉందంటాడు బార్వే. శాంత తోటలోకి వెళ్ళింది.

"కాలేజీకి సెలవు పెట్టారా?"

తలతోనే అవునన్నాడు.

టీ కప్ తీసుకున్నాను.

"కల్యాణి రేపు వస్తూంది, అన్నీ తెగగొట్టుకుని" అన్నాడు గోడ వేపు చూస్తూ. ఎఱ్ఱటి మధ్యాహ్నంలో ఒక్కసారిగా మేఘాలు కమ్ముకున్నట్లయింది. ఎక్కడో తలుపొకటి నిశ్శబ్దంగా తెరుచుకుంది మళ్ళీ.

బార్వే బాధపడుతున్నాడో, లేక....

మాటలు దేన్ని వ్యక్తపరచగలవు? ఇటుకల్లాగ ప్రాణం లేకుండా కట్టుకు పోతాయి.

"రేపు ఉదయం తుఫాన్‌లో" అన్నాడు.

శాంత తోటలో మొక్కలకి నీళ్ళు పోస్తూంది.

"నన్ను వెళ్ళమంటే-"

బార్వే జవాబివ్వలేదు. గోడ వేపే చూపు. శాంతని పిలిచేను. కుర్చీలో కదిలాను ఏదో నిశ్చయానికి వచ్చినట్లు.

"రేపు ఉదయం నాకు పనిలేదు. వెళ్ళగలను. కల్యాణి కళ్ళల్లో ఆశ్చర్యం మిలియన్ డాలర్లతో సమానం."

బార్వే గోడవేపు చూపు జిడ్డు కృష్ణమూర్తి ఫోటోవేపు మరల్చాడు.

శాంత వచ్చింది చేతులు తుడుచుకుంటూ.

"తుఫాన్ ఎన్ని గంటలకి మొగల్‌సరాయ్ చేరుతుందో చూడు శాంతా" అన్నాను. బార్వే గోడచూపు అర్థం తెలుసు నాకు. ఇతరుల మీద దేనికేనా ఆధారపడటం గుండె కోత.

శాంత బ్రాడ్షా తీసుకొచ్చి కూచుని పేజీలు తిప్పింది.

"మూడు యిరవయి" అంది బ్రాడ్షా మూస్తూ.

"అయితే, యీ రాత్రే పాసెంజర్‌లో వెళ్ళాలి. పదకొండు గంటల కనుకుంటాను" అన్నాను శాంతతో.

బార్వే కళ్ళు మెరుస్తున్నాయి. ఆ కళ్ళలో నీళ్ళు రావడానికి ఎంతో సమయం పట్టదు. ముక్తాదేవి చనిపోయి బార్వేని శిథిలం చేసింది. ఆఖరి రోజుల్లో బార్వే ఏమీ చెయ్యలేక పోయాడు. Zen Buddism చదువుతూ మరణ సమయంలో బార్వేని దూరంగా ఉంచింది. తను కట్టుకున్న గూడులో చనిపోయింది. బార్వే అవసరం లేకపోయింది ఆమెకు. కల్యాణి దూరమయిపోయింది. శాంత చిన్నపిల్ల.

"అర్ధరాత్రి చిన్న ప్రయాణం. చలిలో చాలాకాలం అయింది. ఆత్మ

పరిశోధించుకుందుకు, ఎక్కువా తక్కువా కాకుండా సమానంగా సరిపోయే వ్యవధి. నాలుగు గంటలు" అన్నాను. బార్వే ఆలోచనల గొలుసు తెగింది. నీరసంగా నవ్వేడు.

"బాధపడు" అన్నాడు.

"అట్లాస్ భుజాలు నావి. సిడ్నీ కార్టన్. ముళ్ళకిరీటం. ఎలీ ఎలీ లామా సబఖ్థానీ" అన్నాను పేక కలిపినట్లు అన్నీ కలుపుతూ.

పైకి వచ్చాను. శాంతకూడా వచ్చింది. తోట గేటు దగ్గర నిలబడ్డాం.

"అక్క వేసిన గులాబీలు చూశారా? ఎలా ఉన్నాయి?" అంది.

"అక్క వేసిన గులాబీలు చూస్తున్నాను. చాలా బాగున్నాయి." అన్నాను శాంతవేపు చూస్తూ.

"నువ్వు బంతిపువ్వువి. నీకు ముళ్ళు లేవు." అన్నాను శాంత జడలు పీకుతూ.

"మీకు ముళ్ళు గుచ్చుకోవడం ఇష్టం" అంది, పన్నెండేళ్ళ వయస్సు తెలివితో, వార్నిష్‌ని గోకి, క్రిందని ఏముందో చూసే తెలివితో. అమాయకత్వపు చీకటిలో దీపాలు వెలిగిస్తూంది. పచ్చటి పొలాల్లో తెగుళ్లు పుడతాయి.....నీరులేక బీటలువారుతుంది నేల.....

"నువ్వు కూడా వస్తావా మొగల్‌సరాయ్?" అడిగాను.

"రాత్రి ఎనిమిదింటికే నిద్రపోతాను. నన్ను మొయ్యాలి దోవంతా." లాలీపాప్ లాగ ఉన్న తనని భుజం మీద వేసుకుని మొయ్యడం ఊహించుకుంది కాబోలు, పకపక నవ్వింది.

"నువ్వు నవ్వితే ఎలా వుంటుందో చెప్పమంటావా?"

తల ఊపింది.

"ఒక చిన్న అడివి. పెద్ద పెద్ద చెట్లులేవు అందులో. లతలు అడవి పువ్వులు. అందులో సెలయేరు ఒకటి వంకలు తిరుగుతూ పారుతూంది. ఇసుక. బురదలేదు. పైనుంచి చూస్తే చిన్న గులకరాళ్ళు కూడా కనిపిస్తాయి. మెల్లగా కదులుతుంటాయి. అక్కడక్కడా పెద్ద రాళ్ళు కూడా తెల్లగా, గుండ్రంగా. నీళ్ళు ఎక్కువ లేనప్పుడు చిన్న చిన్న పాయలుగా పారుతుంది. గులకరాళ్ళు తెల్లగా మెరుస్తూంటే, వాటిమీద నీరు పారుతూంటే, మలుపులు తిరుగుతూ, గలగల శబ్దం చేస్తూ, తుళ్ళుతూ...."

"మలుపులు దగ్గర దగ్గరగా ఉంటాయా? దూరంగానా?" అంది శాంత.

"ఆ నీటిమీద పక్షులు....నీలిరంగు రెక్కలు. ఆ రెక్కల మీద-"

"అవి గూళ్లు ఎక్కడ కట్టుకుంటాయి?"

"ఆ నీట్లో చేపలు-"

"పులులో?"

"ఖాండ్రుఖాండ్రుమంటాయి. అలా ఉంటుంది నీ నవ్వు" అన్నాను. తోట గేటు తీసి పైకి వెళుతూ.

రోడ్‌మీదికి వచ్చాను. మర్రిచెట్టు. గబ్బిలాలు రొదచేస్తున్నాయి. రోడ్ మీద నీడలు. మఱ్ఱిచెట్టు క్రింద చలి. కాంతి లేదు. ఇక్కడే అడిగింది ముక్తాదేవి. ఆర్నెల్ల క్రితం. అప్పటికే ఆవిడ గుండెజబ్బు చాలా ముదిరి వుంది. ఆ రాత్రి ఇక్కడిదాకా వచ్చింది నాతో, నా చెయ్యి పట్టుకుని. గబ్బిలాలు తిరిగాయి మా చుట్టూ. మలుపు దగ్గర లాంప్ పోస్టు చుట్టూ పురుగులు తిరిగాయి, రెక్కలు కాల్చుకుంటూ. రజనీ గంధపు పువ్వుల పరిమళం ఒక్కసారిగా ఆ వేసవి రాత్రి గాలిలో కలిసి ప్రభవిల్లింది. జబ్బుతో, ఆవేదనతో పాలిపోయిన ముఖం. హృదయపు లోతులూ, మూలమూలలూ శోధించి నిజాన్ని తెలుసుకోగలవు ఆ కళ్ళు. బాల్యంలో అనాధశరణాలయపు జీవితం చూసిన కళ్ళు అవి. బార్వేని మనిషిని చేసినవీ ఆ కళ్ళే. ఆ కళ్ళతోనే నా వైపు చూస్తూ అడిగింది - "కల్యాణిని పెళ్ళిచేసుకోకూడదా" అని.

నాలుగు గంటల శీతాకాలపు టెండ ఎవరో తెలియని దేవుని ఆశీర్వాదంలా వుంది. సిగరెట్ తీసి వెలిగించి, నడవడం మొదలుపెట్టాను. వారణాసి వీధుల్లో నడవడం, శీతాకాలంలో ఎండలో సాయంకాలం నడవడం ఒక అనుభవం. అలవాటు. ఎన్ని అలవాట్లు కూడబెడితే జీవితాన్ని నింపుతాయి?

దుర్గాకుండ్ దగ్గర కోతులు. కాందిశీకుల దుకాణాలు. చెట్ల నీడలు పావురాలు. సైకిళ్ళ గంటలు. గల్లీలు. దగ్గర దోవలు. నడక ఒక అలవాటు. గుడిగంటలు. ఎన్నివేల మైళ్ళు నడిచాను వారణాసిలో, ఈ ఎనిమిదేళ్ళలో. రాజదార్లు వదిలి, గల్లిల్లోంచి నడుస్తూ గంగ ఒడ్డుకు వచ్చాను. ఇక్కడే నా యిల్లు.

నా, యిల్లు పొలాల మధ్య, 'ప్రపంచం అంచుల్లో' అని అనిపించే ఈ స్థలంలో యీ యిల్లు. నేనూ, పరశూ. గట్లమీంచి నడిచి చేరాను నా యింటికి. వర్మ 'గురువు గారు పట్నానికి దూరంగా వుండాలి' అని భక్తితో నన్ను ఉండనిచ్చిన యిల్లు. వర్మ హృదయంలో కవి! నా జీవితాన్ని ఒక విధంగా అతను ఊహా ప్రపంచంలో నిర్మించు కున్నాడు.

పరశూ కాంపౌండ్‌లో మొక్కలకు నీళ్ళు పోస్తున్నాడు. తోటపని చిన్నప్పటినుంచీ తెలుసునంటాడు. బంతి మొక్కలు తప్ప ఏవీ పెంచలేడు. డేలియాలు మూలుగు తున్నాయి అర్ధ ప్రాణంతో. డయాంథస్ లేనేలేదు. మందారచెట్టు మాత్రం ఓదార్పుగా నిలబడివుంది. అప్పుడప్పుడూ పువ్వులు పూస్తూ.

లోపలకు వెళ్ళాడు పరశూ నన్ను చూసి, టీ చెయ్యడానికి.

గదిలో సాయంకాలం బరువుగా పరుచుకొని వుంది. కిటికీలోంచి గంగ. ఇక్కడ గంగకి అందం లేదు.

చలిగాలి వేస్తూంది.

సోఫామీద కూర్చుని జోళ్ళు విప్పుకున్నాను. మేజోళ్ళు చిరిగి కన్నాలు. కాళ్ళు జాపేను. పరశూ టీ పట్టుకొచ్చాడు. 'లీడర్' పత్రిక పక్కన పెట్టాడు. చెయ్యి నడుంమీద పెట్టుకుని 'టిఫిన్ ఏమన్నా చెయ్య మన్నారా?' అని అడిగాడు. పరశూని అలా చూస్తుంటే పెద్దగా నవ్వాలనిపించింది.

"బిస్కెట్లున్నాయా?"

"లేవు."

"తరవాత లంకకు వెళ్ళి తీసుకురా" అన్నాను.

పత్రిక తిరగేసి పక్కన పడేశాను.

సాయంకాలపు నీడ చలిగా పుస్తకాల బీరువాల మీద పడుతూంది. మనసులో మంటలు లేపి, జీవితాన్ని గాలివాన చెట్లను ఊపినట్లు ఊపి, ఇప్పుడు ప్రశాంతంగా బీరువాల్లో పడివున్నాయి. అప్పటి వాటి 'నిజం', 'ప్రాణం' ఇప్పుడు లేవు.

బాత్‌రూమ్‌లోకి వెళ్ళి పళ్ళు బ్రష్ చేసుకున్నాను. అద్దంలో పళ్ళు మెరిశాయి. శత్రువులాగ పొంచివుంది పుప్పి పన్ను. వీపులో బాకుతో పొడిచినట్లు పొడిచింది. బెడ్‌రూమ్‌లోకి వెళ్ళి విటమిన్ 'సి' మాత్రలు నమలడం మొదలుపెట్టాను.

రాణా వచ్చినట్లున్నాడు. చిన్నగా దగ్గు వినిపించింది. రాణా చిన్నగా దగ్గడంలో స్పెషలిస్టు. నెలరోజులయింది ఖాట్మాండూ వెళ్ళి. డ్రాయింగ్ రూమ్‌లోకి వచ్చాను.

రాణా కూర్చుని వున్నాడు. లేచాడు. నేపాలీ కళ్ళు ఏమీ చెప్పవు.

"ఖాట్మండూ విశేషాలేమిటి?"

అంతా అరాచకంగా వుందిట వాళ్ళ వ్యవహారం. పెద్ద రాణా బలహీనత్వంతో జమిందారీ అంతా నాశనం అయిపోయిందిట. తన కారు పట్టుకుని వచ్చేశాడు. అందులో ఇప్పుడు వెడదామన్నాడు.

మేజోళ్ళు, జోళ్ళు, లేసులు ముడి.

ఏనుగు బాధలు ఏనుగుకి వున్నాయనుకుంటాను. పైకి వచ్చాం. రోడ్‌దాకా నడిచాం. రాణాది బగ్ ఫియట్. ముద్దుగా, రాణాలాగే మొద్దుగా నేలని కరుచుకొని వుంది. చాలా విసురుగా డ్రైవ్ చేస్తున్నాడు. సిల్హౌట్ నారింజపండు రంగు ముఖం. దాని తొక్కలాగే చర్మం. కింది పెదవి కొంచెం వేలాడుతుంది. మూతి పక్కనుంచి

మీసం 'నాకేమీ ఆశలు లేవు' అన్నట్లు దిగజారుతుంది. అతని కర్కశత్వం, కోపం, దృఢత్వం ఎన్నోసార్లు చూచిన నాకు, ఆ ముఖం పైకి ఏమీ చెప్పదనీ నాకు తెలుసు.

గల్లీలోంచి దూసుకుంటూ రాణా యింటికి చేరేము.

డ్రాయింగు రూమ్‌లో లలితపూర్ బుద్ధుడు, డార్జిలింగ్ దెయ్యపు మాస్కులు. దాటుకుని లోపలకు వెళ్ళాం. తెల్లటి తలుపుల ఫ్రెంచి విండో లోంచి గంగ. గంగలో బొమ్మల్లాగ పడవలు. దూరంగా, అవతలి ఒడ్డున రామ్‌నగర్ కోట తెల్లగా మెరుపు. చదువుకోసం, సుఖాన్నివ్వని గట్టి కుర్చీలు. టేబిల్‌మీద, బౌల్‌లో ఏపిల్ పళ్ళు, బుక్ కేసుల్లో పుస్తకాలు. మూలని 'డబ్బు చెట్టు' పైకి అల్లుకుపోతూంది. వెండి వాజ్‌లో ఫ్లాక్స్ పువ్వులు.

లలితాదేవి కర్టెన్ తొలగించి, వచ్చింది. సర్పంలాగ కదలే గ్రేస్. రాణా సిగరెట్ బాక్స్ తెరచి టేబిల్‌మీద పెట్టాడు. 'ఖాట్మాండూ స్పెషల్' అని నవ్వి, లోపలకు వెళ్ళిపోయాడు.

లలితాదేవి పుస్తకం తెరిచింది. మూడు నెలలనుంచీ పుస్తకాలు తెరుస్తూంది. తెరిచి ఏమిటి నేర్చుకుంది? అద్భుతంగా పాడగలదు. ఖాట్మండూలో గోల్ఫ్ ఆడుతుంది. ఇక్కడ కంటోన్‌మెంట్‌లో టెన్నిస్. క్లబ్‌లో మిలిటరీ ఆఫీసర్లతో సరిగా తాగగలదు. ఇప్పుడు ఎం.ఎ. డిగ్రీ కావాలి. ఎందుకు? ఎవరో వాళ్ల కుటుంబంలో డిగ్రీ తెచ్చుకుంది. ఇప్పుడు తనకి కావాలి. అందుకు నేను. చదవదు. కబుర్లు చెబుతుంది. క్లబ్బు కబుర్లు. పని మనుషుల 'వ్యవహారాలు'. ఇంత 'నాగరికత'లోనూ ఏదో పాతదనం కనిపిస్తుంది.

పుస్తకం తెరిచి, పేజీలు ఇటూ అటూ తిప్పి, మూసేసింది విసుగ్గా. ఇవాళ హౌండ్ ఆఫ్ హెవెన్ మూడ్‌లో లేవంది. ఫ్రాన్సిస్ థామ్సన్ ఫన్నీ ఫెలో అంది. "ముఖ్యమైన విషయం చెప్పాలి మీకు" అంది ముందుకు వంగుతూ.

"నిన్న రాత్రి ఆఖరకు ప్రతాప్ 'దాన్ని' పట్టేశాడు. నాకు తెలుసు ఇంక వుండబట్టలేడనీ. అర్ధరాత్రి, డ్రాయింగ్‌రూమ్ సెట్టీమీద" జ్ఞాపకం కళ్ళల్లో మెత్తగా మెదిలింది. కాళ్ళు కదిలాయి సున్నితంగా, జ్ఞాపకంతో.

డ్రాయింగ్ రూమ్‌లో గోడకి తగిలించిన దెయ్యపు మాస్కులు కనిపిస్తున్నాయి. లలితపూర్ బుద్ధుడి నేపాలీ కళ్ళు మూసుకొని వున్నాయి. రాణా ఎంత సుఖం ఇవ్వగలుగుతున్నాడు అనుకున్నాను. నెలనుంచీ ఎంతో క్రూరంగా, వంకరగా ప్రయత్నం చేస్తూంది ప్రతాప్‌ని దానితో కలపడానికి. ఖాట్మండూ కొండల్లోంచి వచ్చాడు ప్రతాప్. ఇక్కడ వీళ్ళకి సేవ చెయ్యడానికి. 'అది' ఇక్కడిది - లలితాదేవి సేవకోసం.

లలితాదేవి ప్రయత్నాలు రాజగృహంలోని రహస్యాలు, కుట్రలు, కుతంత్రాలు తలపింపచేస్తాయి. సాయంత్రం నాకు రోజా చెప్తుంది. సలహా అడుగు తుంది, నన్ను!

సలహా అడుగుతుంది నన్ను. నా జీవితంలోని రహస్యాలు ఎవరికి తెలుసు? నాకు వివరంగా చెబుతారు అందరూ. నాలో ఏముంది? ఇతరుల హృదయాల్నీ, జీవితాల్నీ పైకి తీసుకొచ్చే శక్తి? శక్తా అది? వింటాను. కమెంట్ చెయ్యను. నేను లేనట్లే చెప్పుకుపోతారు. నాకు ఈ విషయాల్లో యితరుల జీవితాల్లో ఆసక్తి వుందా? గంగలో పడవలు మెల్లగా, ప్రాణం వచ్చినట్లు కదలడం మొదలుపెట్టాయి. అవతలి ఒడ్డున అక్కడా అక్కడా దీపాలు వెలుగుతున్నాయి.

"ప్రతాప్ చెడిపోయాడు పూర్తిగా. రేపు పంపించేస్తాను ఖాట్మాండూకి" అంది లలితాదేవి. ప్రతాప్ ఒక పనిముట్టు. ప్రయోజనం అయిపోయింది - ఎత్తయిన కొండల మధ్య ఎవరికీ కనిపించకుండా, లోతుగా, నల్లగా, రహస్యంగా పారే ప్రవాహం లలితాదేవి. కోపం రావలసిన సమయం అది.

టై ముడిని చేతితో కదుపుతూ అన్నాను. "ప్రతాప్ నేపాల్ కొండల్లోనే హాయిగా వుంటాడనుకుంటాను నాగరికంగా చెడిపోవడంకంటే-"

"నా తప్పు లేదంటాడు బద్మాష్. ఇంట్లోనే, ఇలాంటి పనులు చేస్తాడా?"

"కొండల్లోనే సుఖంగా వుంటాడు. అదే మంచిది" అన్నాను. సలహా.

లలితాదేవి గంగవేపు చూస్తోంది. పచ్చటి మెడమీద కాంతి. లేత బంగారపు రంగు జుత్తు.

"పారడైజ్ లాస్ట్ కొంచం మిగిలిపోయింది, ఒక ఏభై లైన్స్?"

గంగ నుంచి చూపులు మరల్చి అంది విసుగ్గా, "ఇవాళేమీ వద్దు."

మళ్ళీ అంది, నాకు కోపం వస్తుందేమో అని, "మీ సంగతి చెప్పండి. యూనివర్సిటీ విశేషాలేమిటి?"

పెంకితనం కళ్ళల్లో మెరిసింది. "అమ్మాయిలు అందరూ మీ కోసమే క్లాసులకి వస్తారని రాణా అంటాడు."

ఇటువంటి మాటలకి రెండే జవాబులు నావి. 'అవును. రోజుకో అమ్మాయిని నా ఛాంబర్‌కి పిలిచి మానభంగం చేస్తుంటాను.' అప్పు డప్పుడు దీన్ని తిప్పి అంటాను. "నా గదికి రోజుకో అమ్మాయి వచ్చి నా మానాన్ని భంగం చేస్తుంది."

రెండో జవాబు ఇచ్చాను. లలితాదేవి పకపక నవ్వుతో గది నిండిపోయింది. అవతల దీపాలు ఒక్కొక్కటీ వెలుగుతున్నాయి. మిణుగురు పురుగుల్లాగ మెరుస్తు న్నాయి. లలితాదేవి ఒళ్ళు విరుచుకుంది. రాణా పొట్టి కాళ్లు పిస్టన్‌లాగ ఆడిస్తూ వచ్చాడు, "ఎక్స్క్యూజ్ మి" అంటూ.

"ఇవాళ మీ గురువుగారికి మూడ్ బాగులేదుట. పాఠం చెప్పడం లేదు. ఎవరో అమ్మాయి వచ్చి ఆయన మానభంగం-"

రాణా కూర్చున్నాడు. ఏపిల్ తీసి చాకుతో ముక్కలు చెయ్యడం మొదలు పెట్టాడు. నవ్వితే రాణా కళ్లు కనిపించవు. నవ్వేడు.

"గురువుగారికి ఆత్మరక్షణ శక్తి చాలా ఎక్కువ. ఆయన్నెవరూ ఏమీ చెయ్యలేరు. కళ్ళల్లో బాకులు పెట్టుకొని మనుషుల్ని దూరంగా వుంచగలరు" అన్నాడు రాణా. ఒకప్పుడు నా స్టూడెంటు గాబట్టి, నన్ను ఎప్పుడూ కాపాడాలని అతని ఉద్దేశం.

ఏపిల్ ముక్క నోట్లో వేసుకున్నాడు. నేను తిననని తెలుసు.

"ఆదివారం పిక్నిక్ జ్ఞాపకం వుంచుకుంటారు కదూ. మీ స్టూడెంట్ల గుంపుని ఆదివారం మాత్రం మిమ్మల్ని అల్లరిపెట్టవద్దని చెప్పండి" అంది లలితాదేవి. నిజానికి ఒక మెట్టు మీదుగా నడుస్తుంది.

"నా దగ్గరకి ఏ గుంపూ రాదని రాణాకి తెలుసు."

"గురువుగారు పాప్యులర్ కాదు. ఏదో మాలాంటి అదృష్ట వంతులు" అన్నాడు రాణా నవ్వుతూ.

"నేనింక వెళతాను. మీరు క్లబ్బుకి వెళతారా?" అన్నాను, లేస్తూ.

"మిమ్మల్ని కారులో దిగబెట్టి, తరువాత." రాణా అన్నాడు.

"వద్దు. అలా ఘాట్స్‌వేపు నడుస్తాను" అని, పైకి దారితీశాను. వెనక్కి తిరిగి లలితాదేవితో అన్నాను. "రేపు కూడా నీ మూడ్ బాగా లేకపోతే కాలేజీకి ఫోన్ చెయ్యి."

"సరే" అంటూ 'రాణివాసం'లోకి సాగిపోయింది.

పైకి వచ్చిన తరువాత అన్నాడు. "చదువు సరిగా అవడం లేదనుకుంటాను. లేనిపోని బెడద పెట్టుకుంది. మీకు శ్రమ అవుతూంది అనవసరంగా-"

జేబులోంచి సిగరేట్ కేస్ తీశాను.

రాణా జేబులోంచి కవరొకటి తీసి తొందరగా గడబిడగా నాకోటు జేబులో పెట్టాడు, ఏదో గొణుగుతూ. అనవసరం అని అనడం అనవసరం. ప్రతిఫలం అన్నింటికీ ఉంది. ఒకప్పుడు త్వరగానే. ఒకప్పుడు చాలా కాలం తరువాత. 'థాంక్స్' అన్నాను అలసటగా. కవరు నా జేబులో పెట్టాక రాణాకి బాధ తగ్గింది. "ఎంత దాకా" అని అడిగాడు.

"దశాశ్వమేథ్ దాకా. ఆ తరవాత యింటికి త్వరగా వెళ్ళాలి. రాత్రి మొగల్ సరాయ్ వెళ్ళాలి."

"గుడ్‌నైట్" అని మెట్లు దిగి, గల్లీలో నడవడం మొదలుపెట్టాను.

దగ్గరగా, పక్కపక్కగా, ఎత్తుగా, పాతబడిన మేడలు. తెరిచి వున్న ద్వారాల్లోంచి దూరంగా, లోతుగా చీకటి. రాతి పలకల రోడ్డుమీద ముసుగు వేసుకుని మంద్రంగా నడిచిపోయే బెంగాలీ విధవలు. గంగవేపు. మేడల మీద ఎక్కడినుంచో గట్టిగా హాయిగా నవ్వు. జేబులోంచి కవరు తీశాను. అయిదు వంద రూపాయల నోట్లు, మడిచిపెట్టి, కవరు కిందపారేసి, నోట్లు కోటుజేబులో పెట్టుకుంటుంటే ఒక్కసారి వెకిలి నవ్వు వచ్చింది, సాధారణంగా నవ్వురాని నాకు ఆ నవ్వు విని ఆశ్చర్యం వేసింది. పెదవులు తడుముకున్నాను - దశాశ్వమేథ్ ఘాట్. చీకటి పడింది బాగా. గంగలో ఇంకా స్నానాలు చేస్తున్నారు చలిలో. దూరంగా పడవలో భజనపదాలు. గంగ మౌనంగా ప్రవహిస్తోంది, జీవితానికి అర్థం ఏమిటని ప్రశ్నలు లేవదీస్తూ. జవాబులు వెతకటం మానేసి చాలా కాలం అయింది. తవ్వుకున్న కన్నాల్లో, బొరియల్లో నివసించే జంతువుల్లాగ ఉంటే? జీవితంలో 'పేషన్' పోయింది నాకు. కారణాలు? ఎప్పుడో గట్టిగా మూసేశాను తలుపులు. కాని, తెరుచుకుంటాయి ద్వారాలు మళ్ళీ. సుఖంగా ఉన్నానా నేను?

'ప్రశ్న చాలా బాగుంది' అనుకున్నాను, వెనక్కి తిరిగి నడుస్తూ. చలి ఎక్కువైంది. బెంగాలీ రెస్టారంట్‌లో 'మొషాయి'ల హైరోడ్ క్రాపులు ఎగురుతున్నాయి, వేడివేడి వాదనలతో. గార్డినాల్ మాత్రలు అయిపోయాయని జ్ఞాపకం వచ్చింది. 'డే' కంపెనీ షాపులోకి వెళ్ళి ఒక సీసా కొన్నాను. నీలి దీపాలు వెలుగులో పేర్చిన సీసాలు. మందుల పేర్లు కొన్ని రొమాంటిక్‌గా....ఎలిక్సిర్ వెలీరియన్ బ్రోమ్....కొన్ని, జబ్బుల పేర్లు యిముడ్చుకుని, బద్ధకంగా....

పైకి వచ్చి నడక సాగించాను. చౌక్‌లో నిలబడ్డాను. జేబులో నోట్లు మెల్లగా కదుపుతూ. మేజోళ్ళు కొనాలి. లాలిమ్లీ షాపు. రద్దీగా వుంది. కొంచెం లోపలికివెళ్ళి నిలబడ్డాను. సేల్స్‌మెన్ అందరూ ఉలెన్ బట్టలు గుట్టలుగా పడేస్తున్నారు కౌంటర్‌మీద. నా మేజోళ్ళు ఎవరు చూస్తారు? పక్కనున్న నిలువుటద్దంలో టై సరిచేసుకుని చేత్తో జుత్తు సరిచేసుకుంటుంటే వీపుమీద చెయ్యి పడింది. అద్దంలోనే చూశాను శేషాచలపతిని. నా తలమీద నాలుగంగుళాల పైగా అతని ముఖం, నవ్వుతూ. వెడల్పుగా దేహం. ఆలివ్ గ్రీన్ జెర్కిన్. వెనక్కి తిరిగాను.

శేషాచలపతి నవ్వుతున్నాడు. నవ్వితే అమాయకత్వం, కళ్ళల్లో. సన్నటి పెదవుల్లో క్రూరత్వం. గ్రీక్ నుదురు! ఎత్తుగా వెడల్పుగా, పైకి దువ్విన జుత్తులో ఒక చిన్న భాగం కామాలాగా ముందుకు వచ్చి నుదురు మీద పడివుంది.

నవ్వుతూనే అన్నాడు - "ఏమిటిలాగ పబ్లిగ్గా, నార్సిస్సస్‌లాగ అందం చూసు కుంటున్నారు?"

"నా కాంప్లెక్స్‌లన్నీ పరిశోధించావుగా ముందే. దీన్ని కూడా కలుపు లిస్టులో" అన్నాను. "మేజోళ్ళ జత దొరకడం లేదు."

శేషూ మనుషుల్ని తోసుకుని ముందుకి వెళ్ళాడు. కౌంటర్ మీద గట్టిగా చేత్తో కొట్టి ఏదో అన్నాడు. మూడు నిమిషాల్లో నా వేపు సేల్స్‌మన్ పరుగెత్తి వచ్చి నా మేజోళ్ళ సంగతి కనుక్కున్నాడు. తొందరగా నా సైజుది కొని, 'పద' అన్నాను శేషాచలపతితో.

"ఎక్కడ్నుంచి వస్తున్నారు?"

"రాణా యింటి నుంచి; నువ్వు?"

"పార్టీ మీటింగ్ రెండు గంటలకి మొదలుపెట్టాం. అరగంట క్రితం ముగిసింది" నా కళ్ళలోకి చూస్తూ మెల్లగా, "అదంతా కొత్వాలీలో రిపోర్ట్ చేసి వస్తున్నాను" అన్నాడు.

కెమేరా కన్ను నిశ్చలంగా చూస్తోంది. అంతా ఒకటే దానికి.

"ఎక్కడకు వెళ్తావు?"

" 'అవతలి గట్టుకు' అని మేటర్‌లింక్ అన్నట్లు అనాలని ఉంది. గాని నిజంగా 'ఇన్‌ఫర్నో' లోకి. అలంకారాలు తీసి చెప్పాలంటే 'సంగం' బార్‌కి. మీరు కూడా దయచేసి వస్తానంటే-"

"ఇవాళ రాలేను. థాంక్స్."

"అయితే మీతో మాట్లాడ్డం వృథా." అని గిరుక్కున తిరిగి పెద్ద పెద్ద అడుగులు వేసుకుంటూ నడిచిపోయాడు సంగం బార్ వేపు. ఇటూ అటూ వంగుతూ నడుస్తాడు: అప్పుడప్పుడు తల ఎగరేస్తాడు.

మేజోళ్ళ జత చేతిలోనే ఉంది - వెచ్చగా, గరుకుగా, లేత నీలిగా. మెదడులో ఏ మారుమూల భావాన్ని లేపిందోగాని, గబగబ శేషాచలపతి వెనకే నడిచాను. అప్పటికే లోపలికి పోయాడు. బెనర్జీతో టేబిల్ మీద వంగి మాట్లాడుతున్నాడు. వెళ్ళి వీపు మీద చెయ్యి వేశాను. తిరగకుండానే అన్నాడు "మీ అడుగుల చప్పుళ్ళు నా గుండెల్లో...జాగిలంలాగా వెంటాడుతూ వస్తారని తెలుసు. పదండి లాన్‌లోకి."

"కాదు వేరే పని వుంది"

బెనర్జీతో అన్నాను "ఓల్డ్ స్మగ్లర్ బాటిల్ ఒకటియ్యి."

"హా. హా. గురువుగారు యివాళ రాయల్ మూడ్‌లో ఉన్నట్లున్నారు. వారణాసికి ఎరుపురంగు పూస్తారు. నాచేత కూడా కొంచెం పూయిస్తారు."

బెనర్జీ లోపలికి వెళ్ళాడు.

"గురువుగారు సీసా అంతా ఖాళీ చేసినా తొణకరని నీకు తెలుసు. ఆరు పెగ్గుల తరవాత నిన్ను కంట్రోల్ చెయ్యడమే కష్టం."

"యీవిల్ ఏంజల్ లాగా మీరు కాపాడుతూంటే ఏ భయమూ లేదు యీ అలఖ్ నిరంజన్‌కి."

"జాగిలం...యీవిల్ ఏంజిల్...ఇంకా ఏమిటి?"

"నాలుగు పెగ్గుల తరవాత చెప్పగలను."

బెనర్జీ కాగితంతో చుట్టి తీసుకొచ్చాడు. డబ్బు ఇచ్చాను. పైకి వచ్చాం.

"ఎక్కడ పట్టిద్దాం?" అన్నాడు.

"ఇంటి దగ్గర. పద."

రిక్షా మీద యింటికి వచ్చాం.

పరశూ వరండాలో కూచుని పాట పాడుతున్నాడు.

శేషూ సోఫాలో కూచుని, కాగితం విప్పి, బాటిల్ తీసి నిమిరాడు.

"ఓల్డ్ స్మగ్లర్, గొప్ప నగిషీ మనుషులు మీరు" అని, నా చేతికి యిచ్చాడు.

"పది గంటల దాకా యిక్కడ. తరవాత ట్రెయిన్‌లో" అన్నాను బాటిల్ కార్కు విప్పుతూ.

"పది గంటల దాకా యిక్కడ, తరవాత ట్రెయిన్‌లో. ఏదో మిస్టరీ. ఏ ట్రెయిన్?"

చెప్పాను కల్యాణి రావడం సంగతి.

"నేను వస్తాను."

"మీ వార్డెన్ పర్మిషన్?"

"వాడికి మూడు నెలల నుంచి జీవిత రహస్యాలు చెపుతున్నాను. చూపిస్తూన్నాను. ఇప్పుడు కొంచెం జ్ఞానం వచ్చింది. మీ బెడ్‌రూమ్‌లోకి పదండి. ఇక్కడ చాలా కలర్ లెస్‌గా ఉంది." తలుపు తోసుకుని లోపలకు వెళ్ళి నిలబడ్డాడు, చీకటిలో. వెనకనే వెళ్ళి స్విచ్ వేశాను. చుట్టూ చూశాడు.

"బ్లూ బియర్డ్ రహస్య మందిరం. లార్డ్ బైరన్"

"మధ్య వయస్సులో ఉన్న ప్రొఫెసర్, రంగులేని జీవి...."

"మీది మధ్య వయస్సు కాదు, మీరు ప్రొఫెసరేగాని, మీది పెర్షియన్ పాషాల మనస్సు. రంగులు" - మంచం పక్కన టేబుల్ మీద ఉన్న కల్యాణి ఫోటో చూశాడు శేషాచలపతి. "రంగులు మజాగా ఉన్నాయి. ఈ మిసమిసలాడే 'రంగు' ఎవరు" దగ్గరగా వెళ్ళి ఫోటో ఫ్రేమ్ పైకెత్తి నిదానంగా చూశాడు. "కళ్ళు సెయింట్‌వి. పెదవులు

సిన్నర్‌వి. మిగతా అంతా సిన్నింగ్ ఫ్లెష్.'' ఫోటోని దాని స్థానంలో జాగ్రత్తగా పెట్టి నావేపు తిరిగాడు.

బాటిల్ అతనికి యిచ్చి కిచెన్‌లోకి వెళ్ళాను. పరశూ వంట ప్రయత్నంలో ఉన్నాడు. ''చపాతీలు, టోమాటో కొఫ్తా చెయ్యి. ఇద్దరికి'' రెండు గ్లాసులు, వాటర్ జగ్ తీసుకుని వచ్చాను. శేషూ మంచం మీద కూర్చున్నాడు, వంగి జోళ్ళు లేసులు విప్పుకుంటూ. గ్లాసులూ, జగ్గూ టేబుల్ మీద పెట్టి, బెత్తు కుర్చీ మంచం దగ్గరగా లాగి కూచున్నాను. జోళ్ళు, మేజోళ్ళు విప్పి కాళ్ళు జాపి, కాలివేళ్ళు కిందా మీదా కదిపాడు.

గ్లాసుల్లో సగందాకా పోశాను ఓల్డ్ స్మగ్లర్. ఒక గ్లాసు అతని వేపు జరిపాను.

''సాఫ్ట్ డ్రింక్స్ లేవు. నీళ్ళు''

కొంచెం నీరు జగ్ వంచి పోసుకున్నాడు. నాది నిండా నింపాడు. గ్లాసులు ఎత్తేం.

''ఈ మీ 'రంగు' హెల్త్‌కి మొదట.'' అన్నాడు గ్లాసులు టచ్ చేస్తూ.

''ఆల్‌రైట్ ఆ నా 'రంగు'కి.'' అన్నాను. సిప్ చేసి గ్లాసులు టేబుల్ మీద పెట్టాం.

''గురువుగారి రుచులు అద్వితీయమైనవి. 'పాపం' చెయ్యాలంటే, మీతో కలిసి చెయ్యాలి. పాండే మూడు నెలలయినా రమ్, బీర్, జిన్ అంటాడు యింకా. చెడ్డ కంజూస్‌గాడు.''

గ్లాసు ఎత్తి సగందాకా తాగాడు.

''సుపర్బ్. నలభయి మూడులో ఏడెన్‌లో రాత్రంతా తాగాను. ఓల్డు స్మగ్లర్. ఆ జీవితం వేరు. ఇక్కడ యింత మందికి శిక్షణ యిచ్చాను. రమ్, జిన్, బీర్ డబ్బు లెక్క పెట్టుకుని వస్తారు సంగంకి. బాస్టర్డ్స్.''

జెర్కిన్ జేబులోంచి సిగరెట్‌పాకెట్ తీసి, సిగరెట్లు రెండు పైకి తీసి ఒకటి నాకు యిచ్చి, వెలిగించి తనొకటి వెలిగించాడు. కిటికీ అంచు మీద ఆష్‌ట్రే ఉంది. లేచి కిటికీ దగ్గరకు వెళ్ళాను. కారు చీకటిగా ఉంది పైన. అవతలి ఒడ్డున చిన్నదీపాలు మూడు కనిపిస్తున్నాయి. పడవ దిగి ఒడ్డుకు చేరిన మనుష్యుల మాటలు దూరాన్నుంచి అస్పష్టంగా వినిపిస్తున్నాయి. ఆష్ ట్రే పట్టుకొని వచ్చి టేబుల్ మీద పెట్టాను. గ్లాసు ఎత్తి సిప్ చేసి, అలాగే నిలబడి శేషాచలపతి వేపు చూశాను.

అతను 'చదువు' కోసం యూనివర్శిటీలో చేరలేదు. యుద్ధం అయిన తరవాత కెప్టెనుగా డిమాబ్ అయి, ఎక్కడికి వెళ్ళడానికి ఎవరూ, ఏ ఊరూ, ఏ 'యిల్లూ' లేక,

ఉద్యోగం చెయ్యడం యిష్టం లేక, హోటల్స్‌లో ఎల్లప్పుడూ ఉండడానికి తగినంత డబ్బులేక, యిక్కడ చేరాడు. యూనివర్సిటీలో జీవితం 'చవక'. పదిహేను రోజుల్లో, నన్ను కలుసుకొని, నా 'గురుత్వాన్ని' 'స్నేహం'లోకి మార్చాడు. అతడి దోవలో తగిలిన వాళ్ళ జీవితాల్లో ఒక మలుపు తిప్పిస్తాడు. అతని ధాటి తట్టుకోవడం కష్టం.

"మీరు హెమింగ్‌వే హీరోలాగ టఫ్‌గా అలా నిలబడి ఏమీ మాట్లాడకపోతే యీ 'రంగు' వ్యవహారం ఏమిటో తెలియదు."

జీవితంలో ఎప్పుడో కాని సమయాలు రావు, మనుష్యుడి శక్తినంతటినీ పరీక్షించేందుకు. ఆ సమయాల్లోనే నిద్రకళ్ళతో జవాబు లిచ్చానా? ఇచ్చిన జవాబులు, చేసిన పనులూ, వాటి అర్థాలను వెతుక్కోవడం....ముళ్ళు బిగుస్తాయి. విప్పబోతే యింకా గట్టిగా....

"బలహీనత అను, ఆ రంగు వ్యవహారం ఏమిటో చెప్పాలి కదూ నీకు?"

మళ్ళీ సిప్ చేసి ఖాళీ గ్లాసు టేబుల్ మీద పెట్టాను.

"ప్రేమ యిదీ అని చెప్పదలిస్తే దాన్ని ప్రేమే అను. కల్యాణి ఇంట్లో తను పొందిన స్వేచ్ఛని నాతో దుర్వినియోగించబోయింది. శృంఖలాల క్రౌర్యం ఎంతో, స్వేచ్ఛ కూడా అంత భయంకరముగానూ ఉంటుంది. తన స్వేచ్ఛ, స్వాతంత్ర్యం గొలుసులతో నన్ను కట్టేయాలని ప్రయత్నించింది. ఆ పరీక్షా సమయంలో నేను మనుష్యుడిగా ప్రవర్తించి ఉంటే-"

"అంటే. యీ స్ప్రింగ్ మంచం మీదా?" అడ్డుగా అడిగాడు శేషాచలపతి, తెల్లటి దుప్పటి మీద పొడుగాటి వేళ్ళు బలంగా రాస్తూ.

గ్లాసులు నింపేను. శేషూ నీళ్ళు పోశాడు కొంచెం.

గ్లాసు తీసుకొని కిటికీ దగ్గరగా వెళ్ళాను. గంగ చప్పుడు లేకుండా ప్రవహిస్తూంది చీకట్లో. జాగ్రత్తగా వింటే కెరటాలు ఒడ్డున చేసే చిన్న చిన్న శబ్దాలు వినిపిస్తాయి - ఏదో కూడాబలుక్కుంటున్నట్లు. ఆగస్ట్‌లో గట్లు తెంపుకుని, అసహ్యంగా, బురద రంగు పులుముకొని పొలాల మీద, రోడ్లు మీద నిలబడుతుంది.

కల్యాణి కళ్ళల్లోని అమాయకత్వం, శేషూ అన్నట్లు, పెదవుల్లోనూ, దేహం లోనూ రద్దు అయిపోయింది.

"-అవును. నువ్వు అన్నట్లు ఆ స్ప్రింగ్ మంచం మీదే నేను మనుష్యుడిగా ప్రవర్తించి ఉంటే కల్యాణి జీవితం యింకో బాటలోకి వెళ్ళేది."

"ఏమిటా బాట?"

"ఏమిటా బాట? నాతో జీవితాంతం ఉండేది. ఈ నా 'పురుష' జీవితానికి ఆ

'స్త్రీ' రంగులు కలిసేవి. ఆ తెల్లటి దుప్పటి మీద ఎంబ్రాయిడరీ పువ్వులు ఉండేవి. ఉదయం లేచేటప్పటికి కల్యాణి తల, నలిగిన పువ్వులు ఉండేవి. అవతల గదిలో గాజులు గల గల మనేవి, అనుకోని సమయాల్లో మత్తెక్కిస్తూ. ఈ గదిలో దీపం కాంతిలో తివాసీ మీద కూర్చుని సితార్ వాయిస్తూంటే, నేనీ కిటికీలోంచి పైని ఆవరించిన చీకట్లోకి చూస్తూ, యీ గది, యీ యిల్లు, యీ దీపం, సితార్, సితార్ వాయించే కల్యాణి - 'యివన్నీ నావి' అని, పైనున్న చీకటిని-"

"ఒక్క మాటలో చెప్పాలంటే, మీ జీవితం బ్రద్దలయి ఉండేది అవునా?" అన్నాడు శేషాచలపతి గ్లాసు కింద పెట్టి, ఎరుపు గీరలతో నిండిన కళ్ళతో చూస్తూ.

ఓల్డ్ స్మగ్లర్ ఇటుకల్లాంటి మాటలకు ప్రాణం పోస్తుంది. ఎన్నో అడ్లు, ఆటంకాలు ఎగిరిపోతాయి.

"నా జీవితం బద్దలయి ఉండేది" అన్నాను. ఓల్డ్ స్మగ్లర్‌ని గ్లాసులో మెల్లగా కదుపుతూ.

"కాని మీరు భద్రంగా తప్పించుకుని, కల్యాణిని...."

-కల్యాణిని మహంతి చేతుల్లోకి చేతులారా పంపించాను - మహంతి క్రౌర్యానికీ, అరాచకానికీ కల్యాణిని బలి - చేశానా? తను ఎంచుకుంది. నా బాధ ఏమిటి? ఎంచుకున్న జీవితం సుఖం యివ్వకపోతే, ఆ బాధపడే వాళ్ళను చూస్తే నాకు - నాకు ఏమిటి?

కిటికీ లోంచి చూశాను. చీకటిలో గంగ.

చీకటి ఘనీభవించుతూంది.

గుండెలో కరుడు గట్టిన 'దయ' మెల్లగా దహిస్తుంది.

ఉపయోగం లేని 'దయ' ఎందుకు?

-చాలా బాధ. అది నా వల్లనే అయితే? చిత్రవధ చేస్తూంది. ముక్తాదేవి ఆ రాత్రి అడిగింది. అన్నిటినీ, అందరినీ అర్థం చేసుకోగల ముక్తాదేవి తన కల్యాణి మనస్సునీ, ప్రవర్తననీ అర్థం చేసుకోవడంలో పొరపాటు చేసింది. అప్పటికే చాలా ఆలస్యం అయిపోయిందని తెలియదు. నా 'పొరపాటు' కల్యాణిని నానుంచి చాలా దూరం చేసివేసిందని ముక్తాదేవికి తెలియలేదు. కల్యాణి నన్ను అర్థం చేసుకోలేక నేను తన అమాయకత్వానికీ, నైర్మల్యానికీ యిచ్చిన గౌరవాన్ని గ్రహించలేక, విసుగుతో, నా మీద కోపంతో వెనక్కి తిరిగి, నేరుగా మహంతి చేతుల్లోకి వెళ్ళిందని తెలియదు. ముక్తాదేవి వాత్సల్యాన్నీ, చూపించిన ఆదరణనీ ఎలా గౌరవించాలో నాకు ఆ రాత్రి బోధపడలేదు. మఱ్ఱి చెట్టు నీడల్లో, పైన గబ్బిలాలు వికటంగా రొద చేస్తూ ఉంటే,

ముక్తాదేవి కళ్ళల్లోకి చూస్తూ, వణుకుతున్న చెయ్యిని పట్టుకుని -

"మధ్య వయస్సు నాది. కల్యాణికి యిరవయి రెండేళ్ళు." అన్నాను, కుడికాలు జోడు నేలమీద రాస్తూ.

ముక్తాదేవి నవ్వింది.

"పెద్ద ఓల్డ్ టెస్టమెంట్ ప్రాఫెట్ లాగ మాట్లాడుతున్నావు, నీ వయస్సెంతో నాకు తెలియదా?"

"ముప్ఫయి నాలుగు. కాని అరవయి ఏళ్ళ మనిషిని మనస్సులో."

"అది కాదు నీ అసలు కారణం."

నిజం చెప్పడం ఎంత కష్టం.

"ఇంకెవరినేనా - " అంది దీనంగా.

"అవును" అన్నాను. ఆ మఱ్ఱిచెట్టు నీడల్లో గుండెలు బ్రద్దలయ్యేలాగ, దారుణంగా అబద్ధం చెబుతూ.

ముక్తాదేవి నిట్టూర్చింది -

శేషాచలపతి జవాబుకోసం చూస్తున్నాడు. చలిగాలి వీయడం మొదలు పెట్టింది. గ్లాసు ఖాళీ చేశాను.

"- భద్రంగా తప్పించుకున్నాను. అవును, కల్యాణిని గాలికి వదిలివేసి." అన్నాను.

ముక్తాదేవి నిట్టూర్పు లాగ గాలి వీస్తూంది.

ముక్తాదేవిని గౌరవించలేక పోయాను. ఆ తరువాత, నాలుగో రోజునే కల్యాణి మహంతితో 'లేచి' వెళ్ళిపోయింది - తన స్వాతంత్ర్యాన్నీ, స్వేచ్ఛనీ, యవ్వనపు నిరంకుశత్వాన్నీ, అమాయకత్వాన్నీ, నామీద కోపాన్నీ భయంకరంగా ప్రదర్శిస్తూ. ముక్తాదేవి రెండు నెలలలోగా చనిపోయింది. కల్యాణి రాలేదు.

శేషూ గ్లాసులు మళ్ళీ నింపబోయాడు.

"వద్దు. పరశూ ఖానా తయారుచేసి వుంటాడు. కాస్త తిందాం" అన్నాను.

'పరశూ!' అని శేషాచలపతి కేక వేశాడు.

పరశూ వచ్చి తలుపు నానుకుని నిలబడ్డాడు.

"తయారయిందా?"

తల వూపాడు.

డైనింగ్ రూమ్‌లోకి వెళ్ళాం. టొమాటో కొఫ్తా వేడిగా ఆవిర్లు కక్కుతూ గిన్నెల్లో తీసుకొచ్చి టేబుల్ మీద పెట్టాడు. చపాతీలు ప్లేట్లల్లో పట్టుకొచ్చాడు.

''లవ్లీ! పరశూ వుంటే కాంగో అడవుల్లో కూడా సుఖంగా ఉంటుంది. క్రిందటిసారి చికెన్‌తో ఏదో తయారుచేశాడు. ఆ రుచి మజా ఇంకా నాలుక మీద ఉంది. మా మెస్సుల్లో చాలా చిత్రంగా ఉంటుంది.''

నా మనస్సు సంతోషంతో నిండిపోయింది. పరశూకి వచ్చిన కాంప్లిమెంట్లు నన్ను గర్వంతో నింపుతాయి.

చపాతీ మధ్య ఎర్రటి టొమాటోని పెట్టి, చుట్టూ మడిచి, ఏకంగా నోట్లో పెట్టుకొని నమలడం మొదలుపెట్టాడు శేషూ. కుడి బుగ్గ బెలూన్ లాగ ఉబ్బింది.

నక్కలు అరుస్తున్నాయి దగ్గరగా, చలిలో. అనాథల్లాగ ఏడుస్తున్నట్లు అరుపులు. అరుపుల చివర్లో వెక్కిరింతలు.

రెండో చపాతీ తింటుంటే దీపాలు ఆరిపోయాయి. పరశూ లోపల ఎక్కడో వెతికి రెండు పెద్ద కొవ్వొత్తులు పట్టుకొచ్చాడు. వెలిగించి సాసర్లలో పెట్టి తీసుకు వచ్చాడు.

''స్ప్లెండిడ్. కేండిల్ లైట్ కాంతిలో, ఎర్రటి టొమాటో కొఫ్తా తినడం ఒక అనుభవం. చచ్చేటప్పుడు ఆఖరి నిమిషాల్లో బుఱ్ఱలో మెరిసే అనుభవం'' అన్నాడు శేషూ సుఖంగా, సంతోషంగా.

కొవ్వొత్తి వెలుతురు శేషూ వెనక్కి దువ్విన జుత్తు మీద పడి మెరుస్తూంది మెత్తగా, వింతగా. తలవంచి తింటూన్న అసమానమైన అందం శేషూ. మృదువైన కాంతిలో పడగెత్తి నాట్యం చేసే నాగుపాము అందం. గుండె ఒకసారి ఆగినట్లయింది ఆ అందాన్ని చూసి.

వాచ్ చూసుకుని అన్నాను. ''పది గంటలయింది. ఇంక బయలు దేరాలి.''

మూడో చపాతీ తిన్నాం. ప్లేట్ ముందుకు తోశాడు శేషూ. పరశూకి చెయ్యి వూపేను. వచ్చి ప్లేట్లు గ్లాసులూ తీసుకుపోయాడు. తువాలు ఇచ్చేను శేషూకి. తుడుచుకుని లేచాడు. లేస్తూంటే ఆకుపచ్చ పాము వంపులు సాగదీసుకుని ఒక్కసారిగా లేచినట్లనిపించింది.

శేషూ డ్రాయింగ్ రూమ్‌లో సోఫా క్రింద వెతుకుతున్నాడు.

''ఏమిటి?''

''జోళ్ళు ఎక్కడో పారేశాను.''

మూడు పెగ్గుల మీద చపాతీలు తలకెక్కాయి.

''పద. అక్కడ. బెడ్‌రూమ్‌లో.''

శేషూ మెత్తగా వచ్చాడు వెనకనే. జోళ్ళు పైకి ఎత్తి నిలబడే మునుకులు వంచుతూ తొడుక్కున్నాడు.

ఓవర్ కోట్ తొడుక్కోబోతూ అడిగాను.

"చాలా చలిగా వుంది. నీకేమేనా ఎక్స్ట్రాగా కావాలంటే-"

"ఇది చాలు. వాటర్ ప్రూఫ్, కోల్డ్ ప్రూఫ్. మెసపటోమియాలో మిడ్ వింటర్‌లో చలిలో దీనితోనే గడిపాం. ఆ చలి తట్టుకున్న భుజాలు, చేతి కండలు చూస్తారా?"

జెర్కిన్ జిప్‌లూ, గుండీలు విప్పి తీసి పడేసి, తెల్లవి బరువైన సిల్క్‌షర్ట్ చేతులు పైకి మడిచి, కుడిచెయ్యి వంచాడు. నా చెయ్యి పట్టుకుని ఉబ్బిన బైసెప్స్ మీద పెట్టాడు.

"ఫీల్! నొక్కి చూడండి." అన్నాడు.

నవ్వేను. "డైమండ్ లాగ గట్టిగా ఉంది" అన్నాను.

"మీవి చూపించండి" అన్నాడు ఆత్రుతగా.

స్కూల్లో జిమ్నేసియమ్ వాతావరణం. కోటు విప్పి చెయ్యి వంచాను.

"మైటీ క్రైస్ట్ మీది కార్బొరండం, డైనమైట్ కలిపినట్లుంది. అంతా యిన్నర్ స్ట్రెంగ్త్. పైకి పలచగా, వెదురు బొంగులాగ. లోపల యిదీ" అన్నాడు మళ్ళీ నొక్కుతూ.

"పద, టైమయి పోయింది."

ఒక రగ్ తీసి మడతపెట్టి చిన్న సూట్ కేస్‌లో పెట్టాను. బాటిల్ గట్టిగా మూతపెట్టి, అమర్చాను అందులో. పరశూని పిలిచి గ్లాసులు చిన్నవి రెండు తీసుకు రమ్మన్నాను. శేషూ డ్రెస్సింగ్ టేబుల్ దగ్గర కూచుని తల దువ్వుకుంటున్నాడు. పరశూ గ్లాసులు తెచ్చి పెట్టాడు. ఒక మూల సూట్‌కేసులో సర్ది, మూసి, వాచ్ చూసుకున్నాను. పదిన్నర అయింది.

"పద."

శేషూ లేచాడు. పైకి వచ్చాం. పరశూ గేట్‌దాకా వచ్చాడు. చీకటి గాఢంగా వుంది. దూరంగా చెట్లల్లో చీకటి. మంచు పడుతూంది. చలికి వణుకుతున్నాయి నక్షత్రాలు. వాటి బాధలు తెలిస్తే వాటిమీద కూడా 'దయ' చూపాలా?

పొలాలగట్ల మీంచి నడిచి రోడ్డు మీదకు వచ్చాం. అటూ యిటూ చెట్లు. మనుష్యుల మీద దయగలిగి, భూతాల్లాగ, మేము ఎక్కడకు వెళుతున్నామో తెలుసుకోవాలని మమ్మల్నడుగుదామని వంగుతూ మాతో మాట్లాడుతున్నట్లు చిన్న చిన్న శబ్దాలు చేస్తున్నాయి. ఆకులు మంచునీళ్ళు రాలుస్తున్నాయి.

"అబ్బా!" అన్నాడు: శేషూ ఆగి, నేలమీదికి వంగిపోతూ.

షాక్ కొట్టినట్లయింది. పక్కకి మెరుపులాగ తిరిగి శేషూ చెయ్యి పట్టుకున్నాను.

"ఏమిటయింది? ఏమిటి?"

నాగు పాములు స్వేచ్ఛగా తిరిగే ప్రదేశం యిది.

"బెణికింది. ఘోరంగా బెణికింది. మీ రోడ్డు గతుకులు."

"అబ్బా" అన్నాడు మళ్ళీ బాధగా.

"నడవగలవా?" అన్నాను ఆతృతగా.

"డామిట్. డోన్ట్ బి సిల్లీ" అని, కోపంగా,కుంటుతూ నడిచాడు.

చెయ్యి పట్టుకుని నడుద్దామని ప్రయత్నించాను. చెయ్యి విదిల్చేశాడు. 'లంక' దీపాలు దగ్గర పడ్డాయి.

"బామ్ ఏదేనా తీసుకుందాం. మెల్లగా నడు" అన్నాను.

కుంటుకుంటూ అతివేగంగా నడవడం మొదలు పెట్టాడు, నన్ను వెనక వదిలేసి. కలుసుకుందామని ప్రయత్నిస్తూ నేనూ వేగంగా నడిచాను. రెండు రోడ్ల క్రాసింగ్ దగ్గర యూనివర్సిటీ గేట్ పక్కన నిలబడ్డాడు, ఎడమకాలు మీద బాధగా బరువు మోపుతూ. దగ్గరగా వెళ్ళాను. నుదురు ఆ చలిలో బాగా చమట పట్టి వుంది. దీపం కింద.....ఎడమకాలు మీద... శేషూ....అమాయకత్వపు ప్రతిమ.

అరోరా డిస్పెన్సరీ తెరిచే ఉంది. వెళ్ళి అయొడెక్స్‌కొని పైకి వచ్చాను. శేషూ అలాగే శిలా ప్రతిమలా నిలబడి ఉన్నాడు.

రిక్షాను పిలిచి, 'పద' అని నడిపించుకు వచ్చి శేషూని కూర్చో పెట్టాను. మూలుగుతూ ఎక్కాడు. కాశీ స్టేషనుకి పోనిమ్మని రిక్షావాడితో చెప్పి కూర్చున్నాను. శేషూ కాలు ఎత్తి, జోడూ మేజోడూ విప్పి "ఎక్కడ" అన్నాను. బాగా వాచి వుంది అప్పటికే. అయెడెక్స్ రాసి, మర్దన చేస్తూ అడిగాను, "ఎలా ఉంది?" శేషూ ముఖం అటువేపు తిప్పాడు. రిక్షా చాలా జోరుగా పోతూంది.

మేజోడు మెల్లగా పైకిలాగి, జోడు తొడుకున్నాడు.

"బాధగా ఉన్నప్పుడు జంతువు నయిపోతాను. సారీ, భాస్కర్ గారూ" అన్నాడు సున్నితంగా చెయ్యి మీద చెయ్యివేసి.

"రేపటికి బాగా వాస్తుందనుకుంటాను. రెస్టు తీసుకుంటే-"

"మీరలా మాట్లాడితే మళ్ళీ - " అన్నాడు విసుగ్గా.

"ఓ.కె. ఓ.కె. తిట్టకు."

చౌక్ దాటి, నీచీ బాగ్. బులనాలా. మైదాగిన్. రిక్షా జోరు ఎక్కువయింది. రోడ్డు పక్క డబ్బారేకులు, పాత గుడ్డలు, కేన్వాసు పీలికలు కలిపి గూళ్ళు కట్టుకున్న కాందిశీకులు. గూళ్ళముందు చలి మంటలు. ఆశలేని ముఖాలు. ఎఱ్ఱగా మంటల వెలుగులో.

స్టేషన్ దగ్గర అలికిడి లేదు. దిగి, మెల్లగా నడిచాం. శేషూ కాలు నొప్పి తగ్గినట్లుంది. ప్లాట్‌ఫార్మ్‌లో మందంగా దీపాలు. టిక్కట్లుకొని లోపలకు వెళ్ళాం. శాలువల ముసుగుల్లో మనుష్యులు. చీకట్లో మూలగా సిమెంటు బెంచీలు. ఒకటి ఖాళీ. శేషూ కూచున్నాడు. సూట్‌కేస్ తీసి బాటిల్ తీశాను. గ్లాసులు తీస్తుంటే...

"నీట్" అన్నాడు. "బెణుకులూ, నొప్పులూ అన్నీ ఎగిరిపోవాలి."

"నిన్ను ముయ్యాలేమో ఆ తరువాత."

"భాస్కారియో! స్వీట్ భాస్కర్! మీతో యిలా ఓల్డ్ స్మగ్లర్ తాగుతూ సుఖంగా"

నీట్‌గా తాగడం మొదలు పెట్టాం. గంటలు. మెల్లగా రైలు ఫ్లాట్ ఫార్మ్‌లోకి వచ్చింది ఏదో అనుమాన పడుతున్నట్లు. ముగ్గురో, నలుగురో ఎక్కుతున్నారు. గ్లాసులు అలాగే పట్టుకుని ఎక్కేము. కంపార్టుమెంట్‌లో యిద్దరమే, పాములాగ జరజర కదిలింది రైలు.

"దీపా లార్పేయండి. చీకట్లో తాగుతూ, మీతో మాట్లాడుతుంటే - అది ఒక అనుభవం."

ఒక నీలి దీపం మాత్రం ఉంచి అన్నీ ఆర్పేశాను. కాళ్ళు జాపి, గ్లాసు ఒళ్ళో పెట్టుకున్నాడు. రగ్‌తీసి కాళ్ళమీంచి కప్పాను శేషూకి.

"వెచ్చగా ఉంటే కాలు అంత నొప్పి పెట్టదు." గ్లాసు పట్టుకుని కిటికీ దగ్గర కూర్చున్నాను.

మాలవ్యా వంతెన. క్రింద గంగ. ఒడ్డున వారణాసి. ఘాట్లు. చీకట్లో అద్దిన దీపాలకాంతిలో ఘాట్లు. కాశీ వంతెన మీద చప్పుడుచేస్తూ రైలు. ముఖాన్నికోస్తూ చలిగాలి. పక్కన శేషూ, కాళ్ళు జాపుకుని. చేతిలో గ్లాసు. నిండుగా నల్లగా గంగ. ఎన్ని యుగాలనుంచో ఆ ఘాట్లు. చీకట్లో యీ చక్రాలు.

శేషాచలపతి గంగవేపు వంగిచూస్తూ అన్నాడు. "ఇరవై యేళ్ళ క్రితం వారణాసికి వచ్చాను, ఒకసారి మా మామయ్యతో. అమ్మ అస్థికలు కలపడానికి."

గ్లాసు ఖాళీచేసి పక్కనే పెట్టాడు. నీలిగా దీపం పైని వెలుగుతూంది.

"చూడండి, అమ్మని నాన్న ఖూనీ చేశాడు. దేవుడి గదిలో. నా ముందు. నా కళ్ళముందు పీకనొక్కి కిందపడేసి, నాన్న నోటిమీద చెయ్యి వేసుకున్నాడు. ఎందు కనుకున్నారు? ఆ చంపడంలో, ఆ కోపంలో పళ్ళు బలంగా నొక్కుకోవడంలో, ముందు పన్నొకటి వూడిపోయింది. చేతిలోకి ఆ పన్ను వచ్చిపడింది. ఆ పన్నుని అరచేతిలో చూసుకున్నాడు. అదే జ్ఞాపకం. దేవుడి ముందు, ఆ పూజా గృహంలో, నాన్న అమ్మని చంపి, వూడిపోయిన పన్నుని అరచేతిలో పెట్టుకుని చూసుకున్నాడు. తరవాత

రుమాలుతో తుడుచుకున్నాడు పెదవుల మీద రక్తాన్ని...మిగతా అంతా కల నాకు. రెండు రోజులు నర్మదానది ఒడ్డున పరుగెత్తాను. పోలీస్ సూపరింటెండెంట్ కాబట్టి మతలబులు. కేసు అయింది. చావులేదు. జైలు. తరువాత అదీ తప్పించుకున్నాడు. ఎక్కడినుంచో మామయ్యొకడు వచ్చాడు. అస్థికలు కలిపాం. ఇక్కడ.''

రైలు వంతెన దాటి, ఏదో జ్ఞాపకం వచ్చినట్లు వేగంగా పోతూంది. ఒక్కసారిగా ఎంజిన్ పొగ మేఘాలు మేఘాలుగా వచ్చింది. నిప్పు కణాలు ఎగిరాయి.

తొమ్మిదేళ్ళ వయస్సులో, జీవితం ఏదో తలుపు తెరిచింది. చీకట్లోకి వెళ్ళాడు. వెనుకనుంచి మెల్లగా, మెత్తగా, చప్పుడు లేకుండా తలుపులు వేసింది. చీకటి.

పాయింట్స్ మీద జారుతూ, పాత పట్టాలు వదులుతూ కొత్త పట్టాలమీద వింతగా చప్పుడుచేస్తూ, అర్ధరాత్రి మొగల్ సరాయ్ వెలుతురు లోకి చొచ్చుకుంటూ చేరింది రైలు. దిగి, వెయిటింగ్ రూమ్‌లోకి వెళ్ళాం. పడక కుర్చీ ఒకటి ఖాళీ. శేషూని కూర్చోబెట్టాను. మంచాల మీద ముగ్గురు పడుకొని ఉన్నారు రగ్గులు కప్పుకుని. రెండు నిమిషాల్లో శేషూ తల వాలిపోయింది. కాళ్ళు జాపుకుని నిద్రపోయాడు శేషూ. రగ్గు మెడదాకా కప్పాను.

పైకి వచ్చాను. ప్లాట్‌ఫార్మ్ చివరదాకా నడిచాను. బెంచీల మీద నిద్రలు. బలానికీ, సంతోషానికీ హార్లిక్స్...., నీలిగా, వెడల్పుగా 'అమృత బజార్ పత్రిక చదవండి'....'ఖజురాహో రండి'....ఉన్న వూళ్ళోనే ఎందుకు పడి వుంటావ్....రా. పద. ఇక్కడికి. అలాకాదు యిలా...ఇసుక. దొంగలున్నారు....మూసిన బుక్ స్టాల్. నడక. మేజోళ్ళు ఒక నెల రావు. అన్నీ అరిగిపోయేదాకా నడక. ప్లాట్ ఫార్మ్‌లో. వారణాసిలో. రోడ్ల మీద. గల్లీల్లో....యింట్లో....అన్నిటికీ దూరం....అందరూ దగ్గరే.....

మళ్ళీ వెయిటింగ్ రూమ్‌లోకి వచ్చాను. శేషూ కళ్ళు నులుపు కుంటున్నాడు.

''మీరు షెర్లాక్ హోమ్సులాగ తిరుగుతున్నారు ఓవర్ కోటు వేసుకుని. మోరియార్టీ అవతల రైల్లో ఎక్కుతాడు. మీరు పాత దొంగని పట్టుకుందామని కదులుతూన్న రైల్లో ఎక్కేస్తారు తొందరగా, పెదవుల చివర నవ్వుతూ. నేనిక్కడ కుంటికాలు వేసుకుని యీ కుర్చీలో-''

కళ్ళు మూసుకుని, తల వాల్చేడు. మళ్ళీ నిద్రపోయాడు. గోడవేపు చూస్తూ కుర్చీలో కూచున్నాను.....బాల్యంలో తెరిచిన తలుపులు. పిలిచిందెవరు? దేవతలు? రాజులు? హీరోలు? బంగారు రెక్కల మీద. మెరుస్తూ. వెనకనించి తియ్యగా, తేనె పూసుకున్న నాలికతో పిలిచేదెవ్వరు?

కుర్చీలో బాధగా వుంది. గోడ పచ్చగా కనిపిస్తూంది. పైకి వచ్చాను. అవతల ప్లాట్‌ఫార్మ్‌లో టీ స్టాల్ దగ్గర శాలువ ముసుగులు. ఓవర్ బ్రిడ్జ్ ఎక్కి అటు నడిచాను. అంచులు పగిలిన కప్పుల్లో టీ. ముసుగులు ముసుగుల్లోంచే టీ తాగి, కప్పులు ముందుకు తోసి, విసురుగా ప్లాట్‌ఫార్మ్ చివరికి నడిచిపోయాయి.

టీ పెదవులు కాల్చింది. పన్ను పక్క చర్మాన్ని కాల్చింది. నొప్పి చెవిలోకి వచ్చింది. కుడిచేతి చూపుడు వేలితో మెల్లగా తిప్పేను. ఎంత ముద్దుగా నొప్పెడుతుంది ఈ పన్ను! దేవుడికీ, దెయ్యానికీ గల సంబంధం యిది.....దీన్ని పోషిస్తున్నాను. తీయించను. అది సలపడం మానదు.

వెయిటింగ్ రూమ్‌కి రెండోసారి తిరిగి వచ్చాను. శేషూ మేలుకుని ఉన్నాడు. ఒంటి గంటా నలభయి అయింది.

"మీరు డాంటే లాగ జీవితలోతులు తవ్వుకుంటూ, వెతుక్కుంటూ అలా ఓవర్‌కోటు వేసుకుని, పలచ బడుతున్న జుత్తుతో, ప్రపంచంలోని విషాదాల్నీ, బాధల్నీ, భుజాల మీద వేసుకుని మొగల్‌సరాయ్ ప్లాట్‌ఫార్మ్ మీద తిరుగుతున్నారు. మీ బియట్రిస్ మీకు ఎప్పుడో దొరుకుతుంది. నేను కుంటి కాలుతో, యిక్కడ యీ కుర్చీలో సరిగ్గా నిద్రపట్టక చస్తున్నాను. నల్లులు వీపంతా కొరికాయి" అని, మళ్ళీ కళ్ళు మూసుకుని తలవాల్చేడు.

టేబుల్ దగ్గరకు వెళ్ళి కుర్చీలో కూచున్నాను. మళ్ళీ ఎదురుగా పచ్చగా గోడ.

....తెరిచిన ద్వారంలోంచి వెళితే ఎవరు? ఏమిటక్కడ? ద్వారాలు మూసి, వెళ్ళొద్దని చెప్పాలా? చెప్పడానికి నువ్వెవరు? నేనెవరు? అవే తెరుచుకుంటాయి. అర్థరాత్రి స్వప్నాల్లో. ఆ కనిపించని ద్వారం తెరుచు కుంటుంది. ఎవరో పచ్చటి వేళ్ళతో తట్టి లేపుతారు. లోపలకు వెళ్తావు. తలుపు మూసుకుంటుంది. చప్పుడు చెయ్యదు. అప్పుడే సీజర్, జీసస్.... జూడాస్ కూడా.

ఎదురుగా పచ్చగా గోడ పైకి పొమ్మంది. తలుపులు తెరుచుకుని పైకి వచ్చాను. మూడోసారి. ప్లాట్‌ఫార్మ్ చివరదాకా నడిచాను. ఇనప ట్రాలీ ఒకటి స్తంభానికి చేరేసి ఉంది. కిందికి లాగి, యినప బద్ద మీద కూచున్నాను.

-కల్యాణిని తీసుకుంటాను. నిశ్శబ్దంగా, నిర్మానుష్యంగా ఉన్న బాటలో కల్యాణి పాదాలు. మారిపోతుంది నా జీవితం. మల్లెపువ్వుల తలగడాలు. మెత్తటి దీపం కాంతిలో కల్యాణి సున్నితంగా, అమాయకంగా ఎదురుగా. నల్లటి వంకుల జుత్తు మీద వెలుగు -

నొప్పి పెట్టాలని జ్ఞాపకం తెచ్చుకున్నట్లు పన్ను సలపడం మొదలు పెట్టింది. ఇటూ అటూ కదిపాను గట్టిగా. తేనె లాగ బాధ దూరంగా, చీకట్లో ఒంటికన్ను రాక్షసిలాగ ఒక్కటే ఎంజిన్ నిలబడి ఉంది. పక్కనుంచి ఆవిరి వెర్రిగా వదలడం మొదలు పెట్టింది.

కుంటుకుంటూ వచ్చాడు శేషాచలపతి....నీడని చూసుకుంటూ, నీడతో ఆడుతూ.

"ఏమిటలాగ మతిలేకుండా అలా చప్పుడు చేస్తుంది ఆ ఎంజిన్? సాఫీగా, దూకుతూ పోయే కథలో అర్థం లేకుండా వచ్చే సంఘటనలాగా. పిచ్చిది. ఏమిటో దాని బాధ. 'ఎబ్సర్డ్'లోకి గెంతుతూంది అది. సుత్తి ఒకటి పట్టుకోండి. ఇనప ట్రాలీ మీద మీరు కూర్చున్నారు. లెనిన్ తాతలాగుంటారు....నల్లులే గెలిచాయి. మెడ అంతా కొరికాయి. వీపు అంతా నమిలిన తర్వాత."

హిందీలో బూతులు తిట్టాడు. కుర్చీల్నీ, హిందూ దేశపు రైల్వే స్టేషన్ల వెయిటింగ్ రూమ్‌లలో ఉన్న వాటి బంధువుల్నీ కలిపి. కసిగా, వెనక్కి తిరిగి కుంటుకుంటూ వెళ్ళిపోయాడు.

ఎంజిన్ ఆవిరి అల్లరి ఆపింది. నల్ల పొగలు పైకి కక్కడం ప్రారంభించింది. కీచుగా రెండు అరుపులు అరిచింది.

కల్యాణితో జీవితం ఎలా మొదలు పెట్టాలి? చరిత్రని మరచి, రద్దుచేసి. నాకు సులభం, కల్యాణికి? అసలు కల్యాణి -

అంచనాలూ, పద్ధతులూ, చరిత్రలూ, చరిత్ర నేర్పే పాఠాలు మరచి, వదిలి, క్షణ క్షణం ఎదురయ్యే జీవితాన్ని ఎదుర్కొంటూ గడిపితే? ముక్తాదేవికి అప్పుడు నిజం చెప్పలేకపోయిన నేను ఇప్పుడు కల్యాణికి అబద్ధం చెప్పి, నా జీవితాన్ని మార్చుకోవాలి.

ఇంకొకరి సుఖం కోసం -

రెండూ యిరవయి అయింది.

వెయిటింగ్ రూమ్‌లో శేషూ ఆ కుర్చీలో లేడు. రెండు మామూలు కుర్చీలు కలిపి అందులో కాళ్ళు ముడుచుకుని, రగ్గు కప్పుకుని పడుకుని ఉన్నాడు. పడక కుర్చీలో కాళ్ళు జాపుకుని కూచున్నాను. అవతల అలికిడి మొదలు పెట్టింది. పాగా గుడ్డలు దులుపుకుని చుట్టుకుంటున్నారు కూలీలు.

ఎర్రటి దీపాల మధ్యనుండి వస్తూంది నల్లటి రైలు. తెలుపూ, పసుపూ.... తలుపులు భడాలున మూసుకుంటున్నాయి ఎక్కడో....టీ స్టాల్లో చాకులకి తేనె

పూస్తున్నాడు, కోతి టోపీ ఒకటి పెట్టుకుని - గాలిలో పుస్తకం పేజీలు రివ్వున ఎగురు తున్నాయి....పన్ను తీసి అరచేతిలో పెట్టుకుని చూస్తున్నాను. ఇది...యిదా....యిదా! అంటూ.

లేచాను. శేషూ ఎదురుగా కుర్చీలో కూర్చుని, నా వేపు ఏకాగ్రతతో చూస్తున్నాడు.

"ఇంకో పది నిమిషాలయింది.. ముఖం కడుక్కొని రండి.. చూశారా ఎంత ఫ్రెష్‌గా ఉన్నానో" అన్నాడు బుగ్గల మీద వేళ్ళు కిందికీ మీదికీ రాచుకుంటూ. కళ్ళు మండుతున్నాయి నిప్పుల్లాగ. బాత్ రూమ్‌లోకి వెళ్ళి చల్లటి నీళ్ళతో ముఖం కడుక్కుని రుమాలుతో తుడుచుకున్నాను. స్టేషన్‌లోకి దూసుకుంటూ వచ్చింది తుఫాన్. నేలా, గోడలూ అదిరాయి. రగ్గు మడతపెట్టి సూట్ కేస్‌లో పెట్టాను. పైకి వచ్చాం. టూత్ పేస్ట్ ట్యూబ్ నొక్కితే వచ్చినట్లు దిగుతున్నారు, తొందర తొందరగా.

కల్యాణి కిటికీలోంచి చూసింది. ఆశ్చర్యం. నిజంగా మిలియన్ డాలర్ల ఆశ్చర్యం. హాయిగా నిద్రపోయి లేచిన కళ్ళు. ఆ కళ్ళ అందం. అమాయకత్వం. రేగిన జుత్తు గాయాల చిహ్నాలు లేవు ఎక్కడా ముఖంలో.

సూట్ కేసులు దింపడం, శేషూని పరిచయం చెయ్యడం, ఎర్ర జుబ్బాల కూలీలు బరువులు మోసుకుంటూ చుట్టూ తిరగడం, కల్యాణి నా ముఖం చూస్తూ ఏదో తెలుసుకుందామని ప్రయత్నం చేస్తూందని అనిపించడం, కేకలూ, అరుపులూ, శేషూ కుడికాలు మీద బరువు మోపుతూ నిలబడి "ప్రాడిగల్ లేడీకి సుస్వాగతం" అనడం, ఛార్మ్ అంతా వినియోగించి కల్యాణిని నవ్వించడానికి ప్రయత్నించడం, శక్తినంతటినీ కూడగట్టుకుని తుఫాన్ మూసిన కిటికీలతో బరువుగా వెళ్ళిపోతూండటం, కల్యాణి లావణ్యం, అయోమయ ప్రపంచంలో కొట్టుకుంటున్నట్లు కల్యాణి కళ్ళు కనిపించడం -

నా మనస్సులో ఇప్పుడు పాతబడిపోయినా, ఏదో పాతకాలపు వెలుగుతో వెలుగుతాయి ఇప్పటికీ.

గులాబి పువ్వులు రెక్కలు రాలుస్తున్నప్పుడు, చీకట్లో నేలమీద చూస్తూ నడుస్తున్నప్పుడు, రైఫిల్ క్లబ్‌లో, బీర్ గ్లాసులో వొంచుకుంటున్నప్పుడు, ఎత్తుగా ఆకాశంలో కదిలే లేతరంగు మేఘాల్లాగ కదలుతాయి అవి.

కాని, ఆ క్షణంలో

మూడు నెలల్లోగా, సుస్వాగతం ఇచ్చిన శేషూ కల్యాణిని 'వశ' పరచు కుంటాడని, కల్యాణి పాతాలు మరిచిపోతుందని, నాకు 'ద్రోహం' జరుగుతుందని,

శేషూ ఆ తరువాత కల్యాణికి ద్రోహం చేస్తాడని, ఒక సంవత్సరంలో ఎవరి చీకటి గదుల్లోకి వారు ప్రవేశిస్తారని -

ఎఱ్ఱ జుబ్బాల కూలీలు సూట్ కేసులు మోసుకుని ముందుగా ఓవర్ బ్రిడ్జ్ మెట్లు ఎక్కుతుంటే, మేము వెనకనే మెల్లగా ఎక్కుతున్నప్పుడు, శేషూ బెణికిన పాదం మెల్లగా లాగుతూ, వంగుతూ నడుస్తున్నప్పుడు, కల్యాణి అతని వేపు అమాయకంగా చూస్తూ నవ్వినప్పుడు....

నాకు తెలుసా?

అప్పుడప్పుడు అనిపిస్తుంది, నాకు అప్పుడే తెలుసునేమో అని. తెరిచిన తలుపులు మూసుకుపోతాయని, లోపలి చీకట్లలో వెనకనుంచి వీపులో బాకులు పొడుస్తాయని, అప్పుడే నాకు తెలుసునేమో అనిపిస్తుంది.

కాని,

ఘోరమైన 'సత్య' మేమిటంటే -

నా 'బాధ్యతలు' ఒక్కొక్కటే భుజాల మీంచి జారుకుని, నా 'స్వేచ్ఛ' నాకు అనుకోకుండా తిరిగివచ్చింది. సుఖం, స్వేచ్ఛ కల్యాణి బలితో గాని నాకు రాలేక పోయాయనుకోవడం కూడా ఘోరమైన నిజమేనా? లేక, నా మనస్సు నన్ను తిప్పే మలుపుల్లో, తోసే అఖాతాల్లో ఒక....?

# భగవంతం కోసం

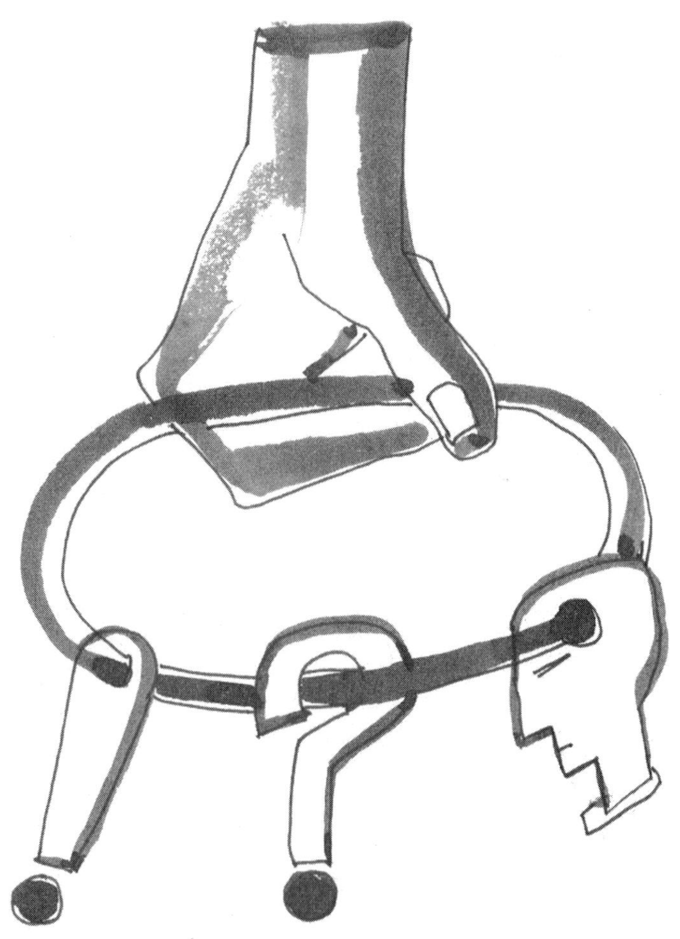

నాలుగూ నలభయి ఆరు. ఇక్కడే ఉండమన్నాడు. నలభయి ఆరు నిమిషాలయిపోయింది నియమితకాలం దాటి. భగవంతం యింకా రాలేదు. వస్తాడా ఈ రోజు? అసలు ఎప్పుడేనా వస్తాడా?

సిగరెట్ వెలిగించేను. నల్లగా మాడుతూ మండుతూంది వర్జీనియా. ఏడో నంబర్ బస్ బాగా బలిసిన ఊరకుక్కలాగ దూరం నుంచి వస్తూంది. స్టాప్ దగ్గర ఆగి ఒక డజను మందిని పోసింది - సాధారణంగా చెట్టు కనిపిస్తే చేసేపని - మళ్ళీ ముందుకు పోయింది. భగవంతం లేడు ఆ గ్రూప్‌లో.

లెప్పర్‌గేంగ్ ఒకటి పాటలు పాడుతూ అడ్డంగా పోతూంది. చేపలని పట్టే వలలాగ. కాని లాభంలేదు. "చిల్లర డబ్బుల్లేవు."

తరువాత బస్‌లో వస్తాడా? పదమూడో నంబర్లో

అట్నుంచి వస్తాడా?

ఎదురుగా, రూపం పొందిన న్యూమోనియాలాంటి యిల్లు. తడిగా ఊపిరితిత్తుల్ని డెస్పరేట్‌గా సూర్యరశ్మిలోకి పైకి లాగి ఎండవేద్దామన్న ఊహతో దగ్గుతున్నట్లు. గోడల మీద సర్రియలిస్ట్ తడి మచ్చలు, చారలు. గోడ వెనక గాలిలో నీళ్ళని దులుపుకుంటూ పచ్చగా ఆకాశకిరణంలా - అరటిచెట్టు, ధైర్యంగా, అమాయకంగా, పిచ్చిది.

భగవంతం చెప్పకుండా వస్తాడు. ముందు చెప్పినా, ఎట్నుంచి వస్తాడో తెలీదు. ఎట్నుంచి వస్తాడో తెలిసినా, అనుకున్న టైమ్‌కి రాడు. ....వచ్చినా అతనితో ఏమిటి మాట్లాడ్డం?

రోడ్ మీద పొట్టిగా, నల్లగా అంతర్ముఖాలతో పీత నడక ఆలోచనలతో ఖైదీల్లాగ. దూరంగా మూగ సముద్రం అర్థంలేని ఘోష పెట్తోంది. సగం కాల్చి పారేసిన పీకల మీద వర్షం పడి, మెత్తగా, ముద్దగా బైల్ రంగులో....

లేంప్ పోస్టుకి ఆనుకొని కోట్ పాకెట్ లోంచి పాత ఉత్తరం తీసేను. పదిహేనేళ్ళ క్రితం భగవంతం రాసిన ఉత్తరం. తుప్పురంగు, ....."నీ భయాలూ, అనుమానాలూ నాకు తెలుసు. భరించలేననుకుంటే, ఇక లాభం లేదనుకుంటే, పరిగెత్తుకురా, వాళ్ళని వదిలేసి. నా యింటి ద్వారం ఎప్పుడూ తెరుచుకునే ఉంటుంది...."

పాపం! లోకం మార్పులకి దూరంగా వుండి పాతబడి పోయాడు భగవంతం.

ఈ హోటల్లోకి వెళ్ళి కూర్చుని నిరీక్షిస్తాను. కిటికీలోంచి రోడ్ కనిపిస్తుంది. ఎట్నుంచి వస్తాడో?

హోటల్ చూడండి. దీన్ని చూస్తే నాకు రోత. దీని మేనేజర్ని చూస్తే అసహ్యం. దీనిలోని వెయిటర్స్ని చూస్తే భయం, అనుమానం. గాజు పెంకులు రుద్దినట్లుంటుంది మేనేజర్ ముఖం. దాన్ని చూస్తే అసహ్యం.

ఇందులోకి వచ్చి, వీడు చేయించి పెట్టే చెత్తని మెక్కి మెల్లగా కప్పల్ని తిన్న పాముల్లా పైకి పోయే జనాన్ని చూస్తే అసహ్యం.

ఈ పుట్టే అసహ్యం అంటే నాకు ఎంతో యిష్టం, ప్రేమ. ఈ అసహ్యం తెరలు తెరలుగా వస్తూంటే మూడో పెగ్ జిన్తో వచ్చే నెర్వస్ ఎనర్జీ దేహంలో వ్యాపిస్తున్నట్టుంటుంది. ఇక్కడ యీ మూల టేబుల్ దగ్గర కూర్చుంటాను. కిటికీలోంచి రోడ్ మీద ట్రాఫిక్ కనిపిస్తుంది. లోపల యీ పురుగులు మాట్లాడే మాటలు వినిపిస్తాయి.

భగవంతం పేరులోనే ఉంది సనాతనత్వం. పాత ఫక్కీ, పిలకలు, కిర్రు చెప్పులు, చెవులకి కుండలాలూ, ఆరవేసిన అంగవస్త్రాలు వినిపిస్తాయి, కనిపిస్తాయి యీ పేర్లో. నేను అతని కోసం యీ హోటల్లో కూర్చుని నిరీక్షించడం - ఒక పెద్ద పేరడాక్స్.

"మనకి యిండిపెండెన్సేమిటి, మనం శుద్ధ వెధవలం. మనకి కేరక్టరొకటా. వుత్త ఫకీరు జాతి మనది...."

"మనిషి గుండులా గుంటాడు. ఆసనాలు వేస్తాడు. కాని బ్రహ్మ కాన్స్టిపేషన్...."

"నా డెస్టినీలైన్లో అన్నీ బ్రేక్స్....."

"నయాపైసా అప్పు పుట్ట....."

“పని చేస్తూ ఆవులింతలూ. ఏం ఉద్యోగమో.....”

“మా బుజ్జిగాడికి గొంగళి పురుగులు కనిపిస్తే చాలు, చేత్తోనే అలా నలిపే......”

“మిడ్ ఫీల్డ్‌లో రిఫరీని పట్టుకు తన్నేరుట.....”

“చూచుకోలేదుట. గన్ క్లీన్ చేస్తూంటే తూటా గుండెలోంచి....”

మా వాడి ముణుకు ఎందుకు విరిగిందో ధనాధిపతి దశ కూడానూ.....”

“పిచ్చెత్తిందట. కత్తి పీటతో పెళ్ళాన్ని, పిల్లల్ని నరికి.....”

“నా ప్రమోషనెందుకు ఆగిపోయిందో శనిగాడు గాబోలు.”

కాఫీ తెచ్చాడు వెయిటర్. కాఫీ! ఇది కాఫీ కాదు. వుత్త గోధుమ రంగు వేడి. తిడదామనుకున్న తిట్లు తలచుట్టూ యీగల్లాగ మూగేయి.

“నీ పేరేమిటి” అన్నాను, తెగించి. ఏదో మహా రహస్యం తెలుసుకోబోతున్నట్లు ముఖం పెట్టి.

“ఉన్నిథన్.”

ఉన్నిథన్, ఉన్నిథన్! కొబ్బరి తోటలు. మెల్లగా బేక్ వాటర్స్‌లో బరువుగా పోయే పడవలు....వెళ్ళివోడం....నల్లటి వంకుల జుత్తుల మెరుపులు. లవంగాలు, ఏలకులు, కోప్రా....సుగంధం!....

“పో” అన్నాను.

“అఁ?” అన్నాడు.

“ఇవాళ ఏదో తేలిపోవాలి. నేనో, అతనో. దీనికర్థం లేదు. లోపలికి పోయి ఆలోచించు. ఈ కాఫీకి ఎంత అర్థం లేదో ఉన్నిథన్ ఉనికికీ అంత అర్థం లేదు. జై ఫటాఫట్.”

ఉన్నిథన్ మోకాళ్ళ దాకా మడిచిన లుంగీని మళ్ళీ సర్దుకుంటూ, భారతదేశం లోని వింతలూ విశేషాలూ అన్నీ చూసేశాననుకున్న తన తెలివితక్కువ తనాన్ని మళయాళంలో తిట్టుకుంటూ వెనక్కి తిరిగి పోయాడు.

.....భగవంతం రాలేదు. బస్సులో రాలేదు. రిక్షామీద రాడు. నడవడు......

“ఫిట్లు కాబోలు, రెండు బాల్చీలు పొయ్యండి. నురగలు కక్కేస్తున్నాడు.” రోడ్డుమీద మూగిన జనం. తమాషా. కానీ ఖర్చు లేకుండా చూడొచ్చు. ఏదో మజా, కాలక్షేపం. ఒళ్ళు జలదరిస్తుంది. దేవుడు మేలు చేశాడు కాని, లేకపోతే మనమూ అలాగే. అమ్మో! అదో థ్రిల్.

ఉక్క. చమట, పురుగులు.

అప్పుడప్పుడు ఉప్పగా గాలి.

జిడ్డు.

వేడి.

పైని అలసిన సాయంకాలపు ఆకాశంలో ఎర్రగా కిళ్లీ ఉమ్ముతూ సాగిపోతున్నాడు - సూర్య భగవాన్.

కాలు మడిచి గోడను ఆనుకుని గోళ్ళల్లోని కుళ్ళుని పైకి లాగుతున్నాడు, ఉన్నిథన్. ప్రేమగా పిలిచేను, "ఉన్ని."

జడుస్తూ వచ్చాడు. ఇంకో కప్పు కాఫీ తెమ్మన్నాను. బ్రతిమాలుతున్న స్వరంలో. కలలో అసందర్భంగా కనిపించి, కరిగిపోయిన ఏదో తునకలాగ వెళ్ళిపోయాడు హోటల్ వెనుక రౌరవంలోకి.

భగవంతం కోసం ఎంత కాలం ఈ యాతన, ఈ నిరీక్షణ? ఎన్ని గంటలు? ఎన్నేళ్ళు?

"ఈ మనఃఫలకాన్ని, కాన్షస్‌నెస్‌ని పరిశుద్ధం చేసి....." అని అనుకుంటుంటే లోపలి లోపలి లోతుల్లోంచి నవ్వు ఉప్పెనగా వచ్చి, ఎడమచెయ్యి రిస్ట్ మీద గట్టిగా గిల్లుకున్నాను. సైన్ అది. 'డ్రామాలు మాని వేషాలు తీసేసి - ఆలోచించు' అని వార్నింగ్ సైన్.

రౌరవంలోని మెఫిస్టోఫిలిస్ లాగ వస్తున్నాడు. పొగలు కక్కుతున్న కాఫీ పట్టుకుని, దగ్గరగా వచ్చి, టేబుల్ మీద కాఫీ కప్పు పెట్టి, బెదురుతూ తిరిగి పోబోయే ఉన్నిథన్ కళ్ళల్లోకి చూస్తూ, కళ్ళతో బలవంతంగా ఆపి, "నువ్వులేవు. నువ్వు ఉత్తమాయ. నీకు ఉనికి లేదు. హ్యూమ్ చదివేవా? లాక్ ఏమన్నాడో తెలుసా? కాంట్! కిర్క్‌గార్డ్? నువ్వు వున్నావని నే ననుకుంటూ, నీతో మాట్లాడుతున్నానని నువ్వు అనుకుంటుంటే, అలా అనుకుంటున్నావని నేననుకుం-"

ఉన్నిథన్ లుంగీ దక్షిణపు గాలిలో ఎగిరే తెరచాపలాగ.... "అయ్యో!"

కుడికన్ను ఓరగా పెట్టి ముక్కు అంచుమీంచి చూస్తే, న్యూమోనియా ఇంటి ఎడమ చివర కిటికీ మూడో ఊచనించి గీత మొదలుపెట్టి రోడ్ మీంచి కోసుకుంటూ వచ్చి మేనేజర్ బట్టతలని రాసుకుంటూ యీ టేబుల్‌మీద ఉన్నిథన్ పెట్టి వెళ్ళిపోయిన కప్‌లో మెరిసే పొంగులో మిళితం అయిపోతుంది.

టేబుల్ మీద కాఫీ! కాఫీ! ఇది కాఫీ కాదు. ఉత్త వేడిగా ఉన్న గోధుమ రంగు.

పదమూడో నంబరు వచ్చి ఆగింది. ఆగి ఒక మార్కోవిచ్ ముఖాన్ని, యూలిసెస్ లాగ వెడల్పుగా వున్న ముఖాన్నీ, ఒక టెరిలిన్ కవచాన్నీ, ఒక స్టెతస్కోప్‌నీ,

ఒక అజ్ఞాతంలో వున్న అర్జునుణ్ణీ దింపింది. భగవంతం లేదు. అట్నుంచి ఏదో నంబర్లో వస్తాడా?

ఉన్ని మేనేజర్ చెవిలో చెపుతున్నాడేదో - మేనేజర్ వెనక్కి తిప్పేడు ముఖాన్ని - గాజు పెంకులు రుద్దిన ముఖం. బరువైన కళ్ళ రెప్పలక్రింద రెండు బలిసిన కుక్కలు - రోడ్ మీద అడ్డంగా, బద్ధకంగా, ఆవులిస్తూ పడుకొన్న రెండు పోతుల్లాటి కుక్కలు - మెల్లగా గుఱ్ఱుమంటున్నాయి. కళ్ళు మూస్తే పెద్ద గబ్బిలాల రెక్కలు. కుక్కల్ని నా వైపు ఉసిగొల్పేడు.

అదే క్షణం. ఇదే గొప్ప రివెలేషన్. చుట్టూ మెరుపులు విచ్చుకత్తుల్లా తళతళమని ఎవరో దూస్తూ ఉంటే, ఉరుములు రాక్షసరథాల్లా ఉరుకులు పెడ్తుంటే, దర్శనమిచ్చిన దయాళువు వరాలు కోరుకోమంటుంటే... ప్రపంచపు అరటిపండుని ఎవరో వొలిచి చేతులో పెట్టూ ఉంటే.....

క్షణమాత్రపు రివెలేషన్, కుక్కల్ని గబ్బిలాల రెక్కలతో మూసేశాడు మేనేజర్.

ఇంక జాగుచేస్తే లాభం లేదు, ముప్పు. లేచి వెళ్ళేను కౌంటర్ దగ్గరికి.

“ఇదిగో ముందే యిచ్చేస్తున్నాను, నాలుగు కప్పుల కాఫీకి డబ్బు, ఏం భయం లేదు. మెంటల్ హాస్పిటల్‌కి ఫోన్ చెయ్యండి కావలిస్తే. ఎవరూ అక్కణ్ణుంచి తప్పిపోయి రాలేదు. అంతా భద్రంగా ఉంది అక్కడ. ఉన్నిథన్ నా లాంగ్ లాస్ట్ ఫ్రెండ్. మీ కళ్ళల్లో పెంచుతున్నవి అల్సేషన్లా, డేల్మేషన్లా, డేక్షుండ్లా?”

తిరిగి వచ్చేశాను టేబుల్ దగ్గరికి. జవాబెందుకు నాకూ?

నిటారుగా, నీటుగా నిలబడ్డ కొబ్బరిచెట్ల బారులో తిక్కగా, సినికల్‌గా, పంక్చ్యుయేషన్ మార్కులన్నీ ఒకచోట జలిమిలి అయిపోయి నట్లు, ఎనిమిది వంకర్లతో పెరిగే యింట్రోవర్ట్ కొబ్బరి చెట్టులా నిలబడున్నాడు ఉన్నిథన్ గోడనానుకుని.

“సెమికోలన్, ఎక్స్‌క్లమేషన్ మార్కులు విడదీసి, ఇక్కడకు వస్తావా ఉన్నీ?” వచ్చాడు. “మూడో కప్ తీసుకురా, ప్లీజ్.”

ఒక్కొక్క మార్కు అలా నేలమీద జల్లుతూ వెళ్ళేడు లోపలికి హేమింగ్వే వాక్యంలాగ. నీట్‌గా, బ్రిస్క్‌గా, ఓవర్‌టోన్స్ ఏవీ లేకుండా.

భగవంతం వస్తుంటే ఏక్సిడెంటేదేనా అయి ఎముకలేవేనా విరిగి....

పసితనపు నూనూగుకీ, పెద్దతనపు గడుసుతనం, చలాకీకి మధ్య తటపటా యిస్తున్న నలుగురి స్టూడెంట్ల గేంగ్ వచ్చింది లోపలికి తుళ్ళుకుంటూ.

టేబుల్ చుట్టూ చదరంగా వుంచిన కుర్చీలన్నీ రకరకాల కోణాల్లోకి తిప్పి, జారబడుతూ కాళ్లు మెలికలుగా తిప్పుతూ, జాపుతూ కూర్చున్నారు.

ఉన్నిథన్ మూడో కాఫీ తెచ్చాడు. కాఫీ? అది కాఫీ కాదు. ఉత్త వేడిరంగు గోధుమ ఊహ.

...బెంజి గాడేవిటి చెప్పేడురా ఇవాళ?

....సరస్వతిలో టోనీ కర్టిస్. ఎలిజబెత్ టేలర్...

....సుజాత అలాగ పతివ్రతలాగ క్లాసులో కూర్చుంటుందిగాని ఇద్దరు లవర్సురా బాబూ....

....ఉత్త డుస్కీ మాటలాడకోయ్....

భగవంతం రాడు గాబోలు. పది లెఖ్ఖపెట్టి లేచాను. పైకి వెళ్తూ, యీ పై మాటల దగ్గర ఆగి అన్నాను విషాద స్వరంలో: "అన్నీ కలిపేయండి. ఒకదానికొకటి గొలుసు లాగ కలిపి ఆలోచించండి. అర్థమయిపోతుంది. ఆ తరువాత అంతా సులభమే."

కౌంటర్ దగ్గర చేరి, "మూడే తాగేను. నాలుక్కిచ్చేను. అదే లోక న్యాయం. మిగతాది పర్గటోరియోలో మనమిద్దరం కలుసుకున్నప్పుడు యిద్దురుగాని. టైం లేదు. ఉన్నిథన్‌కి కూడా చెప్పండి. బై. బై" అని పైకి వచ్చేశాను.

ఆకాశంలో నక్షత్రపు జల్లు. భగవంతం రాడు. అట్నుంచి ఏడో నంబర్లోను రాడు, ఇట్నుంచి పదమూడో నంబర్లోనూ రాడు...నా పిచ్చిగాని.

# ప్రయాణీకులు

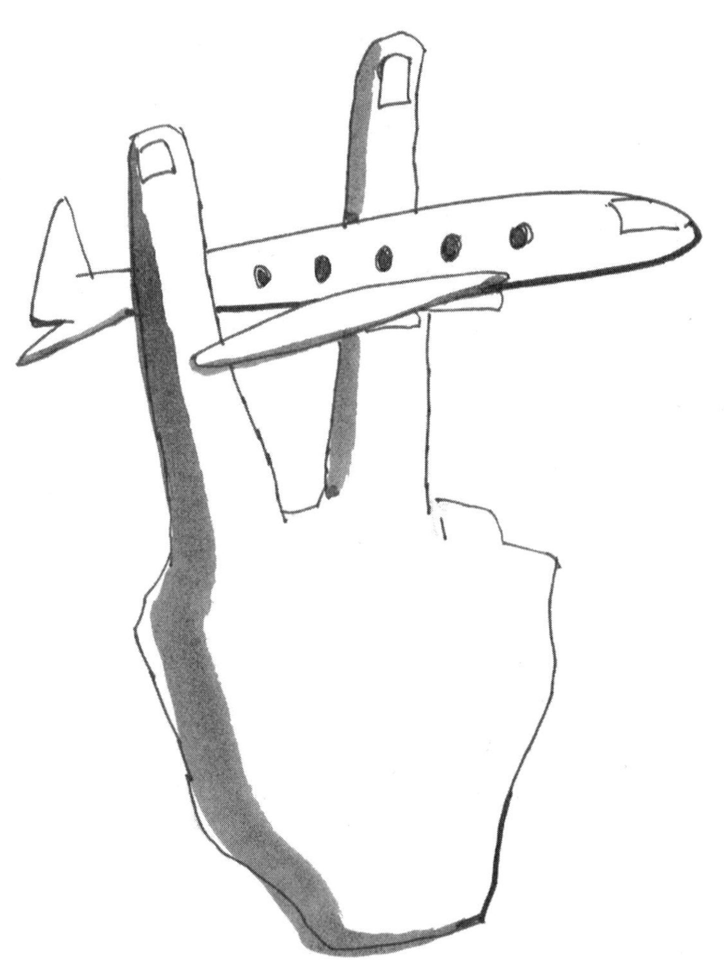

శివరామన్ వెళ్ళిపోతుంటే చూడడానికి ఏర్ పోర్టుకి వెళ్లేను. శివరామన్‌ని కలకత్తాలో ఈ రాష్ట్రం స్పెషల్ ఆఫీసరుగా బదిలీ చేశారు. ఇక్కడ అతనికి 'వేడి' ఎక్కువయిపోయింది.

మూడేళ్ళనుంచీ కలిసి ఉంటూ, నా చేతికింద పనిచేస్తూ, నాతో స్నేహంగా గడిపిన శివరామన్‌తో ఈ సమయంలో ఏమిటి మాట్లాడగలను? అతని జీవితం అంతా బాహ్యంగానే ఉంటుంది. "కలకత్తాలో దిగగానే మెట్రో, లైట్‌హౌస్, న్యూ ఎంపైర్‌లలో ఏది ఉంటే అది రెండు రోజుల్లో చూసేస్తాను....రాత్రి గ్రేండ్‌లో కెబేరే....ఫ్లోర్ షోలో యిజిప్షన్... కర్వ్స్"...మెంటల్ కాలు ఒకటి అప్పుడే చోర్‌ంఘీలో పెట్టి మాట్లాడుకు పోతున్నాడు.

అతన్ని దిగపెట్టడానికి వచ్చేనేగాని నాకు మనస్సు కుదురుగా లేదు. రాత్రంతా ఫోన్ దగ్గరే గడిపేను. నిద్రలేదు. సాయంత్రం హఠాత్తుగా వచ్చిన మూడు బీహార్ మిలటరీ పోలీస్ కంపెనీలకి ట్రాన్స్‌పోర్ట్ కావలసి వచ్చింది. నిలబడ్డ పాటుగా వచ్చేశారు. బూతులు తిట్టేను చూడవచ్చిన వాళ్ళ కమాండంట్‌ని. రాత్రంతా ఫోన్ దగ్గర కూర్చుని పట్నంలో ఉన్న గవర్నమెంట్, ప్రైవేటు జీప్‌లూ, లారీలు కమాండీర్ చేసి, వాళ్ళనందర్నీ బోర్డర్ దగ్గరికి పంపించేను. మెడికల్ కవర్‌కోసం ముగ్గురు డాక్టర్లని తయారుగా ఉంచమని హాస్పిటల్ సూపరింటెండెంట్‌కి ఆర్డర్ పంపించేను. అప్పుడే ఆఖరి లారీలో అందరూ చేరేరని కబురొచ్చింది.

పైని యింకా కొంచెం చీకటిగా ఉంది. ఫోన్ దగ్గరనుంచి లేచి, షేవ్, షవర్, డ్రెస్ చేసుకుని బయటికి వచ్చేను. సుశీల గాఢంగా నిద్రపోతూంది. ఏనుగులు వచ్చి

తొండాలతో యింటిని కదిపేస్తున్నా మేలుకోదు. అదృష్టవంతురాలు సుశీల. ఆధారం దొరికితే అద్భుతంగా, అందంగా పాకుతూ చాలా దూరం ప్రయాణం చేస్తుంది. లేకపోతే....

స్టేషన్ వాగన్ పైకి తీసి, మోగ్రారోడ్ మీద కొంత దూరం పోయి, కుంజబన్ పక్కనుంచి ఏర్‌పోర్టు రోడ్డులోకి మళ్ళించేను. ప్రకృతి అంటే చెట్లు, కొండలూ, హాలీవుడ్ రంగులూ. రివ్వున చలిగాలి చెంపల మీద కొట్టుంటే, కోట్ లేపెల్స్ పైకెత్తి మెడ కప్పుకుంటే వచ్చేది దేహానికి ఒక వింతైన హాయి, అన్‌కాన్షస్ ఆనందం. ప్రకృతి కళ్ళల్లో మెదుల్తూ వెనక్కి పోతుంటే, వాగన్ రోడ్‌ని తుడిచేస్తూ ముందుకు పోతూంటే వచ్చే హాయిని గురించి కాన్షస్‌గా ఆలోచిస్తూ ఉంటే, పాత జీవితంలో అక్కడక్కడ మైలు రాళ్ళలాగ పాతుకుపోయి స్థిరంగా ఉండిపోయిన విషపూరిత క్షణాలు ఆనందంతో నిండిపోయిన మనస్సులో ఒక్క చిలుకు చిలుకుతాయి. కలవరపడి పోతుంది మనస్సు ఆ క్షణాన్ని. దేహం గగుర్పొడుస్తుంది.

గౌహతి వెళ్ళే ఫాకర్ అప్పుడే దిగుతూంది. లౌంజ్‌లో హారిస్ ట్వీడ్ ఎడ్వర్‌టైజ్‌మెంట్ మోడల్ లాగ శివరామన్. ఆలివ్ గ్రీన్ యూనిఫార్ముల్లో మిలటరీ ఆఫీసర్స్ చాలా మంది కూచున్నారు. చెట్టు ఆకుల్లో ఒకే పువ్వులా నేవీబ్లూ సూట్‌లో శివరామన్. మిలటరీ భుజాలమీద బ్రాస్‌పిప్స్ మెరుస్తున్నాయి....డామిట్....బ్లడీ.... లుకౌట్.....డిప్లాయ్....ఏర్ సుపీరియారిటీ....చైనీస్ బగ్గర్స్...మిలటరీ మాటలు వడగళ్ళలాగ పడుతున్నాయి. శివరామన్‌ని పిలిచి రెస్టరంట్‌కి తీసుకువచ్చేను.

ఇక్కడ వెచ్చగా ఉంది. నియాన్ దీపాలు ఇంకా వెలిగించే ఉన్నాయి. గ్లాస్ కిటికీలోంచి పైకి చూస్తే, భయపడుతూ రోడ్ మీద నడచే కన్నె పిల్లలాగ వెలుతురు అప్పుడే వస్తూంది. శివరామన్‌ని ఎందుకు లైక్ చేస్తానో బాగా తెలియదు. ఉత్తర ధ్రువం, దక్షిణ ధ్రువంకీ మధ్య ఏదో ఆకర్షణ? నాలో ఉన్న ఏవో గుణాలు అతనిలో లేకపోవడం వల్ల నాలో సుపీరియారిటీ కాంప్లెక్స్ ఏర్పడి అతన్ని ఎప్పుడూ రక్షిద్దామన్న ఆతృత నాలో ఉందా? నేనిక్కడకు వచ్చిన తరువాత శివరామన్ ఫైల్లో ఉన్న బ్లాక్‌మార్క్సు చాలా మట్టుకు స్వయంగా చెరిపేశాను. శివరామన్‌కి కళ్ళకి కనిపించేదే ప్రపంచం. కాళ్ళు ఏ బాట మీద నడుస్తుంటే అదే దోవ. వేరే రాస్తాలున్నట్లు తెలియదు అతనికి. వేరే గమ్యస్థానాలు అతనికి కనిపించవు. దోవ కనిపించకపోతే అలాగే నిలబడిపోతాడు అమాయకంగా.

లౌడ్‌స్పీకర్‌లో కరకర వినిపించింది. గౌహతి వెళ్ళే ప్రయాణీకుల్ని ప్లేన్ దగ్గరకు వెళ్ళమని ఎనౌన్స్‌మెంట్ వచ్చింది. ఆలివ్ గ్రీన్ గుంపూ, నలుగురు సివిలియన్సూ కిటికీ పక్కనుంచి నడుస్తూ వెళ్ళిపోయారు ప్లేన్ దగ్గరికి.

శివరామన్‌తో ఆఖరి మాటలు ఎలా ఉండాలో ఆలోచిస్తున్నాను. కృతజ్ఞుడిగా, కుక్కపిల్లలాగ నా వెంట తిరిగే శివరామన్‌కి నా హృదయంలోని ఏదో ఒక మూలని బయటపెట్టాలి.

మేఘాల్లో దాగుడుమూతలాడుతూ పెద్ద ప్లేన్ ఒకటి కోపంగా ఉన్న కందిరీగలాగ తిరుగుతూంది. ఆశ్చర్యం వేసింది. ఈ ఏర్‌పోర్ట్‌లో అంత పెద్ద విమానాలు దిగడానికి సదుపాయాలు లేవు. పైని ఏర్‌పోర్ట్ అఫీషల్స్ కొంతమంది ఖంగారుగా తిరుగుతున్నారు. గౌహతి వెళ్లే ఫాకర్ బుద్ధిగా నియమ ప్రకారం లేచి ఉత్తరం వేపు పలకా, పుస్తకం పట్టుకొని రోడ్డు పక్కగా స్కూల్‌కి వెళ్ళే రామా ది గుడ్ బాయ్ లాగ వెళ్ళిపోయింది.

పైకి వచ్చేము, ఫైర్ ఎంజిన్లు రెండు గడగడలాడుతూ వచ్చి నిలబడ్డాయి. లేండింగ్ సిగ్నల్ యిచ్చారని వెనకని ఎవరో అన్నారు. ఆకాశం మీంచి దక్షిణం నుంచి తిక్కతిరగని గుర్రంలా రెక్క విరిగిన పక్షిలాగ గెంతుకుంటూ, తన్నుకుంటూ రెండు వందల మైళ్ళ వేగంతో ఎలాదిగి ఎలా టార్మాక్ చివరదాకా వెళ్ళి, ఇంకా ముందుకు పోయి ధ్వంసం అయిపోకుండా ఆగిందో...ఒళ్లు జలదరించింది. కాక్‌పిట్ పక్కనుంచి మంటలు వస్తున్నాయి. ఫైర్ ఇంజన్లు పరుగెత్తేయి బాణాల్లాగ.

వెనక తలుపు తెరుచుకొని, ముగ్గురు బ్లూ అండ్ వైట్ యూనిఫార్మ్‌లో రేంప్ లేకుండానే పైకి గెంతేరు. దూరాన నిలబడ్డ మాలో కొందరు అక్కడికి వెళ్ళడానికి ప్రయత్నించేరు. సెక్యూరిటీ పోలీస్ అడ్డేరు. గ్రౌండ్ ఎంజినీర్ స్టాఫ్ కొంతమంది జీప్‌లో అక్కడికి చేరారు.

మంటలారిపోయాయి.

క్రూ ముగ్గురూ మెల్లగా నడుచుకుంటూ దగ్గరికి వచ్చేరు, ముందు నడుస్తున్న పైలట్ నడక ఎక్కడో ఇంతకు ముందు చూసినట్లు అనిపించింది. పీక్ కేప్ నుదురుని బాగా కప్పించి, పొడుగ్గా, లావుగా, మార్షల్ బేరింగ్‌తో ఏమీ అవనట్లుగా. ఖాతర్ లేనట్లు నడక. గేట్ దగ్గరకు వచ్చి పీక్‌కేప్ తల మీంచి తీసి జుత్తు సర్దుకుంటుంటే....

శేషా....

శేషాచలపతి!

“శేషియో” అంటూ ఒక్కసారి పరుగెత్తేను.

రెండు చేతులూ వీపు వెనక్కి విసిరి కౌగలించుకున్నాను.

“శేషియో!”

“మైటీ క్రైస్ట్! భాస్కరం!”

"శేషూ!"

నీట్లో పడి మునుగుతూ చచ్చిపోయే వాడికి తన జీవితంలోని ముఖ్యమైన ఘట్టాలన్నీ ఒక్క క్షణంలో ఫిల్మ్ రీల్‌లాగ తిరుగుతాయిట. నాకూ శేషాచలపతికీ సంబంధించిన జీవితంలోని ఘట్టాలు - అన్నీ కాకపోయినా - కొన్ని పేర్లూ, కొన్ని స్థలాలూ మనస్సులో స్పార్క్స్ లాగ మెరుస్తూ మాయమయేయి.

మిగతా యిద్దరితో ఏదో టెక్నికల్ జార్గన్‌లో చెప్పేడు. వాళ్ళిద్దరూ హేంగార్ వేపు నడిచేరు. రెస్టరంట్‌కి తీసుకువెళ్ళేను. శివరామన్ వెనకనే వచ్చేడు.

ఎదురుగా శేషూ కూర్చున్నాడు. పక్కని శివరామన్. కూర్చోగానే పరిచయం చేశాను. కుర్చీలోంచి లేచి. నిలబడి చెయ్యి జాపి భుజాల దగ్గర నుంచే హేండ్‌షేక్ యిస్తూ 'హౌడీడూ' అన్నాడు శేషూ.

ఉద్రేకాన్ని అణుచుకోవడం, భావాల్ని కప్పిపుచ్చి మాట్లాడడం ఉద్యోగం కొంత అలవాటు చేసింది. కాని, శేషూని యీ ఎడ్వెంచర్ తరువాత యిక్కడ, ఈ విధంగా కలుసుకోవడం నన్ను కదిలించి వేసింది. కాళ్ళల్లో శక్తి లేనట్లుగా, నిలకడ పోయినట్లుగా అనిపించింది. మోచేతులు టేబుల్ మీద ఆన్చి అదే పనిగా శేషూ ముఖంలోకి చూడడం మొదలు పెట్టేను.

శేషూ ముఖం రాతితో చెక్కినట్లుంది. మెరిసే బాకుల్లాంటి కళ్ళు, రెండు బాకులు.

"బేరక్‌పూర్‌లో చెక్ చెయ్యలేదు బాస్టర్డ్స్. నారాయణ్‌గంజ్ వచ్చేటప్పటికి అనుమానం వచ్చింది. సిల్చర్‌నుంచి ఏమీ చెయ్యలేనని జవాబు. గౌహతి బ్లేంక్. ఇక్కడ నుంచి మాత్రం ఓ.కె. సిగ్నల్ వచ్చింది. రాకపోతే కర్నల్ భట్టాచార్జి లాగ పాకిస్తాన్ జైలులో పడి ఉందును. అసలు ఎక్కడో క్రేష్ అవును, అనాథరైజ్డ్ ఫ్లయిట్ కాదనుకో ఫుడ్ డ్రాపింగ్ మిషన్, పెళ్ళి చేసుకున్నావేంటి కొంపతీసి. శాంత విశాఖ పట్నంలో ఉంటుంది. ఏదో కాలేజ్. నువ్విక్కడేం చేస్తున్నావు. ఏదోపని. పురుగులకి ఏమిటి పని? దొలవడం, గొలకడం, కుట్టడం."

శివరామన్ వేపు తిరిగి "మాంటీ క్లిఫ్ట్ లాగున్నావు. ఎంతమంది ఆడపిల్లల్ని పట్టేవు? నైఫ్ వాడడం తెలుసా?" అంటూ శివరామన్ గుండెమీద అరచెయ్యి పరచి "నీది ఫిజెన్ చెస్ట్. పెల్మనిజమ్ ప్రాక్టీస్ చెయ్యి."

శివరామన్ ముఖంలో 'అయోమయం.'

"నైథానీ....నేవిగేటర్. చూశావు కదూ యిప్పుడే. యూస్‌లెస్ బగర్. తేజ్‌పూర్ వెళ్ళిన తరువాత గుండు గీయిస్తాను వాడికి. లేండ్ అవుతుంటే ట్రౌజర్ తడిసి

పోయింది. స్కంక్‌కి. కిందటిసారి మనం కలుసుకున్నప్పుడు ఏం చేస్తూ ఉండేవాడిని? బర్మాషెల్? రిషివాలీ స్కూలు? ఎక్కడ? జ్ఞాపకం రావడం లేదు."

"కటక్ డాక్ బంగళాలో నువ్వు బర్మా షెల్‌లో."

"డిస్‌మిస్ చేశారు. రోగ్స్. ఫకీరులాగ కలకత్తాలో మూడు నెలలు తిరిగేను."

గౌహతి నుంచి ఫాకర్ దిగింది. శివరామన్ అందులో పోవాలి. ఎనౌన్స్‌మెంట్ వచ్చింది.

శివరామన్ లేచేడు.

"జాగ్రత్తగా ఉండు. నేను రాసి యిచ్చిన సూచనలన్నీ అనుసరించు" అన్నాను. శేషూ లేకపోతే శివరామన్‌తో ఆఖరి క్షణాలు ఎంత సెంటిమెంటల్‌గా ఉండేవో! శివరామన్ బాగా హర్ట్ అయి ఉంటాడు. ఇంతపొడిగా అన్న మాటలతో ప్లేన్ దాకా కూడా వెళ్ళలేదు. రెస్టరంట్ తలుపు దగ్గరే హేండ్‌షేక్ చేసి పంపించేశాను.

"ట్రెమండస్‌గా ఆకలివేస్తూంది. లేతలేతగా ఉన్న ఆడపిల్లల్ని తినాలని ఉంది. దొరకరు గాబోలు."

"దొరకరు."

బేరర్‌ని పిలిచి ఆమ్‌లెట్స్, ఫిష్ ఛాప్స్ తెమ్మన్నాను.

"బనారస్ జ్ఞాపకం ఉందా?"

బనారస్!

జ్ఞాపకాల భారాన్ని ఏడాదేడాదికీ పెరిగే నా సామాన్లతో కూడా నాతోనే తీసుకవస్తున్నాను. నా సామాన్లని నేను మొయ్యను. జ్ఞాపకాల్ని కూడా ఆబ్జెక్టివ్‌గా చూడడం నా స్వంత శిక్షణలో ఒక భాగం. నాకు సంబంధించిన సంఘటనలు ఎవరికో అయినట్లు అనుకోవడం నా మెంటల్ మేకప్‌లో యిమిడిపోయింది.... నిజమేనా?

"మొగల్ సరాయ్ వెయిటింగ్ రూమ్ జ్ఞాపకం ఉందా?" అన్నాడు.... తెల్లవారు జామున మొగల్ సరాయ్ స్టేషన్. దూరంగా, భారంగా గూడ్స్ వేగన్ల షంటింగ్.... అవతల ప్లాట్‌ఫార్మ్‌లో నగ్నంగా వెలిగే ఎలక్ట్రిక్ బల్బ్ కాంతిలో స్టిల్ లైఫ్ చిత్రంలో మనుషుల్లాగ టీ స్టాల్ దగ్గర తలలు బాగా వంచి టీ తాగుతున్న వ్యక్తులు...యీజీ చైర్స్ ఏవీ ఖాళీ లేకపోతే రెండు కుర్చీలు కలిపి, సరిపోక, ఐదడుగుల పదకొండున్నర అంగుళాల దేహాన్ని పాములాగ మెలికలు తిప్పుతూ నిద్రపట్టని ఎర్రటి కళ్ళు అప్పుడప్పుడు విప్పి మూడు భాషల్లో రైల్వేస్‌ని బూతులు తిడుతూ బాధపడుతూన్న శేషు....తుఫాన్‌లో దిగిన శాంతకి సర్ గలాహడెలాగ నడుందాకా దేహం వంచి 'బౌ'

చేసి, శాంత నా వేపు చూసి పకపక నవ్వుతుంటే, చెయ్యి పట్టుకుని అవతల ప్లాట్‌ఫార్మ్‌కి తీసుకవెళ్ళడం...

ఆ తీసుకువెళ్ళడం, అలాగే శాంతని నా జీవితంలోంచి కూడా తీసుకు పోయాడు శేషూ. ఈ ఉద్యోగ భారం ఎటువంటి స్మృతులైనా మనస్సు అడుక్కితోసి నొక్కి ఉంచుతుంది.

"జ్ఞాపకం ఉంది. నువ్వేదో నా రొమాంటిక్ రహస్యాల్ని ఛేదిద్దామని నా వెంటనే నీడలాగ కాశీ నుంచి మొగల్ సరాయ్ దాకా వచ్చి...."

"శాంత యిప్పుడొక గ్లోరిఫైడ్ స్పిన్‌స్టర్. లక్కీ బ్లోక్‌వి నువ్వు. శాంత ఒక జబ్బు. దాన్నుంచి నిన్ను విడుదల చేశాను. ఆ జబ్బుని నేను త్వరలోనే వదలగొట్టించుకున్నాను."

కలకత్తా వెళ్ళే ఫాకర్ ఎగిరిపోతోంది. శివరామన్ బాగా నొచ్చుకొని ఉంటాడు.

"ఏం చేస్తున్నావిక్కడ?"

సాధారణంగా చాలాకాలం తరువాత అకస్మాత్తుగా కలిస్తే ఒకర్నొకరు అడిగే మొట్టమొదటి ప్రశ్న యిది. అడుగుతాడనుకున్న ప్రశ్నలు అడక్కపోవడం శేషూ ప్రత్యేకత.

చెప్పేను.

నవ్వేడు. నవ్వితే దానిమ్మపండు గింజలు. తెల్లగా అమాయకత్వం.

"నీకు సరిపోయిందిలే. కాన్ఫరెన్సెస్, మీటింగ్స్, మినిట్స్, రోల్‌టాప్ డెస్క్, ఎడ్మినిస్ట్రేటివ్ జీనియస్...గవర్నింగ్...అడుగుమీద అడుగు వేసుకుంటూ గవర్నమెంటు రథాన్ని తొయ్యడం."

బేరర్ ప్లేట్లు తెచ్చి పెట్టేడు.

చకచక తినడం మొదలు పెట్టేడు.

నైథానీ, రెండో అతనూ మాట్లాడుకుంటూ శేషూ ప్లేన్ దగ్గరికి వెళ్తున్నారు....కటక్ డాక్ బంగళాలో అనుకోకుండా కలిశాం యిలాగే. పక్క గదిలోనే దిగేడు కలకత్తా నుంచి పూరీ బిజినెస్ మీద వెళ్తూ. వరండాలో చీకటి పడుతూంటే పైని నగర దీపాలు మెల్లమెల్లగా వెలుగుతుంటే, కలుసుకున్న రెండు నిముషాల తరువాతే 'ఆల్బర్ట్ కామూ చదివేవా' అని అడిగి, ఆత్మహత్య గురించి కామూ, షోపెన్ హవర్ అభిప్రాయాలు నాతో కోపంగా చెప్పి...బిజినెస్‌లోని సోల్‌ని పరీక్షిస్తున్నానని అన్నాడు. తరువాత, "బనారస్‌లో అమరానందంతో కలిసి హఠయోగం చేసేవాడిని తెలుసా. గట్టర్ స్నైప్....ఉన్న తల చెడిపోయింది. వాడు ఎక్స్‌పర్టు. కాని, వాడి ముఖం

కుక్కలు పీకిన ఎముకలాగుండేది. రోత పుట్టుకొచ్చి మానేశాను. కాని, వాడి ప్రభావం యింకా పోలేదు. సాయంకాలం నా నోట్లో వేదాంతం పువ్వు పూస్తుంది. మరచిపో...."

తెల్లవారు జామున నేను బాలసోర్ పోవాలి. స్టేషన్‌కి నడిచేం యిద్దరమూ.

"నేను ఏకాకిని. తల్లిలేదు. తండ్రి జైల్లో లైఫ్‌టెర్మ్. నా మీద దయవుంచు. మరచిపోకు" అన్నాడు రైలు కదలబోతూ ఉంటే.

నవ్వేను.

"నవ్వకు. నిజం. నా చిన్నప్పుడే ఒక మెత్తని కల....పచ్చటి కల కరిగిపోయి అంతమయి పోయింది. అప్పటినుంచీ నా జీవితం ఒక పీడ కలగా మారింది."

రైలు కదలిపోతుంటే, కుడిచేతి ఉంగరం వేలూ, చూపుడు వేలూ విప్పి 'వి' - సైన్ చేశాడు పగలబడి నవ్వుతూ....

ప్లేట్లు పక్కకి నెట్టి అన్నాడు: "ఇంకా ఎన్నాళ్ళో ఉండడం కష్టం పని అయిపోగానే గేటు దాటేయడమే. కాని పని ఏమిటో. అది ఎప్పుడు అయిపోతుందో ఎలా తెలుసుకోవడం?"

కొంచెం సేపు ఆగి, ఫోర్క్ తీసి టేబుల్ మీద గుచ్చుతూ.

"కడుపు నిండితే యిలాంటి ప్రశ్నలే వస్తాయి. బర్మాషెల్ వదిలి మూడు నెలలు పార్క్ బెంచ్ జీవితం కలకత్తాలో గొప్పగా ఉండేది. ఒకటే ప్రశ్న. రేపటి ఖానా ఎలా వస్తుంది? ఆఖరికి పట్నాయక్‌ని ఖూనీ చేస్తానని బెదిరించి పాత రికార్డు అంతా మాపు చేయించి, వాడి సిఫారస్‌తోనే ఈ ప్రైవేట్ ఏర్‌లైన్స్‌లో చేరేను. నా వయస్సు తెలుసుకదూ. ముప్పయి తొమ్మిది. అయితే ఫిజికల్‌గా 'ఏ' క్లాస్ ఫిట్‌నెస్. పాత 'సీ' లైసెన్స్ పనికొచ్చింది. నీపనిలో వర్రీ? కిడ్నీ జబ్బులు? కళ్ళకింద నల్లటి చక్రాలు."

శేషూని చూస్తుంటే, ఏదో టానిక్‌కి ఎడ్వర్‌టైజ్‌మెంట్‌లాగ ఉన్నాడు. దేహం అంతటిలోంచీ ఆరోగ్యం కొట్టొచ్చినట్టు కనిపిస్తూంది. రోమన్ ముక్కూ, గ్రీషియన్ నుదురూ, ఇరానీ కళ్ళు....తెలుగువాడి తెలివైన వాడి చూపూ....అవధులు లేని అందం.

నైథానీ వచ్చాడు తలుపు తోసుకుని. సెల్యూట్ చేసి కుర్చీ లాక్కుని కూర్చోబోతూంటే, -

"కూర్చోకు, కూర్చోమనకముందే. నిలబడే మాట్లాడు. ఏం కావాలి?" అన్నాడు శేషూ.

పాము కుట్టినట్లు కుర్చీ వదిలి, నిటారుగా నిలబడి నైథానీ "ఇంగో గంటలో బాగయిపోతుంది. మేజర్ డామేజ్ ఏమీ అవలేదు." అన్నాడు. ఏదో పుస్తకంలోంచి చదువుతున్నట్లు మాటలు. కోపం, అసూయ, అసహాయత్వం.

“సరే వెళ్ళు. తొమ్మిది గంటలకి ‘టేకాఫ్’. కేరీ ఆన్.”

నైథానీ బొంగరం లాగ వెనక్కి తిరిగి తల వంచుకుని పైకి పోయాడు.....కటక్ డాక్ బంగాళాలో శేషూ అన్న మాటలు కొన్ని జ్ఞాపకం వచ్చాయి. “నువ్వేమేనా అను. అన్నిటికంటె ముఖ్యమైన ఫిలసాఫికల్ ప్రాబ్లమ్ ఆత్మహత్య. కాలం, ఖర్మ ఏర్పరచిన జీవిత పరిమితుల్ని ఒక్క దుముకుతో దాటేయాలి. తలుచుకున్నప్పుడు చావు - మనకే ఉంది. ఎవరో, ఏ జబ్బో, ఏ క్రిములో చంపేముందే దర్జాగా మనమే మనల్ని చంపుకోవాలి. బాత్‌టబ్‌లో వేడినీళ్ళు నింపి అందులో పడుకుని రిస్ట్ దగ్గర బ్లేడ్‌తో కోసుకుంటే గంటలో తియ్యగా చావు. కాని, నాకలా యిష్టం లేదు. స్కై స్క్రేపర్ పదమూడో అంతస్తు మీదినుంచి పేవ్‌మెంట్ మీదకి ఆర్క్‌లాగ దుమికి రక్తం కక్కుకుని చావాలి....”

బేరర్ కాఫీ తెచ్చాడు. పాట్‌లోంచి లిక్కర్ కప్పుల్లో పోసి పాలూ, చీనీ వేసి కలిపి శేషూ వేపొకటి జరిపి నేనొకటి దగ్గరగా లాగి సిప్ చెయ్యడం మొదలుపెట్టేను.

పోస్టర్ ఏర్‌మైల్ వాన్ జోరుగా దూరంనుంచి వస్తూంది.

రెండు గెద్దలు కిందికీ, మీదికీ చక్కర్లు కొట్టున్నాయి.

ఏర్‌పోర్టు అంతా అలికిడి లేక నిశ్శబ్దంగా వుంది.

“శేషూ, నీ బ్రేక్ ఫ్లూయిడ్ సంగతి ఏమిటయింది?”

ఉప్పెనగా నవ్వు. “జ్ఞాపకం ఉందా యింకా? ఆవిరయి పోయింది అలాగే. నరహరి చెట్టియార్‌కి ముప్పయి వేల నష్టం మిగిలించి వచ్చేశాను మెడ్రాస్ నుంచి.”

ఎక్సెల్షియర్ కెమికల్స్ అని ఒకటి నరహరి చెట్టియార్ చేత మొదలు పెట్టించి, తనేదో స్పెషల్‌గా తయారుచేసిన హైడ్రాలిక్ బ్రేక్ ఫ్లూయిడ్ అతన్ని కోటీశ్వరుణ్ణి చేస్తుందని నమ్మించి....

ఆవిరి చేశాడన్న మాట.

ఎక్కడ, ఎలా, ఏ పరిస్థితుల్లో, ఎవరితో పరిచయం చేసుకుంటాడో అతనికే తెలియాలి. రైళ్ళల్లో రెండు నిముషాల్లో ఇతరులచేత దీర్ఘమైన ఆత్మకథలు చెప్పిస్తాడు. ఆత్మబంధువుల దగ్గర కూడా నిర్భయంగా అబద్ధాల అల్లిక చేస్తాడు.

నైథానీ వస్తున్నాడు. చాలా కృంగిపోయినట్లుగా ఉన్నాడు. శేషూతో ఉన్నవాళ్ళకి భయంకరమైన డిప్రెషన్ వస్తుంది. లేకపోతే మేఘాల్లో హమేషా విహరింపజేస్తాడు. మధ్య రకంగా, సహజంగా ఉండదు. నైథానీ దురదృష్టవంతుడు.

“శేషూ మళ్ళీ ఎప్పుడు కనిపిస్తావో. రొటీన్ జీవితంలో తుఫాను లాగో, టైడల్‌వేవ్ లాగో వస్తావు. నాతో వచ్చి రెండు రోజులుండగలవా” అని అడిగేను.

అరనిముషం ఆలోచించాడు. ఆలోచించాడా?

"ఉండలేను. ఉండనని తెలుసు నీకు. ఇలాంటి సిల్లీ ప్రశ్నలెప్పుడూ అడగలేదు నువ్వు."

నైథానీ వచ్చేడు లోపలకు సెల్యూట్ చేసి, "మీ రొచ్చి చెక్ చెయ్యండి. అంతా ఒ.కే. అనుకుంటాను" అన్నాడు.

శేషూ లేచాడు.

బేరర్‌కి డబ్బు యిచ్చేసి బయటకు వచ్చేం.

తొమ్మిది గంటలవుతున్నా ఎండలేతగా, కొత్తగా ఉంది. ఉత్తరాన్ని మాత్రం దట్టంగా నల్లగా మేఘాలు సుళ్లు తిరుగుతున్నాయి. శేషూ ఏరోడ్రోమ్ ఆఫీసర్ గదిలోకి వెళ్ళి ఏదో మాట్లాడి, సంతకాలుచేసి తిరిగి వచ్చేడు. ముగ్గురం ప్లేన్ దగ్గరికి వెళ్ళేము.

ఫార్మాలిటీస్ అలవాటయిపోయిన నేను ఉండబట్టలేక "సుశీలని చూడలేదు నువ్వు. ఎంతో 'యిద'వుతుంది" అన్నాను.

"ఎవరా బిచ్? నీ భార్యా?" అని నా తలమీద అరచేత్తో గట్టిగా కొట్టి లోపలకు వెళ్ళిపోయాడు. కాక్‌పిట్‌లో కూర్చుని, రెండు ఎంజిన్లూ ఒకదాని తరువాత ఒకటి స్టార్ట్ చేశాడు.

ముందుకు వంగి, విక్టరీ సైన్‌చేసి, నవ్వి నాలికపైకి పెట్టి వెక్కిరించి, మెల్లగా టేకాఫ్ పాయింట్ దగ్గరికి తీసుకుపోయాడు ప్లేన్‌ని. ప్రచండవేగంతో టార్మాక్ మీద చివరదాకా పోయి, పైకి లేచి పోయింది. దూకుడుగా పైకి దరిదాపు నిలువుగా లేస్తూపోయి ఉత్తరాన్ని ఆవరించిన నల్లటి మేఘాల్లోకి దూసుకుంటూ పోయాడు శేషూ.

నీరెండలో మేఘాల నీడ పడడం మొదలు పెట్టింది: దూరాన పైని వురుములు.

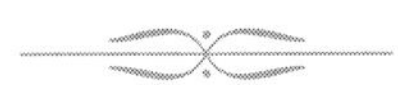

# సుబ్బారాయుడి రహస్య జీవితం

సుబ్బారాయుడు కూరలసంచి చేతిలో వేళ్ళాడిస్తూ, మార్కెట్టులో పడ్డాడు. జేబులో ఇరవై ఆరు నయాపైసలు. నోటిలో బీడికంటే కొంచెం - చాలా కొంచెం - ఎక్కువ ఖరీదయిన సిగరెట్టు. నలిగిన పైజమా, పిట్టలు పీకినట్లు క్రాపు. దుకాణాల నిండా కమలాలు, నారింజపండ్లు, ద్రాక్ష. కాలిఫోర్నియాలో ఎంతంత, ఎంత పెద్ద, ఎంత ఎక్కువగా ఉంటాయో ఈ పళ్ళన్నీ అనుకున్నాడు. కాలిఫోర్నియాలో, వెనిజ్యులాలో, ఫ్లోరిడాలో, కాశ్మీర్‌లో.... కాశ్మీరులో....నీలి ఆకాశంలోని దూది మేఘాల నీడలు సరస్సులో ప్రతిఫలిస్తుంటే 'షికారీ' మీద పాషాలాగా కూర్చుని హుక్కా పీలుస్తూ....నరసమ్మని అర్ధనిమీలిత నేత్రాలతో చూస్తున్నాడు. నరసమ్మేనా? సిల్హెట్ నారింజ రంగులో నవనవలాడిపోతూ, ఔరంగబాద్ హిమ్రూ చీరలో మెరిసిపోతూ, ప్రేమ కళ్ళ లోంచి వొలికిపోతూంటే....

“ఏటలాగ తన్నుకుపోతున్నావ్, కళ్ళునేవేటి” మామిడి పళ్ళ అమ్మి, గదమాయింపు తోటి, కాశ్మీర్ నుంచి కురపాం మార్కెట్‌లోకి పడ్డాడు సుబ్బారాయుడు.

“బీరకాయలు వీసెంతేమిటి?”

“పావలా, బాబూ”

“బేడ కివ్వవ్?”

“ఏవూరేటి బాబు మీది?”

“ఈ వూరేగాని, మూణ్ణాల కిస్తావా?”

“ఈ వూరయితే అలగడుగుతారా. బజారంతా అయిదణాళ కమ్ముతుంటే.”

మూడణాలకి తగ్గించాలి. బీరకాయలు బాగున్నాయి. బీరకాయలు నాకు ఇష్టం. మూడణాలు బీరకాయలు వీసె. బేరమాడాలి....ఇంకా బేరమాడాలి...బేర మాడాలి. బేరం...

చుట్టూ, 'మావో' ఫొటోలు గోడలమీద. ఎదురుగా పచ్చటి జున్ను లాగ 'చౌ' ముఖం. తొందర తొందరగా మాట్లాడే ముఖం. ఇంటర్ప్రెటర్ వాంఛూ కాషస్‌గా అంత త్వరగానూ తర్జుమా చేస్తున్నాడు ఇంగ్లీషులోనికి. తన పేరు అక్కడక్కడ దొర్లుతూంది. యువర్ ఎక్సలెన్సీ 'సుబ్రుడూ' అని ....నవ్వుకున్నాడు. మైదానంలాటి టేబిల్ మీద పరచిన మేప్‌లో 'ఢోలా' వైపు దీక్షగా చూశాడు..... "యుగయుగాలనుంచి తరతరాల నుంచి ఢోలా భారతీయుల వశంలో వుంది. క్రీ.శ. 1234లో మీ చైనా దేశీయుడు ఫాన్‌యు కింద సర్వే చేసినపుడు ఢోలా భారతదేశంలో ఉన్నట్లు చూపించారు. మా డాక్యుమెంటు నం. 164956/సి చూడండి"...వెనక నుంచి నమ్రత ఉట్టిపడుతూ సెక్రటరీ ఆ కాగితాన్ని తనకి అందించారు. మెల్లగా మెత్తగా ఆబ్జెక్టివ్‌గా చదువుతున్నాడు. 'చౌ' ముఖంలో మార్పు, ఆవేదన. తను చదువుకు పోతున్నాడు తన స్టాఫ్ 'చౌ' ముఖం వేపు ఏంక్షస్‌గా చూస్తూ, చూస్తూ....సెక్రటరీ మెల్లగా అన్నాడు, చెవిలో...."ఢోలా ఇంక మనదే!" చౌ ముఖం పూర్తిగా చెడిపోయిన జున్నులాగ మారిపోయింది.

వెనకని విస్పర్స్. సుబ్బారాయుడు లేకపోతే, ఢోలా మనచేతి లోంచి పోయేది....ఎంత బాగా బేరమాడారు. స్టాఫర్డ్ క్రిప్స్, తరువాత ఈయనే. ఢోలా చేతిలోంచి పోయేదే...పోయేదే...పోయేదే....

"అలా సంచి నేల మీదికి ఒగ్గేస్తారేటి. తిన్నగెట్టండి" సంచీలో పోయించేసుకొని మార్కెట్ బయటకు వచ్చేసాడు సుబ్బారాయుడు. ఆఖరి సిగరెట్టు జేబులోంచి పైకి తీశాడు. నలిగిపోయి వుంది. అగ్గిపెట్టె లేదు. బంకు దగ్గర కెళ్ళి చాంతాడు నిప్పుతో అంటించాడు. దమ్ము లాగాడు. దగ్గు. గట్టిగా దమ్ము లాగాడు. గట్టిగా దగ్గు. మెయిన్‌రోడ్ మీద పడ్డాడు. రెండు పక్కలా నిండుగా, గర్వంగా రంగు రంగులుగా షాపులు. శెట్టి షాపు పక్కన సింధీ దుకాణ్. దాని పక్కన బంగారం. బంగారాన్ని అంటి పెట్టుకొని జోళ్ళు. జోళ్ల వాసనకొట్టూ పక్కన కిల్లీలు. కిళ్ళీలకు కొంచెం వెనకన ఫొటోగ్రాఫర్. ఫొటోగ్రాఫర్‌కి ఎదురుగా చింతపండు, ఉల్లి పాయలు. వాటి పక్కన కాంపిటీషన్‌గా ఉల్లిపాయ పొరల్లాంటి చీరలు వేళ్ళాడగట్టిన షాపు. షాపులో నల్లగా డబ్బుగా ప్రొప్రయిటరు.

పక్కనుంచి జోరుగా ఏంబులెన్స్ దూసుకుపోయింది. కె.జి.హెచ్.కి మోసేస్తున్నారు. ఎవరినో? ఏం జబ్బో...ఎంత సీరియస్ కేసో....ఎంత డేంజరో....ఎవరు చూస్తారో...ఎంత డేంజరో....ఎంత.....ఎంత....

స్ఫటికలాగ తెల్లగా, ప్యూర్‌గా.....తళతళ మెరుస్తూ కత్తులూ, సిస్టర్సూ, యిన్‌స్ట్రుమెంట్స్....శవం లాగ బల్లమీద పేషెంట్ పడుకున్నాడు - క్లోరోఫారం మత్తులో ఎనేస్థెటిస్ట్ వాచ్ చూచుకుంటున్నాడు. "ఇంకొక నిమిషంలో మీరు మొదలు పెట్టొచ్చు, డాక్టర్" అన్నాడు. డాక్టర్ సుబ్బారాయుడు మాస్క్ తగిలించుకొని, తయారు చేసిన చర్మం మీద కత్తితో మార్కు చేశాడు. చుట్టూ అరడజను ముఖాల్లో ఆత్రుత, ఎడ్మిరేషన్.

"లింట్, ప్లీజ్?"

చేతిలో లింట్

"కాటన్...."

చేతిలో కాటన్

"టూర్నికీ కొంచెం గట్టిగా కట్టు"

రక్తస్రావం ఆగింది.

సెకండ్లు భారంగా ఒకదాన్నొకటి తరుముకుంటూ, పరుగెడుతూ, భారంగా....

ఎనేస్థెటిస్ట్ కళ్ళలో ఆశ....మెల్లిగా నిట్టూర్పు.

మెషీన్‌లా పనిచేస్తుంది థియేటర్ నర్స్....

'డైవాల్వ్యులర్ గంగ్రైటిస్'....ప్రాణాపాయం. ఎక్కడో ఎవరో చేయగలరు. ఈ ఆపరేషన్ బ్రెజిల్‌లో డాక్టరు పడీర్‌గాస్మో చేశాడు 1954లో. తరువాత ఇక్కడ ఈ మారుమూల ఆంధ్రప్రదేశ్‌లో సుబ్బారాయుడే. తనే.

చమట. గ్లోవ్స్ రక్తమయం. చమట. బొట్లు. చమట బొట్లు, బొట్లు....బొట్లు. చప్టాలాంటి నుదురు మీద చమట బొ.....ట్లు.....

చొక్కా పైకెత్తి అంచుతో ముఖం తుడుచుకున్నాడు. కంపు. మట్టి చొక్కా కంపు; మట్టి ముఖంమీద. సైకిల్‌షాపులో చక్రభ్రమణం. గుండయ్యారు హోటల్లో దోసెల కరకరలు. పైని సుఖంగా ఎర్రగా కిల్లీలు నములుతున్న నోళ్ళు. గుడిలో గంటలు. క్లోదియర్స్, డ్రేపర్స్....రేడియో, డీక్రాన్ ఫెరఫెరలు. ఎండ, శత్రువులా ఎండ. వీశె బీరకాయలు రెండు మణుగుల భారంతో గూడ పీకేస్తున్నాయి. పాత నేమ్‌ప్లేట్ పీకేసి ఇత్తడిది కొట్టిస్తున్నారు వకీలు విశ్వనాధం. బి.ఏ. బి.ఎల్. ఏటవాలుగా ఆర్టిస్టిక్‌గా అక్షరాలు. ఇన్, ఔట్. ఔట్, ఇన్, ఔట్. వకీలు విశ్వనాధం.... ంధనాశ్వవి ....శ్వవిధనాం ....ంనావిశ్వధ.....

కోర్టులో నిశ్శబ్దం. ఫేన్ గిరగిర. 'సదరు ముద్దాయి అదే రాత్రి పదకొండు పదినిమిషాలకు అనగా - నేరం జరిగిన సమయానికి - విజయనగరంలో విభాషిణి

ఉరఫ్ డైమాన్‌రాణి ఇంట్లో అనగా నేరం జరిగిన స్థలానికి నలభయి తొమ్మిది మైళ్ళ దూరంలో వున్నాడని నిరూపించటానికి కావలసిన సాక్ష్యం ఇచ్చుటకు ఈ సాక్షిని బోనెక్కించడ మైనది'

నిశ్శబ్దం బద్దలయి ఆశ్చర్యం ఆవరించింది. హా....హా.....జడ్జి నోరు రెండంగుళాలు తెరుచుకొని, చేతిలోని కలం నోట్లోకి ఆశ్చర్యార్థకంగా వెళ్ళింది. కోర్టులో గుసగుసలు. ప్లీడరు సుబ్బారాయుడుగారి చేతిలో కేసు పడితే మరి తిరుగులేదు ...ఉరికంబం మీద వున్నా, మర్నాడే ఇంటికెళ్ళి రొయ్యల కూర తినవొచ్చని ఆశ పడొచ్చు...హా....హా...ఓహో. నల్లగౌను, తెల్ల టై...సిడ్నీ కార్టన్‌లా లా...పెర్రీ మేసన్‌లా...

"ఇనిపించిందటయ్యా. రోడ్డు మద్దిని నడకేటి. సెవులో ఏ టెట్టు కున్నావ్"....రిక్షా బెల్....రిక్షా వాడి కేకలు....

ధడాలున, గభాలున లెంపకాయ కొట్టినట్టు చినుకులు, వాన, గబగబ. ఎండ విరిగింది. సుబ్బారాయుడు పక్కనున్న సత్రంలోకి దౌడు తీశాడు. అప్పటికే తడిశాడు. తడిసిన మల్లుషర్టు ఎముకల్ని పైకి తోస్తూంది. సంచి కింద పెట్టి నిలబడ్డాడు. చెయ్యి నొప్పి. చినుకులు నేలమీద పడి పటాకీలలాగా పేలుతున్నాయి. సిగరెట్ తడిసిపోయింది. ఇంకోటి లేదు. నల్లటి పెదిమలు పచ్చటి వేలితో మెల్లగా రాసుకోవడం మొదలుపెట్టాడు. ఎదురుగా పెద్ద బోర్డు మీద 'నేడే మన సైన్యంలో చేరండి. జవాన్ తుపాకి పట్టుకొని నిలబడున్నాడు. నేడే సైన్యంలో చేరండి.... హిమాలయాల్ని....హిమాల........'

ఎముకలు కొరికి తినే చలి....ఎదురుగా దూరంగా చిన్న చిన్న పొదలు. టెంట్‌లో నేఫా మేప్ వైపు దీక్షగా చూస్తూ, కేన్‌తో మార్కుచేస్తూ, బ్రిగడియర్ మిగతా ఆఫీసర్స్‌కి వెర్బల్ ఆర్డర్ ఇస్తున్నాడు.

బ్రిగడియర్ సుబ్బారాయుడి ముఖంలో శిలాకాఠిన్యం. కాకలు తిరిగిన యోధుని శరీరం. ఆరడుగుల దేహాన్ని విల్లులాగ వంచి దీక్షగా మేప్‌లోకి చూస్తున్నాడు. "కేప్టెన్ ఘన్‌శ్యామ్ 17-00 గంటలకి తన ప్లెటూన్‌ని 051604 దగ్గరికి తీసుకువెళ్తాడు. రూట్ ఫలానా ఫలానా. శత్రువులు 051606 దగ్గర వున్నారు. కంపెనీ స్ట్రెంగ్త్ కెప్టెన్ ఉప్రీతి ఎనీ్వ క్వశ్చన్? దెన్ ఐ విల్ ఆస్కుయు"....పదిహేను నిముషాల్లో ఆర్డరు పూర్తయింది. టైమ్ అందరి వాచీల్లో ఠీక్‌గా కలిపాడు బ్రిగడియర్ సుబ్బారాయుడు. 'బాయ్స్ లెట్సు హేవ్ ఎ కపుల్ ఆఫ్ టాట్స్ ఆఫ్ రమ్' అని రమ్ బాటిల్ తీశాడు. ఎర్రగా మెరుస్తూ రమ్. గ్లాసులో ....ఎర్రగా మెరుస్తూ.......ఎర్రగా.

ముఖం మీద కొట్టింది వాన వెలిసిపోయినట్టు. నం. 10 బస్ ఘీంకరిస్తూ, బురద చిమ్ముకుంటు వెళ్ళిపోయింది. సుబ్బారాయుడు సంచి పట్టుకొని రోడ్డుమీద కొచ్చాడు. ఇస్త్రీ బట్టలాగ కొత్తగా ఎండ. నేల మీద తడి, బురద. చెప్పుల టపటపలు. పైజమా వెనక అంతా బురద మార్కులు. రోడ్‌మీద రష్. నల్లగా ఎవడో కండలవాడు తోశాడు సుబ్బారాయుణ్ణి. వాడికి తొందర. సుబ్బారాయుడికి తొందరలేదు. తోపుకి పోయి కూరగాయలతోసహా సంచి నేలమీద పడింది. సంచికి బురద. 'సారీ' అన్నాడు నల్లటి కండల మనిషి నవ్వుతూ. 'పరవా' లేదన్నాడు సుబ్బారాయుడు సిగ్గుగా నవ్వుతూ, బురదలో పడిన సంచి వైపు చూస్తూ.

ఇల్లదిగో. ఇల్లంటే ఒకటే ఒక గది. రోడ్డు మీదకే గుమ్మం. గుమ్మం ముందు నుంచే నల్లగా కుళ్ళుగా కాలవ - మునిసిపాలిటీ వాళ్ళది. నది దాటినట్లు దాటి సుబ్బారాయుడు ఇంట్లో అడుగు పెట్టాడు. నరసమ్మ వచ్చింది వంట కార్నర్ చీకటిలోంచి. బీరకాయలు నేల మీదికి వొంపేడు. నరసమ్మ కూర్చుని చూసింది నేలమీద బీరకాయల్ని. "పుచ్చులు, ఎండువీ చచ్చినవీ...మీ కెవర్తో ఎంచి ఎంచి అంటగట్టింది. కాస్త కళ్ళు పెట్టుకొని చూడక్కర్లా. కాలవలో పారవేయడం నయం" అంది నరసమ్మ బెడ్ కార్నర్ వైపు వెళ్ళిపోతూ....

"శివా, లార్డ్, భగవాన్, క్రైస్ట్".....గోడకి హతాశుడై, అనుకున్నాడు. గోడకి ఆనుకుని, చేతులు జాపి చేతులు జాపి....

....గోల్గోథా....కాల్వరీ....దయతో కలిసిన బాధ. అరచేతులు రక్తం చిమ్ము తున్నాయి. తలమీద ముళ్ళ కిరీటం. జాలిగా ప్రజల వైపు చూస్తూ.... "భగవాన్ వీరిని క్షమించు. వీళ్లేమిచేస్తున్నారో వీళ్ళకి తెలియదు." తన కిటూ అటూ దొంగలు, నేరస్తులూ....ఎలీ, ఎలీ. లా మా సబఖ్థానీ... నేరస్తుల్లాగ సిగ్గుతో, భయంగా నేల మీద బీరకాయలు.

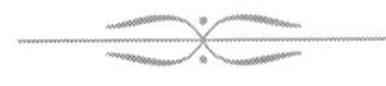

* ఈ కథ జేమ్స్ థర్బర్‌కి అనుకరణ

# కేసరివలె కీడు

మోహన్‌రెడ్డి క్లబ్ హౌస్ వరండాలోకి వచ్చి నిలబడ్డాడు. లోపల మిస్ కపూర్ అల్లరి ఎక్కువయిపోయింది. మిస్ కపూర్ 'వేడి' మాటలు తట్టుకోలేకపోయాడు మోహన్‌రెడ్డి.

సిగరెట్ తీసి కసిగా వెలిగించాడు.

టెన్నిస్ కోర్టులో సింగిల్స్ ఆడుతున్నారు వధ్వానీ, కేశవరావు. వధ్వానీది పవర్ టెన్నిస్. కేశవరావుది క్లబ్ టెన్నిస్-హాఫ్ వాలీలూ, జాగ్రత్తగా, తెలివిగా, సున్నితంగా డ్రాప్‌షాట్లు. స్పిన్ సర్వీస్. వధ్వానీ పొట్టిగా, లావుగా, కుదించిన పీపాలాగ. కేశవరావు పొడుగ్గా, కేబుల్‌వైర్ లాగ. ఇద్దరికీ టెన్నిస్ ఒక పేషన్.

మోహన్‌రెడ్డి వాచీ చూసుకున్నాడు. ఈ పాటికి మెసేజ్ వచ్చి ఉండాలి. నాలుగున్నరకి ఏ సంగతీ ఫోన్ చేస్తానని కర్నల్ చెప్పాడు శనివారం మధ్యాహ్నం, నవ్వుతూ సాగనంపుతూ. కర్నల్ సెబాస్టియన్‌కి తన క్రింది ఆఫీసర్లు పిల్లలకింద లెక్క. వాళ్ళకి వీకెండ్ కావాలి. వాళ్ళకి క్లబ్బుల్లో స్లీవ్‌లెస్ బ్లౌజుల్లో ఉన్న అమ్మాయిలతో సోఫాలమీద కూచుని మాట్లాడ్డం యిష్టం. తనకి వీకెండ్స్‌లో మాగజైన్లూ, న్యూస్ పేపర్లూ, పీటర్ ఛేనీ నావల్సూ చాలు. వాళ్ళకి టర్టిల్‌నెక్ స్వెట్టర్లూ, ఉక్కురంగు ట్రౌజర్లూ, అద్దంలా మెరిసే జోళ్ళూ కావాలి. తను పాత డ్రెస్సింగ్ గౌన్ వేసుకుని, పైప్‌నిండా పొగాకు దట్టించి, కాళ్ళు జాపుకుని చదువుతూ వీకెండ్స్ గడిపేస్తాడు.

అయిదున్నర అయింది టైమ్. ఇంకా ఏ మెసేజీ రాలేదు. రెడ్డి వరండా మెట్లు దిగి కంకర బాటమీద మెల్లగా నడిచి కాంపౌండ్ గేట్ దాకా వెళ్ళాడు. మూసిఉన్న గేటుమీద చేతులు ఆనించి నిలబడ్డాడు, రోడ్డు వేపు చూస్తూ.

ముగ్గురు బెంగాలీ కుఱ్ఱాళ్ళు ఫుట్‌బాల్ తన్నుకుంటూ పరుగెత్తారు, సిమెంట్ రోడ్డుమీద. బీహార్ మిలిటరీ పోలీస్ ట్రక్ మెల్లగా, బరువుగా పోతూంది. లోపల పెద్ద డ్రమ్ములు, గన్ బాక్సులు: కాళ్ళు జాపుకుని కొందరూ, టోపీలు ముఖంమీద కప్పుకుని పడుకున్న వాళ్ళు కొందరూ, పాములా జారిపోతూన్న సిమెంట్ రోడ్డుని కళ్ళు ఆర్పకుండా పరధ్యాన్నంగా చూస్తూన్నవాళ్ళూ. విక్టోరియా హాస్పిటల్ నర్సులు మెల్లగా క్వార్టర్స్‌వేపు నడుస్తున్నారు. చేతిలో కానుగ పువ్వులు ఎఱ్ఱటి గుత్తిగా పట్టుకుని, పక్కగా, ధూళిలో, చిన్నగా పాడుకుంటూ పోతోంది ఒక పాప - ఎనిమిదేళ్ళది. రెండో నంబరు బస్ రోడ్డు చివర ఆగి, దింపి, ఎక్కించి, మళ్ళీ కదిలింది. వెఱ్ఱిగా పూసిన ఎఱ్ఱటి పువ్వులు సాయంకాలం నీరెండలో, అటూ యిటూ రోడ్డుకి.

మోహన్‌రెడ్డి గేటు తోసుకుని పైకి వచ్చి హాస్పిటల్‌వైపు నడిచాడు. టి.బి.క్లినిక్‌లో దగ్గులు. ఎక్స్‌రే డిపార్ట్‌మెంట్ మూసిఉంది. వరండాలో ఒక వార్డుబాయ్ గోళ్ళలోని మట్టి అగ్గిపుల్లతో తీసుకుంటున్నాడు. కాంపౌండులోకి ప్రవేశించాడు మోహన్‌రెడ్డి. తెల్లగా ఏంబ్యులెన్స్‌కార్లు జాలిగా నిలబడి ఉన్నాయి. ఎమర్జెన్సీ రూమ్‌లో డాక్టర్లు ఖంగారుగా తిరుగుతున్నారు.

వర్షం దబదబ పడ్డం మొదలు పెట్టింది. నీరెండ ఎక్కడికి పోయింది? ఆకాశపుటంచుల్లో, పొలిమేరల్లో పొంచిఉన్న మేఘాలు సింహంలాగ వచ్చి పడ్డాయి, పచ్చటి చెట్లమీద ఎఱ్ఱగా విరిసిన పువ్వుల మీద : న్యూమోనియా ఊపిరితిత్తులలాగ తడిసి, అసహ్యంగా ఉన్న గోడలు ఎండుతూ ఆరోగ్యపు తెల్లదనం కోలుకుంటున్న వేళ. వెదుళ్ళతో కట్టిన యిళ్ళు తడిసి ఉన్నాయి. తడిసిన కాకులు ముద్దయిపోయిన రెక్కలు ఆరబెట్టుకుంటున్నాయి. కాని, వెనుకనుంచి, ఒఖ్ఖసారిగా మళ్ళీ దుమికింది వర్షం.

మోహన్‌రెడ్డి వార్డులు దాటుకుంటూ వెళ్ళాడు. వరండాలు అన్నీ తడిసి ఉన్నాయి. వార్డులోకి వెళ్ళాడు. గుప్పున ఫినైల్, ఏన్టీసెప్టిక్ లోషన్ల వాసనలు చుట్టుముట్టాయి. టేక్ బహదూర్ బ్లాంకెట్ కప్పుకుని గోడవైపు చూస్తూ పడుకుని ఉన్నాడు. జోళ్ళ చప్పుడు విని కళ్లు తిప్పాడు. మోహన్ రెడ్డి వేపు. నేపాలీ కళ్ళు మెరుస్తున్న చిన్నగుండీల్లాగ ఉన్నాయి. కుడిచెయ్యి బ్లాంకెట్ చీకట్లలోంచి పైకి తీశాడు. పచ్చగా, బలంగా, వెడల్పుగా చెయ్యి. పచ్చబొట్లు. తన పేరు నేపాలీలో. ఒక చక్రం. చక్రం మధ్యలో ఏదో రాసి ఉంది.

చెయ్యి పట్టుకుని, నవ్వుతూ, "చీరప్, టేక్ బహదూర్" అన్నాడు.

"ఇంకా ఎన్ని రోజులుండాలి సాబ్"

"ఇక్కడ బాగుంది టేక్ బహదూర్, అక్కడ ఎలా ఉందో తెలుసుగా యిప్పుడు. ఏ నిమిషమైనా-"

"ఇక్కడేమీ బాగాలేదు. ఆ లుచ్ఛాల్ని-"

మోహన్‌రెడ్డి మళ్ళీ టేక్ బహదూర్ చెయ్యి పట్టుకుని "ఛీరప్. ఇక్కడ ఎవర్తో నర్స్ నీ వలలో పడుతుంది. మజా" అన్నాడు....చంపడానికి షూట్ చెయ్యి. ఉక్కురంగు తెల్లవారుజామున, లోహంలాగ గట్టిగా ఉన్న చలిలో ఖుర్కీతో పొట్టలు చీల్చు..... లోహంలాగ తయారుచేసిన దేహాలతో ఒక్కసారిగా పరుగెత్తి శత్రువుల ట్రెంచిల్లోకి దుమికి పొడు, బేయొనెట్లతో....స్విచ్ వేస్తే అరుస్తూ వెఱ్ఱిగా ఉరికే ఎంజిన్...ఎఱ్ఱిరాతి బేరక్స్‌లో జాగ్రత్తగా పోషించి, కుమ్మరి మెల్లగా మెత్తటి మట్టితో గట్టిగా ఖంగు ఖంగుమనే కుండల్ని తయారుచేసినట్లుగా....యీ లోహపు దేహాలు అంతకంటె....

రెడ్డి టేక్ బహదూర్ వేపు చూసి, నవ్వి, "మళ్ళీ శనివారం వస్తాను. అంతలో ఎవర్తినో....?" అని, బహదూర్ గుండీ కళ్ళల్లో మత్తుగా మెరుపు రావడం చూసి, మెల్లగా పైకి వచ్చాడు. వార్డు రూమ్‌లో డాక్టర్ గంగూలీ కాగితాలమీద సంతకాలు గీకు తున్నాడు తొందర తొందరగా. రెడ్డిని చూసి, కుర్చీ లోంచి సగం లేచి, "గుడ్ యీవినింగ్ కేప్టెన్ రెడ్డీ మీరింకా రాలేదేమిటి అనుకుంటున్నాను. మీ టేక్ బహదూర్‌ని చూశారా?" అన్నాడు.

రెడ్డి తల ఊపాడు.

"మీ సోల్జర్లకీ, మా సివిలియన్ పేషెంట్లకీ అదే భేదం. మావాళ్ళు కాల్లో ముల్లు గుచ్చుకుని ఏబ్సెస్ అయివస్తే ప్రాణం పోయినట్టే అరుస్తారు. బహదూర్ వళ్ళంతా జల్లెడలాగ అయిపోయింది. నొప్పి అని అనడు. అలా గోడవేపు చూస్తూ బాధపడతాడు రాత్రంతా. మార్ఫియా వద్దంటాడు" అన్నాడు గంగూలీ.

కిటికీలోంచి చూస్తే, వర్షం ఏనుగుతొండాల్లా పడుతూంది. టిన్ రేకుల మీద దబదబ బాదుతూంది. సిమెంట్ రోడ్డు మీద పటాకీలు పేలుతున్నట్లు. నేలంతా చెమ్మ. గదిలో ఓ మూలని స్టెరిలైజర్ చప్పుడు. తెల్లటి టేబుల్ క్లాత్ మీద తుప్పు మరకలు....ఎవరో ఎప్పుడో తడిసిన యినుప వస్తువు పెట్టారు. తుప్పు శాశ్వతంగా అంటుకుంది. నల్లటి కఱ్ఱ రూలర్ ఒకటి అడ్డుగా పడివుంది టేబుల్‌మీద. 'ఇక్కడ వీళ్ళకీ రూలర్ ఎందుకో' అనుకున్నాడు రెడ్డి పరధ్యాన్నంగా.

"ఎన్నాళ్ళలో డిశ్చార్జ్ చెయ్యగలరు," అడిగేడు.

"రెండు మూడు నెలలదాకా అవొచ్చు, యీ లోపల ఏమీ అవకపోతే."

మోహన్‌రెడ్డి లేచి హాండ్‌షేక్‌చేసి పైకి వేగిరంగా వచ్చాడు. చీకటిపడుతూంది. సింహంలా దుమికిన వర్షం ఆగింది. పంజాలు నాకుకుంటూ. కాలవల్లో బురద నీరు రక్తంలాగ, వడివడిగా, దూకుడుగా పారుతూంది. ఎఱ్ఱమట్టిని వర్షం బురదచేసింది. సిమెంట్ రోడ్డు మాత్రం ధిక్కరించి, శుభ్రంగా, నల్లగా, నిగనిగ లాడుతూ, తనకేమీ అవనట్లుగా....

క్లబ్‌హౌస్ వరండాలో నిలబడి, బరువైన ఎఱ్ఱటి కిటికీ కర్టెన్ మెల్లగా పక్కకి తొలిగించి, లోపలకు చూశాడు రెడ్డి. వధ్వాని, ఉప్రేతీ, మిస్ కపూర్, నాథన్ బ్రిడ్జి ఆడుతున్నారు. దూరంగా కేశవరావు ఏకాగ్రతతో డార్ట్స్ విసురుతున్నాడు, వొళ్ళంతా వంకరగా తిప్పుతూ. దీపాల చుట్టూ బ్లాకౌట్ కాయితాలు చుట్టి ఉన్నాయి. లోపలికి వెళ్ళాడు రెడ్డి.

నాథన్ పేకముక్కల పైనుంచి కళ్లెత్తి చూశాడు. ప్రశ్నార్థకంగా కనుబొమ్మలు ఎత్తాడు. రెడ్డి జవాబుగా కనుబొమ్మలు దించాడు. నాథన్ తనకి ఆ జవాబు నచ్చునట్లుగా మూతి అటూ యిటూ తిప్పాడు. నాథన్‌కి యింకో రెండు రోజులు ఉండాలని వుంది. కర్నల్‌నుంచి మెసేజ్ రాకపోతే యింకా ఉండొచ్చు. మిస్ కపూర్‌ని జీప్‌లో రుద్రసాగర్ తీసుకువెళ్ళి అక్కడ తియ్యటి కబుర్లు చెప్పొచ్చు, తోటలో గడ్డిమీద పడుకొని. ఇక్కడ వెచ్చగా బ్రిడ్జి ఆడొచ్చు. ఎప్పుడూ కరుకుగా 'మగ' వాసనలతో గడిపిన తరువాత, మెత్తగా. రంగులతో ప్రపంచానికి 'యిదిగో నా దేహం....యిదిగో దీన్ని చూడు - యిది ఎలా వుంది? యింత జాగ్రత్తగా శిక్షణ యిచ్చి కట్టుదిట్టాల్లో ఉంచాను దీన్ని, దీన్ని చూడు...' అంటున్నట్లు కనిపించే ఆడవాళ్ళు తనకి కావాలి. తన బ్రాస్ పిప్స్‌చూసి వెఱ్ఱెక్కిపోయి తన చేతుల్లోకి వేడిగా వచ్చే ఆడవాళ్ళు కావాలి. రెడ్డి ఫూల్. బ్లడీ యిన్నోసెంట్ ఫూల్.... అందుకే రెడ్డి అంటే తనకి అమితంగా ప్రేమ. రెడ్డిని యిరిటేట్ చేస్తే రెడ్డి ఒక టన్ను యిటుకల్లాగ తనమీద పడతాడు. అలా పడుతూంటే తనకి ఖుషీ.

మిస్ కపూర్ 'టూ స్పేడ్స్' అంది. ఉప్రేతీ పెదవి విరిచి 'పాస్' అన్నాడు. నాథన్ ముక్కల్ని మరొకసారి చూసి, తల ఎగరేసి 'త్రీ నోట్రంప్స్' అన్నాడు. కేశవరావు డార్ట్స్ బోర్డ్ దగ్గరగావెళ్ళి పాయింట్స్ లెఖ్ఖ పెట్టుకుని సంతోషంగా ముఖం పెట్టాడు.

రెడ్డి హాలుదాటి అవతలి గదిలోకి వెళ్ళాడు. వెచ్చటి గదిలో బిలియర్డ్స్. విస్కీ గ్లాసులు ఎడమచేతుల్లో, 'క్యూ'లు కుడిచేతుల్లో పట్టుకున్న క్రిష్ణన్, మండల్. క్రిష్ణన్ వెడల్పుగా, పొట్టిగా :రోజుకి రెండుసార్లు షేవ్ చెయ్యబడ్డ గెడ్డం. దవడ దృఢంగా, ముందుకు. మీసం నల్లగా, హేండిల్ బార్‌లాగ వంగి. తెల్లటి ట్విల్ షర్టుపై గుండీలు

రెండూ విప్పిన చోట నల్లగా రింగులు తిరిగిన జుత్తు. మండల్‌ది హై రోడ్డు క్రాపు. పెదవులు గట్టిగా, విల్లులాగ. చిన్నగా వంగి, మెరిసే ముక్కు. ఇటుచూస్తే బలమైన పెద్ద కళ్ళు. చేతుల్లో 'జాగ్రత్త.' పొడుగాటి వేళ్ళు బలంగా, సున్నితంగా 'క్యూ'ని పట్టుకుని. ఫొటోగ్రాఫర్ ఎంతో ప్రయత్నించి తనకి అన్నిటికంటె బాగా ఉంది అనిపించే కోణాన్నించి చూసినట్లు చూసి మోహన్‌రెడ్డి మనసులో స్నాప్ షాట్లలాగ తీసి జ్ఞాపకం వుంచుకుంటాడు. ఇది మండల్....అది వధ్వానీ.....అది వర్షంలో తడిసి నీళ్ళు రాలుస్తున్న కానుగచెట్టు....'ఎక్కడో జీవితంలో విఫలమయిన మగతనం యీ ఆటల్లో చూపిస్తారు బాస్టర్డ్స్,' అనుకున్నాడు రెడ్డి.

క్లబ్ సెక్రటరీ గదిలోకి వెళ్ళాడు రెడ్డి. థంగా ఫోన్‌లో మాట్లాడుతూ రెడ్డిని చూసి, ఫోన్‌ని చేతితో మూసి, 'మీకే' అన్నాడు నవ్వుతూ. రెడ్డి ఫోన్‌ని చేతిలోకి తీసుకుని వినడం మొదలుపెట్టాడు. ఫిడేలు తీగమీద రాస్తున్నట్లు మాటలు.

వీకెండ్ ముందుగానే అయిపోయిందన్నమాట. కర్నల్ విచారాన్ని ప్రకటించాడు. ఈ రాత్రే చేరుకోవాలి కేంప్‌కి. థంగా మంగోలియన్ ముఖం వేపు చూస్తూ రెడ్డి కర్నల్‌తో అన్నాడు. "నాథన్ ఏడవ్వొచ్చు....కాని నాకు ఫరవాలేదు.... ఎంతమంది లేరు....నా సంగతి తెలుసు మీకు. కాదు.... అలాంటి అసమర్థత లేదు. అది తెలుసు మీకు"...నవ్వు..."జస్ట్ లేజీనెస్...థేంక్యూ సర్...ఇంకో అరగంటలో బయలుదేరుతాం ....ఆల్‌రైట్ సర్." ఫోన్ క్రేడిల్‌లో పెట్టి థంగాతో అన్నాడు: "మళ్ళీ గొడవ మొదలు పెట్టారు యీస్ట్ పాక్ రైఫిల్స్. పోవాలి. రెండు కార్టర్ బ్రౌన్ పుస్తకాలు కావాలిట టైగర్‌కి."

లైబ్రరీ గదికి వెళ్ళారు యిద్దరూ. బీరువా తెరిచి రెండు పుస్తకాలు తీశాడు. అట్టలమీద వేడిగా బొమ్మలు ఉన్నాయి. 'సరిపోతాయి' అనుకున్నాడు రెడ్డి.

హాలులోకి వచ్చాడు. నాథన్ డమ్మీ ముక్కలు పరచి మిస్ కపూర్ ముఖాన్ని 'తాగుతున్నాడు.' మిస్ కపూర్ ఎర్రటి కింద పెదిమని పళ్ళతో నొక్కుతూ జాగ్రత్తగా చూస్తోంది పేకముక్కల్ని. నాథన్ రెడ్డి ముఖం చూసే తెలుసుకున్నాడు గడుపు అయిపోయిందని. "వెల్ వెల్. యీ వారానికి యింతే. బాక్ టు ది ట్రెంచెస్. రెడ్డీ, యీ రబ్బర్‌తో ఆఖరు"

రెడ్డి బేరర్‌ని పిలిచి సూట్‌కేసులు మేడమీంచి తీసుకురమ్మన్నాడు. కేశవరావు చదరంగపు పావుల్ని సర్ది స్టేట్స్‌మన్‌లో యిచ్చిన ప్రాబ్లమ్‌ని సాల్వ్ చేస్తున్నాడు. దగ్గరగా వెళ్ళి చూడ్డం మొదలుపెట్టాడు రెడ్డి. నల్లరాజు మధ్యని బందీ అయివున్నాడు. చుట్టూ 'పిన్స్'. నల్లగుర్రం ఏకాకిగా నల్లగడిలో. నల్లబంటు యిక్కడ ఖాళీ. తెల్లగుర్రం గర్వంగా

నల్లరాజుని అటకాయిస్తూ యిక్కడ దూరంనుంచి వికటంగా నవ్వుతూ తెల్లశకటు అక్కడ్నుంచి అడ్డుతూంది....

"మొదట, ఆ తెల్లబంటుని...." అన్నాడు మెల్లగా రెడ్డి, వేలుతో చూపిస్తూ.....

'ఉష్' అన్నాడు కేశవరావు విసుగ్గా, రెడ్డి వేలుని పక్కకి నెట్టుతూ.

బేరర్ సూట్‌కేసులు తెచ్చి వరండాలో పెట్టాడు. బ్రిడ్జ్ గ్రూప్ లేచింది.

"మళ్ళీ ఎప్పుడు?...."

"కీప్ ది ఫ్లాగ్ ఫ్లయింగ్...."

"బై బై"

నాథన్ ఎవరూ చూడకుండా మిస్ కపూర్ వైపు చూసి ఎడం కన్ను సగం మూసి తెరిచాడు.

కార్డురాయ్ పంట్లాల వెలుగునీడల మెరుపులు....జోళ్ళు కంకర మీద....జుత్తు మీద దీపం కాంతి నునుపులు. జీప్ గరాజ్‌లోంచి పైకి తీసి క్లబ్ హౌస్ వరండా దగ్గరగా తీసుకొచ్చాడు. బేరర్ సూట్‌కేసులు వెనకని పెట్టాడు. నాథన్ కూడా ఎక్కి, కూర్చుని చెయ్యి ఊపాడు అందరికీ. పులిలాగ దుమికింది జీప్, క్లబ్ వదిలీటప్పటికి.

వీధి దీపాలు లేవు. భయం భయంగా వణుకుతున్న నక్షత్రాల్లా కిటికీ సందుల్లోంచి దీపం కాంతులు బ్లాకౌట్‌ని ధిక్కరించి వస్తున్నాయి. ఊరి పొలిమేరలు దాటారు. దాటగానే రోడ్డు కొండలమీదికి పరుగెట్టింది. తల దులుపుకుంటున్నట్లు చెట్లు. జీప్ హెడ్‌లైట్లు చీకటిలో సొరంగం చేస్తూంటే అందులోంచి అతివేగంగా దూసుకుంటూ పోతూంది. గేర్లు మార్చడం, స్టీరింగ్ గట్టిగా పట్టుకుని పూర్తిగా తిప్పడం, హేర్‌పిన్ కర్వ్‌లు....

నాథన్ సిగరెట్ మీద సిగరెట్ కాలుస్తున్నాడు. లోపల వెచ్చగా పెట్రోలు వాసన. పైన రొజ్జగాలి, కొండగాలి. భాగ్‌మురా కొండమీద చదును. ఏదో క్లిష్టమైన ప్రశ్నకి జవాబులాగ టీ దుకాణం. హరికేన్ దీపం వెలుగుతూంది. నల్ల కాయితం ఒకటి చుట్టి ఉంది సగందాకా. గాలికి కదులుతూంది.

జీప్ ఆపి, యిద్దరూ బురదలోవేసిన యిటుకల మీద అడుగులు జాగ్రత్తగా వేస్తూ లోపలకు వెళ్ళారు. సీసాల్లో అక్కడే బేకరీలో తయారుచేసిన బిస్కెట్లు, కేకులు. చార్‌పాయ్ మీద మెత్తటి చాప, దాని మీద మేనేజరు. దుప్పటి కప్పుకుని కూర్చుని. హుక్కా తాగుతున్నాడు గుప్ గుప్ మని. పదేళ్ళ చిన్నారి ఒకమూల మసిబారిన టీ కెటిల్‌లో నీళ్ళు నింపుతూంది. అంచులు విరిగిన కప్పులు వరసగా బోర్లించి ఉన్నాయి టేబుల్‌మీద. గోడని ఆనుకుని ఒక బెంచీ, మధ్యని ఒక టేబుల్ చుట్టూ నాలుగు

కుర్చీలు. దుప్పటి ముసుగులోంచి కళ్ళు మెరుస్తున్నాయి. ముఖం మీద గట్టిగా లాగి పరచిన చర్మం ఎముకల్ని పైకి తోస్తూంది. దీపం వెలుగు పడి మెరుస్తూంది ఎముకలమీది చర్మం. పరాగ్గా అక్కడా అక్కడా లేచిన తెల్లటి గెడ్డం.

చిన్నారి పదేళ్ళది. ఎఱ్ఱటి నేతచీర మోకాళ్ళదాకా ఎత్తికట్టి సిసింద్రీ లాగ తిరుగుతూంది అదీ యిదీ సర్దుతూ. కాటుకరంగు జుత్తు, యిష్టం వచ్చినట్లు బాబ్ చేసుకుంది. పొడుగాటి లేత వేళ్ళు నల్లటి సీతాకోక చిలుకల్లాగ ఎగురుతున్నాయి, వస్తువుల్ని సర్దుతూంటే. సిగ్గుగా నవ్వింది చిన్నారి దేహం అంతా!

రాక్షసిబొగ్గు చిటచిటమని రగులుకొంది. చిరుత పులుల కన్నుల్లో నిప్పులాగ మెరిసింది రాక్షసిబొగ్గు. చకచకమని నీళ్ళు మరిగాయి. ఆవిరి.

అంచులు విరిగిన కప్పుల్లో టీ పోసి టేబుల్ మీద పెట్టింది చిన్నారి. చిన్నారి ముఖంమీద దెబ్బలు బాగా మానిపోయాయి. గెడ్డం మీద మచ్చ మాత్రం అరంగుళం పొడుగ్గా, ఎఱ్ఱగా మానుతూంది.

"బిస్కెట్లు కావాలా?" అంది చిన్నారి కళ్ళల్లో చేపల్ని మెదిలిస్తూ దగ్గరగా వచ్చి. గుడ్డిదీపం వెలుతురు మచ్చమీద పడింది. ఎఱ్ఱగా జెఱ్ఱి లాగ మెరిసింది....

....అటువేపు చెట్ల గుంపుల్లోంచి మెషీన్ గన్ మతిపోయినట్లు టకటక. గుళ్ళు కసిగా యిటువేపు చెట్లల్లోకి దూసుకువచ్చి పేలుతున్నాయి. రెడ్డి ముందుగానే కఠినంగా ఆర్డర్ యిచ్చాడు. గూర్ఖాల ఉద్రేకాన్ని పైకి రానివ్వడానికి వీలులేకుండా. కుడిప్రక్క ట్రెంచ్‌లో రైఫిల్ కాక్‌చేసిన శబ్దం వినిపించింది. ఆ ట్రెంచి ముందు పాతిన చెట్ల కొమ్మల్లోంచి పొడుచుకుని రైఫిలొకటి ముందుకు వెళ్ళింది. తొందర పడితే మోసం. తెలివి తక్కువగా చావడం. తలకొంచెం పైకి ఎత్తి గూర్ఖాలీలో చాకుల్లాంటి బూతులు రెండు విసిరాడు. హవిల్దార్ గురుంగ్ నవ్వు వినిపించింది. రైఫిల్ వెనక్కి లాగబడింది. రెడ్డి బైనాక్యులర్స్‌తో జాగ్రత్తగా పరిశీలించేడు అవతలి గట్టుమీద దాగిఉన్న మెషిన్‌గన్ పోస్టని. మెల్లగా హుకుం జారీ చేశాడు. ఆ హుకుం పైనుంచి కిందకి తన మెషీన్ గన్ పోస్టుదాకా వెళ్ళింది.

చిన్నారి తలమీద బుట్ట పెట్టుకుని మధ్యగా కుందేలులాగ పరుగెత్తుతూ రావడం ఎవరూ చూడలేదు. ఎఱ్ఱటి నేతచీర, తలమీద బుట్ట....చిన్నారి గుట్ట దాటుతూ వర్షంలో యిరుక్కుంది.

గందరగోళం....ట్రెంచిలో ఉద్రేకం...రెడ్డి బైనాక్యులర్స్ కిందపడేసి, ట్రెంచి గోడమీదకి ఎగబాకేడు. వెనక్కి తిరిగి, ఫైర్ ఆపు చెయ్యమని ఆజ్ఞ యిచ్చాడు. కుడిపక్క ట్రెంచిలోంచి కూడా ఒక ఆకుపచ్చ యూనిఫార్మ్ పైకి ఎగబాకి రావడం చూశాడు.

ఆలోచనకి సమయం కాదు, ఎర్రటి నేలమీద, రాళ్ళమీద పడిఉంది వందగజాల దూరంలో చిన్నారి. పొదల పక్కనుంచి పాకుతూ పోయారు. పక్కగా దూరంగా వేగంగా పాములాగ పాకుకుంటూ పోయే యూనిఫార్మ్‌లో టేక్ బహదూర్ అని రెడ్డి గమనించాడు.

బోర్లాపడి ఉంది చిన్నారి. కుడిచెయ్యి పైకి ఎత్తి ఊపుతూంది. ఆయాసంతో రెడ్డి పొదపక్క ఆగాడు. తల మెల్లగా ఎత్తి చూస్తే, టేక్ బహదూర్ చిన్నారి దగ్గరగా చేరడం కనిపించింది. టేక్ బహదూర్ దేహాన్ని ఒక అడుగు పైకి ఎత్తి చిన్నారిని చేతులతో పట్టుకుని లాగబోయాడు.....

కూలేడు. గుళ్ళు టేక్ బహదూర్ దేహంలో పదకొండు ద్వారాల్ని తెరిచాయి. ఎఱ్ఱటి నేలమీద రక్తం గడ్డకట్టింది నల్లగా. ఎదురుగా పాకిస్తాన్ నీలి ఆకాశంలో మబ్బులు దూదిలాగ ఎగురుతున్నాయి. ఆకుపచ్చ యూనిఫార్మ్‌లో టేక్ బహదూర్ ఎర్రటి నేలమీద. రెపరెపలాడింది ఎఱ్ఱటి నేత చీర. రెడ్డి నుదుటి మీది చమటబొట్లు కళ్ళల్లో పడి మండడం మొదలు పెట్టాయి. లేవకుండానే వెనక్కి తిరిగి చూశాడు. ఇంతవరకూ ఎవరికీ తెలియకుండా కమోప్లాజ్ చేసిఉంచిన మెషీన్‌గన్ ఒఖ్ఖసారిగా దూకింది.

ఆకాశంలో మబ్బులు. ఎఱ్ఱటి నేలమీద చిన్నారి కానుగపువ్వు లాగ లేచింది. పక్కని కోడిగుడ్లు ముక్కలుగా, ముద్దుగా, పచ్చగా, ఎర్రగా, తెల్లగా. బుట్ట తిరగబడి ఉంది. రెండు మంటల నడుమ చిక్కుకున్న బెదురుకళ్ళ లేడిలాగ చూస్తూంది చిన్నారి. సన్నగా ఏడుపు మొదలు పెట్టింది. పాకుతూ గురుంగ్, రింగామార్ వచ్చారు. తన మెషిన్‌గన్ అటువేపు పోస్ట్‌ని ధ్వంసం చేసింది. ఇద్దరూ జాగ్రత్తగా టేక్ బహదూర్‌ని మోసుకుపోయారు. చిన్నారి బుట్ట వేపుచూస్తూ, పెద్దగా ఏడుపు సాగించింది. చిన్నారి చెయ్యిపట్టుకుని పొదలపక్క నుంచి జాగ్రత్తగా తిరిగి ట్రెంచిలోకి వచ్చాడు రెడ్డి.....

....హుక్కా పక్కకిపెట్టి కొమిల్లా బెంగాలీలో ఏమిటో గొణిగాడు మేనేజర్. రోజంతా కిల్లీలు నమిలే పళ్ళు. రెండు దేశాల బోర్డర్ దగ్గర అటూ ఇటూ రవాణా - కోడి గుడ్లు, సిగరెట్ లైటర్లు, వీలయినప్పుడు బంగారం, పైలట్ పెన్నులు. ఇంతకుముందు సులభంగా, అపాయం లేని బాటలమీద రహస్యంగా రవాణాలు. ఇప్పుడు విచ్చుకత్తుల్లాగ, పొంచివున్న సింహాల్లాగ నిలబడ్డ సైన్యాలమధ్యనించి చిన్నారి కోడిగుడ్ల బుట్టలు అపాయం లేకుండా రాలేకపోతున్నాయి.

నాథన్ లేచాడు. చిన్నారి కళ్ళు ఏమిటో చెప్పబోయాయి. రెడ్డి డబ్బు లిచ్చేశాడు. బురదలో బాగా అణిగిపోయిన యిటుకలమీంచి దాటుకుని రోడ్డుమీదికి వచ్చారు. చిన్నారి గుమ్మందగ్గర నిలబడింది. హరికేన్ లాంతరు జాలిగా వెలుగుతూంది.

ఆకలిగొన్న పులిలాగ గురకతీసి ఉరికింది జీప్ ముందుకు. పడమట నుంచి మేఘాలు నల్లగా, బరువుగా కమ్ముకుంటున్నాయి. జీప్ మలుపు తిరగబోతూంటే వెనక్కి తిరిగి చూశాడు రెడ్డి. చిన్నారి అలాగే నిలబడిఉంది.

తన ఆల్బమ్‌లో యిదొక స్నాప్‌షాట్ అనుకున్నాడు రెడ్డి. బిలియర్డ్స్ రూమ్‌లో చేతుల్లో విస్కీ గ్లాసులు పట్టుకుని దృఢంగా, డబ్బుగా, కారు టైర్లు స్మగ్లింగ్ చేసే క్రిష్ణన్, మండల్. గోడ వైపు చూస్తూ, మార్ఫియా లేకుండా బ్లాంకెట్ల కింద టేక్ బహదూర్. ప్రవాస జీవితపు నడిసముద్రంలో చదరంగం, టెన్నిస్ లైఫ్‌బోట్లమీద కేశవరావు.....

మేఘాలు తయారుగా ఉన్నాయి. శతఘ్నులు పేర్చి ఉన్నాయి. మందుగుండు పొడిగా ఉంది. తెల్లటి దీపాల్ని నల్లటి కాయితాలు వికృతంగా కప్పుతున్నాయి. ఇనుము కరగబోతూంది. సీసం వర్షిస్తుంది. చిన్నారి అలాగే నిలబడి ఉంటుంది. నిలిచి చూస్తూన్న చిన్నారి కనుపాపలు ఆశీర్వదిస్తాయి.

*కెరలి పొరలి దూకుతుంది కేసరి వలె కీడు*
*చిటపటమని రగులుకొంది చిరతల కనునిప్పు*

-('అంగారవల్లరి' నుంచి రచయిత - కె.వి.రమణారెడ్డి)

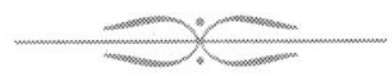

# జర్మన్

ఇది పసుపూ కాదు, ఆకుపచ్చా కాదు. మిరిమిట్లు గొలపదు. అంగుళం పొడవూ, నాలుగు ముఖాల అందం దీనివి. ఎన్ని వస్తువులు పారేశాను? ఇచ్చేశాను. ఇది మాత్రం ఇంకా ఇప్పటికీ నా దగ్గరవుంది. ఉపయోగం లేదు. దీని ఖరీదు తెలీదు నాకు. విలువ?

హార్బరూ, ఏర్ పోర్టులూ, స్టేషన్లూ నా జీవితంలోని మజిలీలని సూచిస్తాయి. అర్ధరాత్రి సమయాల్లో రైళ్ళు మారడం, హార్బర్ దీపాలు మెల్లగా వెనక్కి వెళుతూ దండల్లాగ మారుతూంటే డెక్ మీద నిలబడి నీళ్ళ గలగల వినడం, ఉక్కురంగు తెల్లవారు జాముల్లో డల్‌గా ఏర్‌పోర్టు లౌంజుల్లో కూచుని నిరీక్షించడం....వెనక్కి చూస్తే, ఇవే నా జీవితంలోని మలుపుల్ని సూచిస్తున్నాయేమోనని అనిపిస్తుంది. 'విలువల' ప్రమేయం లేదు నాకు. స్థిరంగా నిలబడి, నలుగురి మధ్యా వుండి, మనుష్యులతో, వస్తువులతో సంబంధాలూ, మమతలూ పెంచుకుంటున్న వాళ్ళకి విలువలు. అయితే, దేనికీ విలువ కట్టకపోవడం?....

"దీన్ని మీకు ఎందుకిస్తున్నానో నాకు బాగా తెలియదు. నాకు అప్పుడప్పుడు ఇలా ఇవ్వాలని వుంటుంది. ఈ నెల రోజుల్లోనే మీరంటే నాకు అమితమైన స్నేహభావం ఏర్పడింది. ఇంతకంటె ఖరీదైనవీ, అందంగా ఉన్నవీ నా దగ్గర మీరు చూశారు. కాని ఇదే ఇస్తున్నాను."

తెల్లవారు జామున, మింగ్లడాన్ ఏర్ పోర్టులో, నన్ను సాగనంపడానికి వచ్చి, వచ్చీపోయే విమానాలు చెవులు బద్దలుకొడుతూ శబ్దం చేస్తూంటే, ఉల్లిపొర కాగితం విప్పి, దీన్ని ఇటూ అటూ తిప్పి చూపించి నా చేతిలో పెట్టి, వీరాస్వామి అన్న మాటలు. 'నంగిరి'గా, సిగ్గుగా, భయంగా అన్న మాటలే అంటూ, మళ్ళీ రద్దుచేస్తూ, వీరాస్వామి

దీన్ని నా చేతిలో పెట్టాడు, నా ముఖం చూడకుండా, చూడకుండా ఉండడానికి ప్రయత్నిస్తూ, ఆ ప్రయత్నంలో నా హృదయానికి చాలా దగ్గరగా వస్తూ.

వీరాస్వామికి సిగ్గు, భయం, 'నంగిరి' తనం చాలా దూరం. కాని ఆ క్షణంలో అతని సహజ గుణాలు మాయమయి పోయాయి.

తీసుకోక ఏం చేస్తాను? ఇవ్వడం అలవాటయిన నేను!

సిగ్గు, భయం వీరాస్వామికి చాలా దూరం. 'నేషన్' ఎడిటర్‌కి నేను రాసిన వుత్తరం చదివి, నా ఎడ్రస్ సంపాదించి, నాకు రాశాడు వీరాస్వామి. తనకి కూడా 'క్రెమటోరియా' గురించి స్థిరమైన అభిప్రాయాలున్నాయన్నాడు. వాటి గురించి ఆలోచించే ఆంధ్రులున్నారని సంతోషంగా వుందన్నాడు. రంగూన్ వచ్చినప్పుడు తనను కలవమన్నాడు. ఉత్తరాల మీద ఉత్తరాలు కురిపించాడు, మొదటి దానికి తప్ప నేను జవాబే రాయకపోయినా. అంతేకాదు. తన మాండలే స్నేహితులకి కూడా రాశాడు నన్ను చూడమని. అతని స్నేహం ధాటికి తట్టుకోవడం కష్టమయిపోయింది. క్రమంగా 'క్రెమటోరియా' అడుగున పడిపోయాయి. అతని ఉత్తరాలు ఆత్మకథ రూపం దాల్చాయి. అతని ఆశయాలు, ఆశలూ, అభిరుచులూ.

'హక్కులూ, స్వామ్యం అని అరచే వెధవల్ని హతమార్చాలి. ఎలా అనుకున్నారు? గోడకి నిలబెట్టి చేతులెత్తించి, మెషిన్‌గన్‌తో టకటకామని.'

'ప్రపంచం జనాభాలో ముఖ్యంగా మనదేశపు జనాభాలో నూటికి తొంభయి మంది పురుగుల్లాంటి వాళ్ళు. ఫ్లిట్ కొట్టి చంపినట్లు చంపాలి.'

'సంగీతం ఎవరి కర్థమవుతుంది? కుస్తీలు పట్టి ఒకేసారి పది మందిని చిత్తుచెయ్యగల వాళ్ళు ఎంతమంది వున్నారు?'

'చచ్చిన తరువాత కూడా లక్ష సేవలు చేయించుకుంటారు, ఈ అధమాధమ మానవులు. కర్రలు, నెయ్యి, రబ్బిష్, కాఫిన్లు, మంత్రాలు, ప్రార్థనలు, ఏనివర్సరీలు. ఒక సెకండులో బుగ్గి అయ్యే ఈ స్టుపిడ్ కళేబరానికి ఇన్ని పరిచర్యలెందుకో....అందుకే మీరు క్రెమటోరియా గురించి రాసింది నాకు నచ్చింది.'

ఉత్తరాల్లో ఊహించుకున్నట్లుగా లేడు వీరాస్వామి. ఆరడుగుల రెండంగుళాల సన్నటి పొడుగు. పలచని ముఖం.

"మిమ్మల్ని చూస్తే ఎందుకు నాకు ఇంత సంతోషంగా ఉందో చెప్పలేను. ముఖస్తుతి అనుకోకండి. కాని మీలోని శాంత స్వభావం, ఎంతో లోపలికి చూడగలిగే శక్తి, నన్ను మరింత దగ్గరగా లాగుతూంది" అన్నాడు విశాలమైన కళ్ళల్లో మెత్తటి, తెల్లని అమాయకత్వం నీడలా కదులుతూంటే. 'ఇన్యా' సరస్సు నీలి అలలు అతని కళ్ళల్లో సున్నితంగా మెదిలాయి.

"అప్పుడప్పుడు అనిపిస్తుంది మన దేశానికి తిరిగి వెళ్ళిపోయి, దేశాన్ని మరమ్మత్తు చేద్దామని. తుడవాలి. ఇనప చీపుళ్ళు పెట్టి దేశాన్ని తుడవాలి. మిగిలిన చెత్తని కాల్చాలి. ఒకసారి అంతా కాల్చి శుభ్రం చెయ్యాలి," స్పార్క్ స్ట్రీట్‌లో తన ఇంటి బాల్కనీ నీడలో నిలబడి కిందకి రోడ్డు మీద ట్రాఫిక్ వేపు చూస్తూ అన్నాడు.

వాగ్నర్ 'లోహెన్‌గ్రిన్' నేపథ్యంగా వినిపిస్తూంది. 'ఎల్సా'తో నిజం చెప్పడానికి బాధపడుతున్నాడు లోహెన్‌గ్రిన్. ఇక్కడి తన కార్గో బోట్ల సామ్రాజ్యాన్ని త్యజించి. దేశం వెళ్ళిపోవాలంటాడు వీరాస్వామి. అంతా కొత్తగా, మొదటి నుంచి మళ్ళీ మొదలు పెట్టాలి. కాని....

ఎలా వదలి పెట్టడం. ఇంపల్స్ కావాలి. వదలిపెట్టి వెళ్ళడానికి కావలసిన పనులు. కాగితాల పనులు, చెప్పవలసిన జవాబులు, రూల్స్, రెగ్యులేషన్స్‌ని డబ్బుతో, డబాయింపుతో పక్కకి నెట్టడం, దానిలోని విసుగు, శ్రమ - ఆ భారాన్ని తలుచుకుంటే నిస్పృహ. కాని,

వదలిపెట్టాలి. జుత్తులోంచి వేళ్ళు గట్టిగా, పిచ్చిగా పీక్కుంటూ అన్నాడు. "మా తాత సృష్టించిన సామ్రాజ్యం ఇది. ఈ దేశం అంతా వ్యాపించింది. వేళ్ళతో సహా ఎలా పీకడం? ఇంపల్స్ కోసం కాసుక్కూచున్నాను. మీరు...."

సలహా?

విసుగూ, అలసటా వచ్చింది నాకు. నాలో ఉన్న శక్తి అది. అందరి చేతా చెప్పించుకుంటాను. నాలో అద్దం చూసుకున్నట్లు చూసుకుంటారు.

"అరవయి సంవత్సరాల చరిత్రని మీరు రద్దు చెయ్యలేరు అనుకుంటాను. చేస్తే మాత్రం మిమ్మల్ని సూపర్‌మాన్ అనుకోవచ్చు."

ఎందుకోగాని వీరాస్వామికి నవ్వు వచ్చింది.

నవ్వితే, ఎంతో 'పెద్దగా' కనిపిస్తాడు. ఆ నవ్వులోనే పెంకితనం మంకుతనం కూడా స్ఫురిస్తుంది. గోడ మీద ఎత్తుగా వీరాస్వామి తండ్రి ఫోటో వుంది. చుట్టూ కాగితం పువ్వులదండ. గదంతటికీ అదొక్కటే 'పాత' దనానికి కన్సెషన్‌లా కనిపిస్తుంది. తలపాగా కింద వీరాస్వామి తండ్రి కళ్ళల్లో అయస్కాంతపు చూపులు. దైవభక్తికి నిదర్శనాలున్నాయి. ఎదురుగా పెడెస్టల్ మీద ఒక కార్గో బోటు మోడల్, ఏనుగుదంతంతో చేసింది, వుంది. వీరాస్వామి రికార్డు ఛేంబర్ లోంచి రికార్డులు తీస్తూ అన్నాడు : "బర్మా ప్రభుత్వం నాకు చిన్నప్పుడు ఒక మెడల్ ఇచ్చింది. ఎందు కనుకున్నారు? కాలుతున్న ఇంట్లోకి జొరబడి మూడేళ్ళ అబ్బాయిని పైకి తీసుకొచ్చాను. మచ్చలు ఇంకా వున్నాయి."

మెడల్ ఇచ్చిన ప్రభుత్వమే అతన్ని ఒక రేప్ కేసులో విచారణ చేసింది. అతని క్రూరత్వం భరించలేక అతని భార్య ఆత్మహత్య చేసుకుందని అక్కడ అందరికీ తెలిసిన విషయం. అతని కింద పనిచేసే వాళ్ళు అతని మూడ్స్‌ని గ్రహించలేక, భరించలేక మసి అయిపోయారు.

వీరాస్వామి ముఖంలో 'బాల్యం' బాగా కనిపిస్తుంది. గొంగళి పురుగుల్ని సునాయాసంగా చేత్తో నలిపి చంపే బాల్యం, గ్లాసులోని పాలు తాగకుండా పిల్లి పిల్లకు పోసే బాల్యం అది. కోపంకొద్దీ ఖరీదైన గడియారాన్ని నేలకేసి కొట్టడం, 'అడివి' తనం.

"మీరు అదృష్టవంతులు. మిమ్మల్ని చూస్తే నాకు అసూయగా వుంది. ఇవాళిక్కడ. రేపు ఇంకెక్కడో. మీ ఆశయం నాకు నచ్చింది. ఈ సంవత్సరం మాండలేలో బుద్ధిస్ట్ ఫిలాసఫీ టీచ్ చేశారు. ఇక్కడ నుంచి బేంగ్‌కాక్‌కి వెళ్తున్నారు. అక్కడ మొనాస్టరీలో ఉండడానికి...."

బాఖ్ సంగీతం వింత అనుభూతిని కలిగిస్తుంది. స్నేహం ఏర్పడుతూంటే దానిలోని మాధుర్యాల్ని ఎక్కువ చేస్తుంది. వీరాస్వామిని చూస్తే 'జాలి' వేసింది. అంతటి సుఖాన్నిచ్చే వాతావరణంలోనూ అసంతృప్తి. ఆశయాలున్నా, వాటివేపు ప్రయాణం చెయ్యడానికి కావలసిన ఉత్సాహాన్ని ఏదో దుష్టశక్తి అరికట్టుతూంది. హరిస్తూంది. 'ఇంపల్స్' కాదు అతనికి కావలసింది. తన్ను తాను తెలుసుకోవాలి. తనకేది కావాలో తెలుసుకోవాలి. తెలుసుకోవచ్చని తెలుసుకోవాలి. తనలోంచి తను వేరుబడి తనను వేరే చూసుకోవడం నేర్చుకోవాలి. ఆ క్షణంలో, అతను ఏమిటి చెయ్యాలో, అతని గమ్యం ఏమిటో అతనికే తెలుస్తుంది. నా జీవిత విధానాన్ని చూసి అతను అసూయ చెందడం కాదు కావలిసింది. అదే చెప్పాను అతనికి. ఏదో పుస్తకంలోని పాఠం అప్పజెపుతున్నట్లు అనిపించింది.

"నిజమే అనుకోండి. కాని మిమ్మల్ని ఇలా దగ్గరగా చూస్తూ, మీ మాటలు వింటూంటే మిమ్మల్ని నా గురువుగా చేసుకుని అనుసరించాలని ఉంది" అన్నాడు.

అతని మాటల్లోని విషాదం నాకు చాలా భయంకరంగా కనిపించింది.

"మీ ఆఖరి క్షణాలు ఏదో ఉత్తర హిందూస్థానం ట్రెయిన్‌లో గడుపుతారు. మీ దేహాన్ని చిన్న గుడ్డి దీపం స్టేషన్లో దింపేస్తారు. మిమ్మల్నక్కడ వదిలేసి, మెల్లగా బరువుగా వెళ్ళి పోతుంది పేసెంజర్" అన్నాడు మళ్ళీ.

...ఒక్కొక్కప్పుడు తెలుస్తుంది నాకు నన్ను కూడా మిగతా వాళ్ళు 'స్టడీ' చేస్తుంటారనీ, నా 'లోతులు' తెలుసుకోవడానికి ప్రయత్నిస్తుంటారనీ, నా జీవిత

విధానాన్ని, దాని 'అంతాన్నీ' ఊహిస్తుంటారనీ. అలా బలంగా, లోతుగా నాకు తెలిసినప్పుడు, దానికి వ్యతిరేకంగా, వారి ఊహల్నీ, నిర్ధారణల్నీ తప్పుగా నిరూపించడానికని, 'మెలోడ్రామటిక్'గా నా విధానాన్ని మార్చగలిగే 'బాల్యపు' ప్రేరణలు, అంతర్భూతంగా ఉన్నా, పైకి ఒక్కొసారిగా వస్తాయని కూడా నాకు తెలుస్తూనే వుంటుంది. ఈ తెలుసుకోవడంతోనే ఆపగలగడం నా ధ్యానం, నా శిక్షణలో ఒక భాగం అనుకుంటాను. నా జీవితంలోని మలుపులకి కారణాలు ఈ 'ప్రేరణలే' అని గట్టిగా చెప్పడానికి నా ప్రయాణాలే నాకు సాక్ష్యం, నా బలహీనతని నిరూపించే చిహ్నాలు....అని కూడా అప్పుడప్పుడు.

నవ్వొచ్చింది. 'సినిమా చావులు అందరికీ రావు. అయినా, నాకు అలాంటి చావు ఇష్టం లేదు. కొడుకులూ, మనుమలూ మంచం చుట్టూ కూచునుంటే, వాళ్ళ కళ్ళల్లోని భావాల్ని పరిశీలిస్తూ....'

'మీకున్న ఆస్తి ఏమిటి? మనవలూ, మనవరాళ్ళూ కూచుని మీరెప్పుడు గుటకేస్తారా అని చూడ్డానికి? ఈ షాన్‌బాగూ, అందులోని రెండు పుస్తకాలూ, మీ పాస్‌పోర్టూ కదూ. వాళ్ళందరూ వద్దులెండి. ఆ గుడ్డి దీపం కింద రగ్గుతో కప్పబడిన శవం మీదే నా ఆశని వ్యర్థం చెయ్యకండి....'

దరిదాపు శవంలాగే చూశాడు నన్ను వీరాస్వామి మొట్టమొదట సారి. జ్వరంతోనే డేగొన్ మెయిల్ ఎక్కాను మాండలేలో. పిన్‌మనా వచ్చేసరికి సలసల కాగింది దేహం. రాత్రంతా అక్కడే ఆగింది ట్రెయిన్. డెలీరియమ్‌లో పాత జీవితం అంతా పీడకల రూపంలో పునర్దర్శనం ఇచ్చింది. మర్నాడంతా తోటి ప్రయాణీకుల ఆదుర్దా - కమ్యూనిస్టులు రైలు పట్టాల్ని మైన్ చేశారనీ, ట్రెయిన్ ఇక ముందుకు వెళ్ళదనీ. చలిలో, అక్కడక్కడ కాల్చిపారేసిన మొండి గోడల రైలుస్టేషన్లు దాటుకుంటూ, డేగొన్ మెయిల్ చీమలాగ ప్రయాణం చేసింది రంగూన్‌కి.

వీరాస్వామి ఆప్యాయతా, స్నేహం, మొదటి రోజు నుంచీ తెలిసింది. అతని సేవతో నాలుగు రోజుల్లో పోయిన సత్తువ అంతా తిరిగి వచ్చింది. అతని మృదువైన చేతులు దేహానికి ఎంతో ఆహ్లాదం కలిగించాయి.

రెండు రోజుల తర్వాత, నాకు స్పంజ్‌బాత్ ఇచ్చి, వాలు కుర్చీలో కూచోబెట్టి, దుప్పటి మార్చుతూ, అన్నాడు : "మీ బుద్ధిస్ట్ ఫిలాసఫీ, - వ్యవహారం చూసి గొప్ప జిడ్డుగానో, బట్టతలతోనో ప్రత్యక్షం అవుతారను కున్నాను. కాని ఇలా టెక్సాస్ కౌబాయ్ లాగ ఉంటారని కలలోనేనా అనుకోలేదు."

"హేమ్‌లెట్ హోరేషియోతో అన్నమాట నిజం" అన్నాను నవ్వుతూ.

"జ్వరం బాగా తగ్గి, బాగయిన తరువాత మీ చేత రంగూన్‌కి ఎర్రరంగు పూయిస్తాను" అన్నాడు.

స్టాండ్‌లో కూచుని, రంగూన్ రివర్ వేపు చూస్తూ, నీట్లో దీపాల దండలని కదిలిస్తూ లాంచ్‌లూ, స్టీమర్లూ పోతూంటే, విస్కీ తాగాం. జిన్ అండ్ బిట్టర్స్. మృదువుగా షెర్రీ, మధ్య మధ్యన షాంపేన్.

"దేశాన్నంతటినీ ఊపాలి. ప్రజలు నా కోసం పరితపించాలి. బాల్కనీలో నిలబడి, కిందని గుంపులు గూడిన ప్రజలు చీమతలకాయల్లా కనుపిస్తూంటే, గ్రేషస్‌గా చెయ్యి ఊపాలి." అన్నాడు వీరాస్వామి కుర్చీలో జారబడి, కళ్లు పెద్దవి చేసి షాంపేన్ కలలుకంటూ.

ఓపెల్ కారులో ఇన్యాలేక్‌కి వెళ్ళి అక్కడ చెట్లకింద చల్లటి చీకటిలో కూచున్నాం.

"నా ముత్తాత ఇక్కడ టింబర్ కూలీగా మొదలుపెట్టాడు. తాత కార్గో బోట్ల మీద వ్యాపారం చేశాడు. నాన్న కార్గో బోట్లే కొన్నాడు. నా చేతుల్లో కార్గో బోట్ల సామ్రాజ్యం తయారయింది. ప్రతి రివర్‌పోర్ట్‌లోనూ నా బోట్లు ఉన్నాయి. నాన్న స్నేహితుల్ని రూపు మాపు లేకుండా చెయ్య గలిగాను. అడ్డుగా నిలబడ్డ వాళ్ళు, పోటీకి వచ్చినవాళ్ళు అడుక్క తింటున్నారు. కట్టుబట్టల్తో తిరిగి వెళ్ళారు. నేను చెయ్యని అన్యాయం లేదు. ఉపయోగించని అస్త్రం లేదు. హతం చేశాను. కొంతమందిని నా కింద జీతగాళ్లుగా పడేసి ఉంచాను." అన్నాడు చీకట్లోనించి దూరంగా దీపాలను చూస్తూ.

సరస్సులో దీపాలు. బెంచీల మీద సంభాషణల ఆఖరకు వచ్చిన ప్రేమికులు. జీవితంలో చాలా దూరం ప్రయాణం చేసినట్లనిపించింది. ఎందుకోగాని నా చుట్టూ నిశ్శబ్దం ఆవరించినట్లయింది. ఎంతో దూరం నుంచి వీరాస్వామి మాటలు వినిపించినట్లు తోచింది. యథార్థం లేని ఖాళీ ప్రపంచంలో తేలుతున్నట్లుగా మిక్స్ చేసిన డ్రింకులు తలకెక్కినట్లున్నాయి.

....ఇప్పటికీ అనిపిస్తుంది, వీరాస్వామి మాటలు నన్ను ఎడ్రస్ చేసి చెప్పబడలేదని. తనలో తానే మాట్లాడుకున్నాడు. రిలీజ్ కావలసి వచ్చింది. నన్ను ఉపయోగించుకుంటున్నాడన్న భావం కూడా నా తలలో ఎక్కడో అడుగున నల్లగా రహస్యంగా మెదిలింది.

"రూబీ దగ్గరకు వెళ్దాం, పదండి" అన్నాడు వీరాస్వామి చెట్ల చీకట్లలోంచి లేస్తూ.

ఈ “రూబీ”లు ప్రసాదించే సుఖంలోని విషాదపు లోతులు ఎన్నిసార్లు ఎంత గాఢంగా తెలుసుకున్నా కల్యాణీ, కల్యాణీ అంధకారాని కుండే దారుణమైన ఆకర్షణ వెలుతురుకి లేదనిపిస్తుంది. భయంకరమైన అందం అది. సర్పానికుండే సౌందర్యం, లావణ్యం ఈ ప్రపంచంలో దేనికుంది, కల్యాణీ!

నీ గొలుసులోని లాకెట్‌లో ఈ జర్కన్ రాయి చాలా “శాంతిగా” ఉండేది కల్యాణీ. మిరిమిట్లు గొలపదు. సున్నితంగా మెరుస్తుంది. చల్లని నీటితో దేహాన్ని స్నానం చేయిస్తుంది.

మఖ్‌మల్ మీద పొందిగ్గా అమర్చిన వజ్రాలు, జాస్పర్, ఎగేట్, ఓపల్, జేడ్, ఎమెరల్డ్, రూబీ, గార్నెట్, సెఫైర్, అమెథిస్, జాసింథ్ బెరిల్, టర్మలీన్, ఓనిక్స్, టోపాజ్, టర్కిజ్....రంగులు, మెరుపులు, కాంతులు, కిరణాలు...అన్ని వందల రకాల ‘రాళ్ళ’ల్లోనూ, ఈ జర్కన్ మృదువుగా మోడెస్ట్‌గా సిగ్గుగా కనిపించింది. నా కళ్ళకి. అలా అని అంటే.

“మీ టేస్ట్ కొంచెం ఆశ్చర్యకరంగానే ఉన్నా, సజెస్టివ్‌గానే ఉంది” అన్నాడు వీరాస్వామి జర్కన్‌ని పైకి తీసి ఇటూ అటూ తిప్పి చూస్తూ.

“మీలో ఒక గొప్ప గుణం ఉంది. ఏ అనుభవాన్నీ కాదనరు. కాని వాటిని మీ రక్తంలోకి జొరబడనియ్యరు. అవునా?” అన్నాడు మళ్ళీ రాత్రి అనుభవం నా కళ్ళల్లో ఇంకా మిగిలి ఉందేమో అని పరీక్షగా చూస్తూ.

అవునో కాదో అప్పుడు చెప్పలేకపోయాను. జవాబు ఇదీ అని ఊహించుకొని మాటల్లో చెప్పదలచుకుంటే, చెప్పడానికి ప్రయత్నిస్తే, ఒఖ్ఖసారిగా గర్వం, ‘అహం’ తెలియకుండా వెనుకపాటుగా ముట్టడి చేసి.... మాటల్లో విపరీతమైన “ట్విస్ట్” అసత్యం...బంగారు పూత.... వెలిగే అసత్యం. ‘నిజం’ యొక్క కఠోరత్వాన్ని కప్పిపుచ్చే అసత్యపు ఆకర్షణ.... ఇవీ, నిజం యొక్క అసలు వెలుగుని చూడలేక బెదరడం భయం; మనస్సుతో ‘తెలుసు’కో గలిగినా, ‘తెలుసుకోవడం’ నా శిక్షణలో ఒక భాగమయినా నేను అన్న మాటలలో ఖంగు ఖంగుమని సత్యం ఎప్పుడూ మోగదనీ, ఏది నిప్పులాగ నిజమో, ఏది వేషధారణో చెప్పలేననీ....

ఈ జర్కన్ రాయి, ఆ డిశెంబరు చలిలో తెల్లవారు జామున మింగ్లడాన్ ఏర్‌పోర్టులో నా చేతిలో పెట్టాడు. ఎన్ని వస్తువులు ఇచ్చేశాను. పారేశాను? కాని ఇది ఇన్ని సంవత్సరాలూ నా దగ్గరనే ఉండి పోయింది. ఒక్కసారి మాత్రం వచ్చింది అవకాశం ఇది నా దగ్గరనుంచి పోయేందుకు. కాని ఎంత కఠినంగా వచ్చింది ఆ అవకాశం!

వీపు మీద తట్టి, వెనక్కి తిప్పించుకున్న మనిషి వీరాస్వామి అని పోల్చుకోవడం

చాలా కష్టమే అయింది. తిరగేస్తున్న పుస్తకం అలా పరధ్యాన్నంగా బుక్‌స్టాల్ కౌంటర్ మీద పడేసి, ఆశ్చర్యంగా చూశాను. వాల్టేరు స్టేషన్లో నన్ను ఎవరు పలకరిస్తారు?

"భాస్కర్‌గారు కదూ?"

గొంతుక పట్టి పోల్చుకోగలిగాను.

రాగి రంగు జుత్తు నుదుర్ని బాగా కప్పి ఉంది. ఖాకీ చొక్కా జేబులు రెండూ చిరిగి వేళ్ళాడుతున్నాయి.

నన్ను బలవంతంగా వాల్టేరులో దింపి, రైలు పట్టాల పక్కనుంచి నడిపించుకు పోయాడు. "మీకున్న సామానేమిటి? షాన్‌బాగూ, పాస్‌పోర్టూ, అంతేనా? ఏ ట్రెయినయితే ఏమిటి? ఎప్పుడు వెళ్ళితే ఏమిటి?" అని బలవంతం చేశాడు.

సందులు, పాకలు. నేలకి అడుగు దూరం దాకా దిగిన ఇళ్ళ తాటాకుల కప్పులు. తాటిచిప్పలు తన్నుకుంటూ పరిగెత్తుతూ ఒంటిమీద బట్టల్లేకుండా నల్లటి పిల్లలు. పాకల ముందు రాళ్ళమీద కూచుని కుండల్లోంచి డబ్బాలతో వేడినీళ్ళు గుమ్మరించుకుంటుంటే కాలవలు సందుకి అడ్డంగా మడుగులు కడుతూ పారుతున్నాయి. కొబ్బరిచెట్ల వెనక సూర్యాస్తమయం. ఎక్కడ్నుంచో, అర్థమవని గుండెలు కోసే స్త్రీ రోదన.

వీరాస్వామి పాకలో నేల మీద చాప. మూలని హరికెన్ దీపం. చీకటి.

గూళ్ళల్లో అగ్గిపెట్టె కోసం వెతికి దీపం వెలిగించాడు. ఒక మూలని చిన్న రాళ్ళ కుప్ప, ఇటిక ముక్కలు గులకరాళ్ళు. కోసుగా పదునుగా ఎర్రటి రాళ్ళు.

నా చూపు చూసి అన్నాడు "పందుల్ని కొట్టడానికి."

ఏమిటి మాట్లాడేం?

వీరాస్వామి అడుగులు తేలికగా పడుతున్నాయి అనుకున్నాను. గొంతులో బరువూ, ఆదుర్దా వినిపించలేదు అని కూడా అనుకున్నాను.

"నాలోంచి నేను వేరుబడి ఇక్కడకు వచ్చాను" అన్నాడు.

ఎక్కడనుంచో చీమలు ఒక బారుకట్టి ఎక్కడికో వెళ్తున్నాయి. దీపాన్ని తప్పించుకుని, పక్కగా ఆ బారు చీకట్లోకి పోతూంది. చీమల తలలు మెరుస్తున్నాయి దీపం కాంతిలో.

"అంతా ఇచ్చేశాను. కొంత వాళ్ళు తీసుకున్నారు. కేంపుల్లో జీవితం దుర్భరం. అందుకని ఇక్కడ చేరాను."

"దేశాన్ని మార్చాలి. ఎక్కడ్నుంచి మొదలు పెట్టాలో తెలియకుండా వుంది. ఇక్కడ నేనంటే భయం, అసహ్యం. బోధపడ్డం లేదు."

పాకలో వేడిగా వుంది. వేడి ఏ నరానికి నిప్పంటించిందో, వీధిలో గట్టిగా అరుపులు, బూతులు మొదలుపెట్టింది ఒక ఆడగొంతు. ఆ వేడి చీకటిలో, ఇనుం మీద మొద్దుబారిన కత్తితో రాసినట్లయింది.

వీరాస్వామికి పరిధులు లేవు. సగం సగం పనులు చేతకావు. అడుగు చూడవలసిందే. శిఖరాల మీదనే నిలబడాలి.

ఏదో బ్రిడ్జ్ కట్టించడానికి కావలసిన కూలీల గాంగ్‌లో చేరాడు.

"అయితే ఒకటి. మెల్లగా, తొందర లేకుండా ఆలోచించడం నేర్చుకున్నాను. మాటలు తగ్గించాను" అన్నాడు.

"మిమ్మల్ని ఇలా ఇన్నాళ్ళకు చూడ్డం ఎంత సంతోషంగా ఉందో చెప్పలేను." అన్నాడు మళ్ళీ.

మార్పుని దగ్గరగా కాకుండా, దూరంనుంచి చూడడం అలవాటయిపోయింది. మార్పులు మార్పుల్లాగ కనిపించవు.

"ఆరేళ్ళయింది. థాయ్‌లాండ్ నుంచి తిరిగి వచ్చిన తరువాత రాశారు నా ఉత్తరానికి జవాబు. నలందా నుంచి అని జ్ఞాపకం. ఇప్పుడు సిలోన్ వెళ్తున్నారు. మీ యాత్రలు ఎప్పుడు ఆపు చేస్తారు?" అన్నాడు చీమల వేపు చూస్తూ.

ఏది యాత్ర? ఏది "వృత్తి"? భేదం అదృశ్యమయిపోయింది. ఒక దానిలో ఒకటి కలిసిపోయాయి. రెండింటిలోని పదునూ మొద్దుబారినట్లు అనిపిస్తుంది. కాని విరామం లేకుండా జరుగుతూనే ఉంది యాత్ర.

మరిచిపోయింది ఏదీ లేదు. గంగ వొడ్డుని, సాయంకాలం చుట్టూ మెత్తగా సాటిన్ లాగ జారుతూ ఉంటే, రావిచెట్ల మధ్య నుంచి వంకర తిరుగుతూ పోయే ఈ ధూళిబాట మీద మెల్లగా నడుస్తూ ఎన్నిసార్లు నడిచాం, కల్యాణీ, ఈ రెండు సంవత్సరాలలో.

నీ కళ్ళ అమాయకత్వంలోకి చూస్తూంటే, ఆలోచనల గొలుసు ఎక్కడో చీకట్లో ప్రారంభం అయి దూరంగా, చాలా దూరంగా, తీసుకుపోయేది. నీ చుట్టూ ఒక 'గృహం' ఏర్పడేది. నీటిరంగు చిత్రంలో లాగ, మృదువుగా రంగులు స్పేస్‌లోకి జారుతుంటే, 'గృహం' ఏర్పడుతూంటే గొలుసు తెగేది. ఆ 'గృహం' లోకి అడుగు పెట్టలేక పొయ్యాను.

వస్తువులకి గొప్ప శక్తి వుంది, కల్యాణీ. అవి వెళ్ళవు పైకి. పారేశినా, ఇచ్చేసినా, వాటి 'ప్రాణం' వాటితో కూడా వెళ్ళదు. ఎన్ని పారేశాను? ఎన్ని చేతులతో నిజంగా విసిరేశాను? ఇచ్చేశాను! ఈ రెండేళ్ళల్లోనూ వాటి 'కసి' తీర్చుకున్నాయి. ఎంత 'పగ'

ఎంత 'పట్టుదల' వాటికి? పుస్తకాలు గుట్టలుగా చేరిపడ్డాయి. కుర్చీలు, బట్టలు, ఈ జోళ్ళు. ఇన్ని జోళ్ళు! ఇల్లు, గోడలు. గదిలోంచి గదికి. చుట్టూ, పైన, లోపల, ఎత్తు, వెడల్పు, జైలు.

అందుకే కల్యాణీ, ఆ గృహంలోకి అడుగుపెట్టలేకపోయాను. వీటిని కూడా విసిరేయాలి, పోవాలి.

అంతేకాదు నీకు బోధపడలేదు. నీ ఇంట్లో నీ కిచ్చిన 'స్వాతంత్ర్యం' నాకు అధీనం చేద్దామనుకున్నావు. నీ కళ్ళ అమాయకత్వం నీ దేహంలో లేదు. మిరిమిట్లు గొలిపే దేహాన్ని ఒక అస్త్రం లాగ ఉపయోగించదలచావు నా మీద. అది "పూలబాణం" అవలేకపోయింది కల్యాణీ, నా మీద.

నీ ఆశయం, నీ 'కోరిక' నా బాధ్యతగా తీసుకోలేదు, తీసుకోలేక పోయాను. నిన్ను పారేయడంలో, అంత దారుణమైన ఫలితాలు ఉంటాయని ఊహించలేదు, కల్యాణీ.

ఈ 'జర్కన్'ని తిరగ్గొట్టి పంపించావు. అది నీ లాకెట్‌లో చాలా ప్రశాంతంగా. నమ్రతతో మెరిసేది. కాని వస్తువుల పగ నా మీద చాలా తీవ్రం.

ఎర్రటి మధ్యాహ్నపు టెండలో, వాల్టేరు స్టేషన్లో, దీన్ని వీరాస్వామికి తిరిగి ఇవ్వబోయాను. ఏదో పాత కలలోని సందర్భం అకస్మాత్తుగా ఎదురయినట్లు చూశాడు. తీసుకోలేదు. జ్ఞాపకం మెరిసి మాయమయి పోయింది. 'అవసరం' లేదు అతనికి. నా దగ్గరే ఉండిపోయింది.

"కొన్నాళ్ళ నుంచీ ఒక కల 'నిజం' లాగ వెంటాడుతూంది, ప్రతిరోజూ. ఒక్కొక్కప్పుడు మెలకువగా ఉన్నప్పుడే వీరాస్వామి తాతయ్య దగ్గరకి నాలుగేళ్ళ చిన్నారి మందుకని వస్తుంది. పొట్లాలమందు. తాతకి తెల్లటి గెడ్డం. ఎడమ జబ్బకి తాయెత్తు. వణుకుతూ, చాప మీద కూచుని, తెల్లటి పొట్లాలేవో కట్టిస్తాడు," అన్నాడు వీరాస్వామి విశాఖపట్నం బీచ్ ఇసుకలో పడుకొని నక్షత్రాల వేపు చూస్తూ. "ఆ పిల్ల నా ప్రజలు. వాళ్ళకి మందులు ఇవ్వాలి నేను. కాని మందు ఏమిటో, అది ఎలా ఇవ్వాలో, దాని మోతాదేమిటో నాకా కలలో కనిపించలేదు."

మళ్ళీ అన్నాడు నా వేపు వెర్రిగా చూస్తూ, "మీతో తీసుకుపొండి నన్ను."

"అలాగే" అన్నాను ఆలోచించకుండా.

కొంచెం సేపు ఆగి అన్నాడు. "రాలేను. ఇక్కడే ఉండాలి. ఏదో...."

వీరాస్వామి నాతో రాలేదు. 'జర్కన్'ని తీసుకోలేదు. నా దగ్గరే ఉండిపోయింది. అవకాశం వచ్చినా, నా దగ్గర నుండి వెళ్ళిపోలేదు.

నువ్వు ఆశ్చర్యపోయావు దీన్ని నీకు ఇచ్చినప్పుడు. నీది 'మిలియన్ డాలర్ల' ఆశ్చర్యం కల్యాణీ! 'స్త్రీత్వం' నీలో పరిపూర్ణత చేకూర్చుకుందికి ప్రయత్నం చేస్తుంది. గొలుసులు గొలుసులుగా ఆలోచనలు మొదలు పెడతాయి నాలో. రావిచెట్ల నీడల్లో గొలుసులు దూరంగా గంగ వొడ్డుని రాసుకుంటూ, మెల్లగా మాట్లాడుకుంటూ ప్రవహిస్తూంటే, ఆకులు స్వగతం చెప్పుకుంటున్న సమయంలో, ఆ ఆకుల్లోంచి వెన్నెల మృదువుగా నీ ముఖం మీద పడుతూంటే 'ఆత్మ' దర్శనమే అవుతున్నట్లు అనిపించింది.....

....చుట్టూ కనిపించే వస్తువులూ, నా అనుభవాలూ, వాంఛలూ అన్నీ నీలోనే వున్నాయి. అవన్నీ కూడా నువ్వే. ఏ వస్తువు కదిలించినా అది నిన్ను కదిలించినట్లే. నేను వాటి వేపు చూస్తూ వుంటే, అది నువ్వు చూస్తూ ఉన్నట్లే. నువ్వు ఎక్కడ వున్నావు? ఆ కళ్ళ వెనుక కాదు. ఆ తలలోనూ కాదు. ఆ తలలో మెదలే చీకట్లలో కాదు. అక్కడ ఏమిటవు తుందో తెలియదు నాకు, తెలుసుకోవడం అసంభవం. నా జీవం, నా ఉనికీ, నాలో కాదు, కల్యాణీ, నా ముందు, ఇదిగో, ఇక్కడ, పైని, నా ముందునే ఉంది. అక్కడే నువ్వు కూడా. నేనుండే ప్రపంచం మరేదీ కాదు. అదే నా ఆత్మ. ఇదంతా నా ఆత్మదే. అందులోనే నేనున్నాను. అందుకే నేను నీలోనే వున్నాను. ఇంతకంటే వేరే నిజం లేదు. నువ్వు.... నువ్వు నీ శరీరం ముసుగుల వెనక ఎక్కడో లేవు, ఇక్కడ...ఇక్కడ, నీ కాన్షస్‌నెస్ అంతటితోనూ నన్ను అదుముతూ నన్ను అందులో 'కలిగి' ఉంచుతూ, నా సర్వస్వాన్ని అందులో మిళితం చేస్తూ.....

......గొలుసులు.

.......గొలుసులు, విశాలంగా చెదరి, పెరిగే వలయాలు, విషవలయాలు. వెన్నెల గంగ ఇంద్రజాలం....ఆకుల స్వగతంలో మార్దవంగా ప్రమత్తత.

నీ బాధ్యత నా భుజాల మీద వేసుకోలేదు కల్యాణీ. వీరాస్వామి నాతో మొదట వెర్రిగా వస్తానన్నా నాతో రాలేదు. ఇలా చుట్టూ ఏర్పడే వలయాలు దాటుకుంటూ వెళ్తూంటే, యేదో బాధ అకస్మాత్తుగా. అనుకోని సమయాల్లో బలంగా, గాఢంగా, లోతుగా, తన ఉనికిని వెక్కిరిస్తూ తెలియజేస్తూనే వుంది. కెరటాలలో కదిలేవి నీళ్ళేనా?

ఈ జర్కిన్ నాతోనే వుండిపోయింది.

ఎందుకు తీసుకుంటాడు మళ్ళీ వీరస్వామి దీన్ని? అమ్మి, కొన్నాళ్ళు కష్టం లేకుండా గడుపుతాడా? ఇంకెవ్వరికేనా ఇవ్వగలడా? దీనికి అతనికీ యేవిధమైన అనుబంధం లేదు. నాలుగేళ్ళ పసిపిల్లకి యేదో మందు, యేదో మోతాదులో ఇస్తాడు.

నాగార్జున కొండ వెళుతూ వాల్టేరు స్టేషనులో వీరాస్వామి జ్ఞాపకం వచ్చి, మూడేళ్ళలో యేమి మార్పులు వచ్చాయో చూద్దామని దిగేను.

వెన్నెలలో కొబ్బరిచెట్లు సంగీతం వింటున్నట్లు తలలూపుతుంటే, మేఘాల్లేని ఆకాశంలో నక్షత్రాలు పండుగ చేసుకుంటున్నాయి. సందు చివర్లో ఎవరిదో పెళ్ళి. భయంకరమైన శబ్దంగా వస్తోంది రికార్డుల సంగీతం పాడయిన యేంప్లిఫయర్స్ లోంచి. పందిరి చుట్టూ పంది పిల్లలూ, పిల్లలూ. యేవి మనిషి పిల్లలో, యేవి పంది సంతానమో తెలియకుండా నడుస్తూ పోయాను. బాగా జ్ఞాపకం లేదు వీరాస్వామి పాక ఎక్కడవుందో. ఇదే అని అనుకున్న చోట చిన్న మిద్దె వుంది. గేటుకి ఎర్రరంగు ఇనప గేటు. వీధిలో గేదె. వెనక్కి తిరిగి పెళ్ళి పందిరి దగ్గరగా వెళ్ళి నిలబడి చుట్టూ చూశాను. గాఢమైన రంగుల సిల్కు చీరలు, చాలా వేడిగావుంది. ఆరేళ్ళ చిన్నారి, గట్టిగాలాగి వేసిన జడలు రెండిట్నీ ఆకుపచ్చ రిబ్బన్లతో కట్టించుకుని, పందిరి చివర రాటకు ఆనుకుని పరధ్యాన్నంగా చూస్తోంది.

"వీరాస్వామి తాతయ్య తెలుసునా?" అని అడిగాను.

చూపు మరల్చి, నా వేపు జాగ్రత్తగా చూస్తూ అంది 'పైసియ్యి.' చెంపదెబ్బ తిన్నట్లనిపించింది. జేబులోంచి ఒక కాయిన్ తీసి ఇచ్చాను.

మెరిసే తెల్లటి అర్ధరూపాయిని చిన్న చేతితో పట్టుకుని, రెండుసార్లు అటూ ఇటూ తిప్పి, చూసి, హఠాత్తుగా యేదో జ్ఞాపకం వచ్చినట్లు వెనక్కి తిరిగి పంది పిల్లల్ని తన్నుకుంటూ, తోసుకుంటూ, సగం చీకటి సందులోకి పారిపోయింది. రెండు జడలూ, చైతన్యం వచ్చినట్లు ఇటూ అటూ నవ్వుతూ ఎగురుతూంటే, సిల్కు పరికిణీ చుట్టూ నాట్యం చేస్తూంటే, చీకట్లోకి అదృశ్యం అయిపోయింది.

ఇస్త్రీ చేసిన గళ్ళ లుంగీ వ్యక్తి ఒకడు దగ్గరగా వచ్చి అనుమానంగా చూశాడు నావేపూ, చిన్నారి పారిపోయిన సందు చివర వేపూ.

వీరాస్వామిని గురించి అడిగాను.

ఎవరికి ఎవరు కాపలా అని హోరు పెట్తోంది రికార్డు. చుట్టూ గోలలో, వెక్కి వెక్కి యేడుస్తున్నట్లు పాట పాడుతూంటే, తనని తాను వెక్కిరించుకుంటున్నట్లు ధ్వని వినిపిస్తోంది.

కొబ్బరిచెట్లు వెన్నెలలో తలలూపుతుంటే, ఎవరికి ఎవరూ కాపలా లేరనో ఉన్నారనో వెక్కి వెక్కి యేడుస్తూంటే, మనుషులు పందుల్ని కసిగా కర్రలతో అప్పుడప్పుడు బాదుతూంటే, ఎర్రగళ్ళ లుంగీ వ్యక్తి వీరాస్వామి గురించి చెప్పాడు.

బర్మా ప్రభుత్వం చిన్నప్పుడు వీరాస్వామి సాహసానికి మెడల్ ఇచ్చింది. కాని ఆ పేటని కాల్చిన దావానలంలో వీరాస్వామి యేడు మందిని రక్షించినా, రక్షిస్తూ వొళ్ళంతా కాలి మసి అయిపోయాడు.

"బతికున్నప్పుడు గీరగాడని ఒగ్గేసినాం, సచ్చి బస్మం అయ్యాక ఆణ్ణి తలుసుకోని రోజునేదు. పట్టుమని ముప్పయి యేళ్ళు నేవు." అన్నాడు ఎర్రటి కళ్ళల్లో కన్నీరు కదులుతుంటే.

గంగ అవతలి ఒడ్డున దీపాలు ఒకటీ ఒకటీ వెలుగుతున్నాయి. మౌనంగా, నీలిగా ప్రవహిస్తూంది గంగ.

ఇక్కడనుంచి కూడా వెళ్ళిపోవాలి. 'వృత్తి' పదును పోయింది. యాత్ర సాగాలి, ఈ సంధ్య వెలుగులో - ధూళితో నిండిన బాట తెల్లగా, సున్నితంగా తెలియని దూరంలోకి అదృశ్యమవుతోంది.

'ఆలోచన'కీ 'తెలుసుకోడాని'కీ మధ్య అఖాతం. 'ఆలోచిస్తే' 'తెలియదు'. 'తెలియడానికి' యేమిటి చెయ్యడం?

'జెన్' సూక్తి ఒకటుంది, 'మాండో' రూపంలో. టకటకమని వేసిన ప్రశ్నలకు ఠకాఠకామని ఇచ్చిన జవాబులు 'మాండో'లు.

'సీసాలో బాతు వుంది. చంపకుండా, గాయం తగలకుండా ఎలా తీస్తావ్?'

'ఆలోచించి' లాభం లేదు. దానికి ఒకటే జవాబు : 'అదిగో, అదిగో? పైకి వచ్చేసింది.' ఆశ్చర్యార్థకాలు అఖ్ఖర్లేదు. 'ఆలోచనకీ, 'తెలుసుకోడాని'కీ మధ్య వున్న అఖాతాన్ని వంతెన వేసి దాటలేవు.

ఒక్కసారి గెంతాలి. దుమికితే, దుమకగలిగితే బాతు పైకి వచ్చేస్తుంది. గెంతగలిగితే 'తెలుస్కు'కుంటావు. కాని మానవ మాత్రులకు సాధ్యమేనా?

వలయాన్ని దాటుకుని వెళ్ళుతూంటే, దూరంగా అదృశ్యమవుతున్న బాట చివరకు వస్తూంటే, అఖాతం దగ్గరవుతున్న కొలదీ, జ్ఞాపకాలు, ఆలోచనలు, జ్ఞాపకాల భారాలు, ఆలోచనల గొలుసులు తేలికయి బలహీనం అయి, అఖాతంలో హోరుపెట్టే జలపాతం తెలుపులు, నురగల తెలుపులు రాళ్ళమీద హోరు, వినిపిస్తుంటే, కనిపిస్తుంటే, చెవులలో ఈ అఖాతం భయంగా ఆనందంగా గర్జిస్తూంటే, అఖాతం అంచు దగ్గరకు వచ్చినప్పుడు అవతల ఒడ్డుకి గెంతి వేయగలననీ, మానవ మాత్రుణ్ణి కాదనీ.....

కాని, కాని....అసలు మానవుణ్ణేనా అని కూడా, కూడా అనిపిస్తూనే వుంది, లోపల లోలోపల ఎంతో లోతుల్లో.....

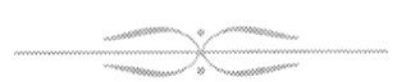

# రాబందుల
# రెక్కల చప్పుడు

శిథిలమైన మొండిగోడల మీద బ్రహ్మజెముడు, అడవి తీగలు.

ఆకుపచ్చ ఆకులు బురద నీళ్ళల్లో నానుతూ కుళ్ళి.

కుళ్ళిన ఆకులు మెత్తగా, పసుపుగా, గోధుమ రంగుగా మెల్లగా నీటి అడుక్కి దిగుతూ,

కడుపులో కాల్చిన కత్తుల మొనలతో పొడుస్తున్నట్లు నొప్పి.

రామా!

అగ్నిలాగ ఎండ. శత్రువులు. తెల్లగా భయం.

'బస్తా బియ్యంలో అరబస్తా రాళ్ళు కలిపేసి అమ్మేస్తే' -

రోడ్ల మీద పొట్టిగా నల్లగా అంతర్ముఖాలతో పీతనడక ఆలోచనలతో. ఎల్డీసీ లంచంలో నాగుపాము.

బూజు. వర్షం పడితే బూజు. తోలుకి పచ్చగా బూజు. ఇనుముకి తుప్పు.

బ్లడ్ - రమ్మీ - ప్రెషర్.

'ఏం చేస్తాం తప్పుతుందా?' -

దట్టమైన అడవుల్లో నిశ్శబ్దంగా చెట్ల నిట్టూర్పులు.

షికారు కారుల్లో 'నెక్కింగ్'

'కాబట్టి, గాంధీ మహాత్ముని అడుగుజాడల్లో, ఆయన ఆశయాల్ని అనుసరిస్తూ, వ్యవహరించవలసిన అవసరం ఎంతైనా ఉందని తిరిగి వక్కాణిస్తూ యింతలో....,-

'నా వాటా నాకు పారేయ్' -

సగం కాల్చి పారేసిన సిగరెట్ ముక్కల మీద వర్షం నీళ్ళు పడి, మెత్తగా ముద్దగా బైల్ రంగులో....

'ఉత్తమ బెగ్గర్స్, ఆ ఊళ్ళో ప్రైవేట్ ప్రాక్టీసేంటి; నా ముఖం' -

ఉక్క. చమట. పురుగులు.

జిడ్డు. అప్పుడప్పుడు ఉప్పగా గాలి.

వేడి. ఉక్క. చమట. ఉప్పగాలి.

దేవుళ్ళ గుళ్ళల్లో విగ్రహాల కళ్ళల్లో కోపం, సల్కీనెస్.

పళ్ళూడుతున్నట్లు రాళ్లూడుతున్న ముసలి కోటలో కీచురాళ్ళ...

శంఖు మార్కు బీడీనే...

ఈ నూనె మీ బుర్రకి...మీ జుత్తు

ఈ మందు. మీ గజ్జి, మీ చిడుమూ...

మెట్ట వేదాంతం.

శ్మశాన బంధువులూ, వారి వైరాగ్యమూ.

'మంత్రాలకి చింతకాయలు టపటప రాలుతున్నాయట ఆ ఊళ్ళో.'

ఎర్రటి ధూళి రోడ్డు మీద లారీ తొక్కేస్తే చచ్చిన కుక్క పేగులు పైకి ముద్దలుగా వచ్చేస్తే, ఈగలు ముసురుతుంటే....

'చనిపోయిన ఆయన ఆత్మశాంతికై రెండు నిమిషాలు నిశ్శబ్దంగా నిలబడ....' కళ్ళు మూసుకుని నిలబడితే ఆలోచనల రష్. ఒకటే తొక్కిడి.

మురికి చెరువులో నాచు. జెలసీలాగ నాచు.

'తరతరాలనుంచీ వస్తూన్న మన జాతి తెలివి...మన సంప్రదాయం' -

'గాడిద గుడ్డు కదూ' -

స్లీవ్‌లెస్, క్రీజ్ రెసిస్టెంట్, Max Factor.

'మనం శుద్ధ వెధవలం. మన జాతి ఫకీరు జాతి. మనం ఎందుకు....'

దూలాల్లో ట్రెచరస్‌గా చెదపురుగులు.

పేవ్‌మెంట్ల మీద చెట్టు పువ్వు పూసినట్టు దుకాణాలు. లాభానికి అమ్మేయడం. కొని పారేయడం.

మెషీన్‌గన్ బులెట్సు రంయి రంయి మని దూసుకుంటూ, మోర్టర్ బాంబులు గుండెలు పగిలేట్లు పేలుతూంటే,

గమ్మగా, గుమ్మగా జైహింద్ పాటలు స్వరయుక్తంగా జానెడు మీసాల మొగాళ్ళు ఆడగొంతుకలతో పాడేస్తూంటే,

బొగ్గు ముఖాల రైలు పేసెంజర్లు రిఫ్రెష్‌మెంట్ స్టాల్స్ ముందు నిలబడి నోళ్ళలోకి యిడ్లీలు కుక్కేసుకుంటుంటే. వాళ్ళ ముఖాల్నీ, చేతుల్లోని యిడ్లీల్ని పీడ కలల్లాంటి కాకులు తంతూంటే,

పిట్టగోడ మీద కూర్చుని నలభయి ఎనిమిదేళ్ళ నిరుద్యోగి వీధి కాలవలో మెల్లగా కుళ్ళుగా తేలుకుంటూ పోయే నారింజ డిప్పల్ని తదేక ధ్యానంగా చూస్తూంటే,

దుకాణాల్లో విషపు రంగుల నవ్వుల మంటలు.

'ఇన్నాళ్ళ చాకిరీకీ యిదా?' -

'నా మానెటరీ ట్రాన్‌సేక్షన్స్ అన్నీ త్రూ చెక్సే' -

'కాకి పిల్లకి'

'నాకు నా అన్న వాళ్ళెవరూ...'

'ఉండేలు దెబ్బేం తెల్సు'

'నా కెందరో రెలెటివ్స్. అందరూ రెచ్చెడ్ ఫెలోస్.' -

నల్లటి బరువు మేఘాలు 'వేదన'

ఆదివాసుల అన్‌రెస్ట్ 'పోలీసులు'

పోరాటపు ఆరంభాలు

'నాకు జబ్బు నీకు జబ్బు అందరికీ జబ్బు. డాక్టర్లేమో కారుల్లో....'

'నువ్వు తాగుతున్నావ్ నీకు నోరిప్పితే బూతులు....' -

నూనిలాంటి సల్ఫ్యూరిక్ ఏసిడ్, మూత తీస్తే పొగలు.

తెల్లటి మంచు మీద ఎర్రగా రక్తం.

ఈ తైలం....మీ కీళ్ళు.

అమార్ మోహన్ బగాన్. తుమార్ యీస్టు బెంగాల్.

'ఆకాశంలోనే నిప్పంటుకుని మంటలతో దూసుకుంటూ వచ్చి కిందపడి భస్మం అయింది.'

అందరూ చచ్చేరు. 'కారుబొగ్గు'

అందులో కుతంత్రం....యిందులో మంత్రం...అంతా చక్రాంతం.

'సమాజంలోని కుళ్ళుని...'

'వాడి జీవితం వడ్డించిన విస్తరి. అయితే గేస్ట్రిక్ అల్సర్స్'-

'ఇంటర్ మినిస్టీరియల్ ఫైల్స్‌లో యీ మన ప్రాజెక్టు....'

'కళామతల్లికి సేవ....యీ జీవితం యిలాగే ధార....'

'ప్రాజెక్ట్‌ని కుర్రాళ్ళ రక్తం యిచ్చి కనుక్కోవాలిట....'

వాడు చూసేవూ. వాడు ఉత్త....

దాన్ని చూసేవూ. అది ఉత్త....

'గుండు లాగుంటాడు. హఠాత్తుగా గుండె.....'

"అమ్మా! నాకు చేతుల్లేవు.
నేను కళ్ళులేని కబోదిని.
నేను కుంటి....
పేద బ్రాహ్మణ్ణి. నాకు బియ్యం"-

వెన్నెల్లో అడవుల నిశ్శబ్దంలో వేటాడే తోడేళ్ళ మూకలు.
చిలకల యుగం నెమళ్ళ యుగం గుడ్ల గూబలు
కొండల మీద ఆదివాసుల ఆయుధాలు
మెరుపులు, మేఘాల్లో ఉరుములు
పల్లాల్లో మైదానంలో భయం
పోలీసుల అన్‌రెస్ట్!

అఁ ఆ.
ఉఁ ఊ.
వద్దు.
నల్లులు. లాఠీ ఛార్జీలు.
గోళ్ళ కింద స్ప్లింటర్స్.

"చిరంజీవి సౌభాగ్యవతి కమలామలాంజలిపుటే పెళ్ళయిన మూడు
*నెలల్లోనే వొంటి మీద కిరసనాయిలు వొంపుకుని...తగల....*
చిరంజీవి మస్తకేచ విలసత్కుంద వుద్యోగం లేక రోడ్ల మీద....
మదర్పిత తాంబూలాలు నోళ్లు పొక్కిపోయి మంటలు సంస్కృతపు
*మంత్రాల సినిమా పాటల బూతుల తెలుగు ప్రళయం..."*

ముసలి కాలం. కీళ్ళ వాతం.
ఖాళీ. అంతా ఖాళీ.
నిశ్శబ్దంగా నిశీధిలో శతృవులా ఆక్రమించే ఎడారి.
అమ్మో! తేలు.
కప్పల ఆర్కెస్ట్రా.
"ఆ హిందీ పాటకి అర్థమేఁవిటోయ్?....

"ఆ హిందీ సినిమా పాటకి అర్థఁవా? పాడేవాడి గుండె వెయ్యి ముక్కల యిందిట. కొన్ని ముక్కలు అందులోవి యిక్కడా, కొన్ని ముక్కలు అందులోవే అక్కడా. అక్కడా యిక్కడా అలా అలా పడ్డాయిట...."-

'మా వాడు డిఫెన్స్ సర్వీసెస్‌లో ఉన్నాడు కదూ, అందుకే అంత అఫెన్సివ్‌గా మాట్లాడతాడు. ఏఁవీ అనుకోకు.'

నీళ్ళ ఎద్దడి.

'నువ్వెంత?'

'నువ్వెంత?'

'నువ్వంతే!'

'నువ్వంతకన్న అంతే!'

'ఫఫా' పోఫో' 'ఫాఫా.'

'గభీ ఘుబ్.'

కాల్కింద పెట్టి అణిచేయాలి.

'తోలాల్చి....' -

పాలు తాగి పడుకున్న పిల్లల మీద అమాంతంగా యిటుకలు, రాళ్ళు, దూలాలు.

'నా ఫేట్ లైన్లో అన్నీ బ్రేక్సే' -

నల్లగా సోమవారం, వెధవ చదువు

ఆక్సిజన్ టెంట్‌లో జీవిత చరిత్ర ఆఖరి పేజీ...భారంగా.

మూర్ఖత్వం. హిస్టీరియా....యింట్లో నరకం.

కేంపస్‌లో అన్‌రెస్ట్

కాల్పులు - విద్యాలయం మూసివేత

వర్షం చుక్కలేదు.

పచ్చటి పొలాలు...ఎండలు...బీటలు.

ఇవి నావి.

ఇది నాదే.

'వాళ్ళకి వీళ్ళకి మధ్య.....'

'వొళ్ళు చూస్తే చల్లగానే. లోపలేమో జ్వరం....'

నడి వీధిలో పిల్లల ఏడుపు.

'వెనకనించొచ్చి ఎత్తి కుదేసి.....' -

'కొమ్ముతో డొక్కలోకి.....'

"మనఁవేఁవీ చెయ్యలేం అంతా వాడే....'

'ఎవడు?'

'వాడే. గుళ్ళో రాముడు!'

అద్దంలో నాలిక చూసుకుంటే తెల్లగా బ్రౌన్‌గా స్పాట్స్.

జోడు కింద కరకరలాడుతూ పేడ పురుగు.

"ఇవి నా భూములు.

ఇవి నా యిళ్ళు."

ఆస్తి. పంపకం. 'కోర్టువారు.'

'నీ కసలు ఉద్యోగం ఎవడిచ్చాడ్రా?'

'నీ గీర అణక్కొట్టే.....'

'ఆకు తిన్నాట్ట ఏదో. రక్తం కక్కుకుని.....'

- గుక్క -

# కనిపించని ద్వారం

మేడమెట్లు ఎక్కి హాల్‌లోకి అడుగు పెట్టేను. పదకొండు సంవత్సరాల నాలుగు నెలల పదిహేడు రోజుల క్రితం చూసినప్పుడు ఎలా వుందో అలాగే ఉన్నాయి హాలూ, హాలులోని వస్తువులూ. బీరువాల్లో క్యూరియోలు. గోడ దగ్గర, కిటికీ పక్కగా రేడియో గ్రామ్. కార్పెట్. సోఫాలు అప్పుడున్నట్లుగానే. సూట్‌కేసులు కూడా అవే. దగ్గరగా వెళ్ళి వాటిమీది లేబుల్స్ చూశాను. పి అండ్ ఒ స్టీమర్ కంపెనీవి. క్వాంటాస్ వారివి. బి.ఒ.ఏ.సీ.... రోమ్, లాగోస్, జకార్తా, చిన్నవి, పెద్దవి, రంగు రంగులవి. ఫ్రెంచ్, యిటాలియన్, ఇంగ్లీషు భాషల్లో, అన్నీ పాతవే, ఒకటే కొత్తగా కనిపించింది. థాయ్ ఏర్‌వేస్‌ది.

ఫోర్ పోస్టర్ మంచం మాత్రం లేదు. ఎడమవేపు కిటికీ దగ్గరకు వెళ్ళి పైకి చూశాను. తోటలో అవుట్ హవుస్ దగ్గర కూచుని చిన్నయ్య ఎరువులు కలుపు తున్నాడు. బోగన్‌విలియా. గులాబీల వరస. సీజన్ పువ్వుల బెడ్స్. లాన్‌మోఅర్, కాంపోండు గోడదగ్గర. దూరంగా వెనకవేపు మూలని మామిడిచెట్టు. లేత ఆకుపచ్చ ఆకులు.

వెనక్కి తిరిగి గోడమీద తగిలించిన ఫోటోల దగ్గరికి నడిచాను. టెన్నిస్ టోర్నమెంటులో గెలిచిన కప్పుపక్క నేను. నేను! ఒరియా జమిందారిణిలాగా అమ్మ. ఇంకా అయిదు ఫోటోలు. ఐదు దేశాల రాజధానుల్లో, ఐదు రకాల మనుషుల మధ్య వాళ్ళల్లో ముఖ్యుడిగా, వరల్డ్ హెల్త్ ఆర్గనైజేషన్‌కి సంబంధించిన లెప్రసీ ఎక్స్‌పర్ట్‌గా, అందంగా నవ్వుతూ నాన్న.

టేబుల్ మీద కొన్ని ఫోటోలు సిల్వర్ ఫ్రేముల్లో. ఒక దానిలో నేను పన్నెండేళ్ళ వయసులో, చిన్న టేబుల్ మీద ఆ సంవత్సరం నాకు సెయింట్ ఎలోయిషియస్ స్కూలు ఇచ్చిన ఆరు ప్రైజు పుస్తకాలతో సహా. ఇంకో దాన్లో ఎవరో నీగ్రో వనిత.

కుడివేపు కిటికీ దగ్గరకు వెళ్ళి తలుపులు తెరచి చూశాను, దూరంగా సముద్రం, ఎండలో మెరుస్తూ. పక్కింటి జడ్జిగారి ఇంటి కాంపౌండులో మోటారు సైకిలు. అతనే ఉన్నాడా ఇంకా ఆ యింట్లో?

తివాసీ మధ్యకు వచ్చి నిలబడి, కోటు జేబులోంచి సిగరెట్ పాకెట్ తీసి, అందులోంచి ఒకటి తీసి వెలిగించాను. మెల్లగా పడేశాను ఆరిపోయిన అగ్గిపుల్ల తివాసీమీద. తోటలో మైనాలు. తలకిందికి వంచి చూస్తే తివాసీమీద ఒక పెద్ద మచ్చ. బొఖారా తివాసీమీద విస్కీ రంగు మచ్చ. ఆ మచ్చ వున్నచోట తివాసీ పలచబడి, కాస్త చిరిగినట్టు కనిపించింది. ఇక్కడే కూచునేవాడినా అప్పుడు? తలపైకెత్తి రోమ్‌లో తీసిన ఫోటోగ్రాఫ్ వైపు సిగరెట్టు పొగ వదిలాను. ఆ ఫోటోలో కాళ్ళు క్రాస్ చేసుకుని చేతులు ఒడిలో పెట్టుకుని, తెలివైన కళ్ళతో నవ్వుతూ, నాన్న - అమ్మని గొంతుకు నొక్కి చంపిన నాన్న.

పుస్తకాల షెల్ఫుల దగ్గరకి నడిచాను. లెప్రసీకి సంబంధించిన పుస్తకాలు బరువుగా. జర్నల్స్. రీడర్స్ డైజస్టు కాపీలు రెండు. రెండో అరలో స్విజర్లాండు నుంచి యిరవయి అయిదేళ్ళ క్రితం నాన్న తెచ్చిన బొర్తాలోమ్యూస్ అట్లాస్. నూటతొంభయి పేజీలు. సోఫామీద కూర్చుని సిగార్ కాలుస్తూ, నాన్న ఏదో వూరో, నదో, కొండో పేరు చెప్పి ఎక్కడుందో వెతికి చెప్పమని అడిగితే, తివాసీమీద అట్లాస్ ముందు వేసుకుని బోర్లా పడుకుని కళ్ళు చిలికించి వెదకడం. జయం, అపజయం. అప్పుడప్పుడు ఏడిపించడానికని యిండెక్స్‌లో కూడా దొరకనివి, కల్పించబడినవి. అట్లాస్ మొదటి పేజీమీద నా పేరు. పన్నెండేళ్ళ వయస్సులో రాయబడే దస్తూరీ. కె.నారాయణ. కింద అరలో చిన్న అట్టపెట్టి. అందులో దేశ దేశాల్నుంచి వచ్చిన గ్రీటింగు కార్డ్సు. కొన్ని ఫోటోలు. చిన్నవీ, పెద్దవీ ఎందరివో. ఆల్బమ్స్ అన్నీ ఎక్కడున్నాయ్? రెండు పాత ఉత్తరాలు.

జోసఫ్ వచ్చి మెల్లగా చెప్పేడు. నాకోసం లాయర్ గారు వచ్చారు.

అట్లాస్ పేజీలు మెల్లగా అటూ ఇటూ తిప్పి మూసి "వస్తున్నారని చెప్పు" అన్నాను. జోసెఫ్ వెళ్ళిపోయాడు. బుక్ షెల్ఫ్ పక్కటేబుల్ మీద స్విస్ కాటేజి బొమ్మ. కాటేజ్ చుట్టూ పాస్టొరల్ సీన్. చేతిలోకి తీసుకుని "కీ" ఇచ్చాను. ఆవు పక్కన కూర్చున్న స్త్రీ పాలు పితకడం మొదలుపెట్టింది. ఎద్దులూ, ఎద్దుల వెనక హాలికుడూ, "కీ"తో ప్రాణం వచ్చింది కాటేజీలో జీవితానికి. వచ్చింది నాకు చిరునవ్వు.

మెట్లుదిగి హాలుదాటి, కారిడార్‌లోంచి నడిచాను. కారిడార్‌లో గోడకి ఫ్రేమ్ చేసిన పీటర్ బ్రూజెల్ తైల వర్ణచిత్రం ఒకటి వుంది. ఇంతకు ముందు లేదు. పన్నెండేళ్ళ క్రితం లేదు. "చిల్డ్రన్ యిన్ గేమ్స్". నాన్న టేస్టు అర్థం అవలేదు.

డ్రాయింగ్ రూమ్‌లో లక్ష్మీనారాయణగారు. పరామర్శ వాక్యాలు - నాన్న గొప్పతనం గురించి. జోసెఫ్ టీ సరంజామా, కేక్స్, సేన్విచెస్. లక్ష్మీనారాయణగారు ఫోలియో బాగ్‌లోంచి కాగితాలు తీశారు. బరువుగా, విలువయినవిగా, స్టాంపులతో నిండిన కాగితాలు. జేబులోంచి కళ్ళజోడు తీసి కళ్ళకి తగిలించుకుని, విచారంగా, అలవాటయిన విచారంతో మెల్లగా చదివారు.

ఆయన చదువుకు పోతూంటే, నేను వాచీ చూసుకున్నాను. నవంబరు యిరవయి ఆరో తారీఖు. నాన్న "పోయి" యిరవయి ఎనిమిది రోజులయింది అని లెక్క కట్టాను. నేను యిక్కడికి నిన్ననే వచ్చినా చాలా కాలం అయినట్టు ఎందుకో అనిపించింది.

"దయచేసి సంతకాలూ అవీ......"

"దయచేసి టీ తీసుకోండి"

జోసెఫ్ కప్పులో టీ తయారుచేసి యివ్వబోతే లక్ష్మీనారాయణ గారికి - 'డయబెటిస్, షుగర్ వద్దు - కేక్ మాత్రం ఒకటి' -

యిరవయి ఎనిమిది రోజులయింది. నా వయస్సు ముప్పయి ఏడు సంవత్సరాలు. మూల నున్న కుక్కూ క్లాక్ అయిదు కూసింది. కిటికీలోంచి దూరంగా పొడుగ్గా వంకరగా వాలుతూ కొబ్బరిచెట్లు. టీ తాగి కేక్ తిన్న లక్ష్మీనారాయణగారికి మళ్ళీ నా సంతకాలు కావాలి.

నేను మెల్లగా సిగరెట్టొకటి వెలిగించి - లక్ష్మీనారాయణగారు "థాంక్స్ సార్. నాకలవాటు లేదు" - నేను నిన్న రాత్రి నుంచి ఆలోచించి చెప్పదలచుకున్నదేదో చెప్పాను. 'పోకర్' ముఖంతోనే చెప్పాను. మెల్లగా, వ్యాకరణయుక్తంగా, తడబాటు లేకుండా.

మా మిగతా సంభాషణ - నేను లాయరుగారితోనూ, ఆయన ఒక వింత కలలో కనిపించిన ఒక మతి చెడిన వాడితో అన్నట్లునూ. యింకా కూచుంటే యిక్కడే కూచుని నా మాటలు వింటే, ఆ కలలోని వింతగా మతి చెడిన మనిషి, యీ సాయంత్రం సమయంలో నిజంగానే కలల్లోంచి....లక్ష్మీనారాయణగారు కాగితాలూ అవీ సర్దుకుని వెళ్లి పోయారు. పైన సూర్యుడూ, వెలుతురూ, మనుష్యులూ, నడవడానికి రోడ్లూ ఉన్న ప్రపంచంలోకి, సాయంత్రంలోకి.

కిటికీలోంచి నీరెండ. చెట్లల్లో ఉడుతలు. లాన్‌మీద చిన్నయ్య రబ్బరు పైపుతో నీళ్ళ జల్లు. బీచ్ వైపు మెల్ల మెల్లగా మనుష్యుల నడకలు. మగ, ఆడ జంటలు. చిన్న పిల్లలు. ట్రాన్సిస్టర్లతో కొందరు.

కారిడారులో బ్రూజెల్‌ని మళ్ళీ నిలబడి చూసి, మేడ మీదికి వెళ్లేను. సోఫామీద

కూర్చున్నాను. ఎదరగా గోడమీద ఒరిస్సా జమిందారిణి - అమ్మ. పైన సాయంకాలపు వెలుతురు మెల్లగా కరిగిపోతూంది. పక్షులు ఎక్కడికో ఎగిరిపోతున్నాయి. చేతి వేళ్ళ మధ్య సిగరెట్టు కాలిపోతూ ఉంది. దూరంగా సముద్రపు హోరు వినిపించీ వినిపించనట్లుగా.

.....'ద్వేషం' దేనికి? అమ్మని చంపినందుకా? పొరకింద పొరకింద పొర మెల్లగా విప్పుతుంటే, కారణం అదికాదని తెలుస్తూంది. నాకు. ఈ పన్నెండేళ్ళ నుంచీ, నన్ను వెంటాడుతూ, నాకు తెలిపింపజేస్తూనే వుంది. పదకొండేళ్ళ నాలుగు నెలల పధ్నాలుగోనాడు యీ యిల్లు మూడోసారిగా వదిలిపెట్టి వెళ్ళి పోయాను ద్వేషంతో.

తరువాత జీవితం?

సైన్యంలో; - మెసపటోమియా, బెంఘాజీ, ట్రిపోలీ, సింగపూర్, కొహిమా; తరువాత మళ్ళీ చదువు యూనివర్సిటీలో. చదువు. చదువు! అక్కడ, ద్రోహం చెయ్యడం, చెయ్యబడ్డం; తరవాత 'గాలి పడగ' పేవ్ మెంట్లమీద, పార్క్ బెంచీలమీద; కాశీలో - అక్కడ మిల్క్‌మెన్స్ యూనియన్‌లో జొరబడి వాళ్ళ పాలలో విషం! స్నేహితులకి - భాస్కరం, పాండే - ద్రోహం. శివాజీ, గౌరి, మార్గరెట్ - స్నేహితులకీ, ప్రేమించిన వాళ్ళకీ ద్రోహం. దేశానికి ద్రోహం అందులోని అందం, ఆనందం. తరవాత మోల్మీన్, తరవాత కబాయే పగోడాలో 'అభిధర్మ' చదువు. సాధన! మిజో కొండల్లో గన్‌రన్నింగ్. ఒకచోట 'రాజు'. ఇంకో చోట జూడాస్. అక్కడ బెగ్గర్ ఇక్కడ బగ్గర్....

అమ్మని అలా దేవుడి పూజా మందిరంలో చంపినందుకు కాదు ఆ ద్వేషం అని తెలుస్తూనే ఉందినాకు. నాన్న 'మంచి'గా మాట్లాడే మాటలు, అందరినీ సంతుష్ట పరచడానికి ప్రయత్నం చేస్తూ మాట్లాడే మాటలు, 'తీపి' మాటలు, ఆయన పాప్యులారిటీ, హ్యూమర్, వైటాలిటీ....

యివా కారణాలు? నా ద్వేషానికి యివా కారణాలు?

కాదు, కాదు. కాదు.

తల రెండు చేతులతోనూ గట్టిగా పట్టుకుని నొక్కుకుంటూ, కళ్ళు బాగా గట్టిగా నల్లగా మూసుకుని కళ్ళలోని నలుపులో, చీకటిలో అద్భుతమైన డిజైన్లు క్షణ క్షణానికీ మారుతూ, వెలుగుతూ, ఒకదానిలోంచి యింకొకటి కరుగుతూ, కలసిపోతూ, మళ్ళీ మెరుస్తూ, రంగు రంగులుగా మారుతూవుంటే, కారణాలకోసం వెతుక్కోవడం. కారణాలు మెరుపులా నా మనస్సులో ఎక్కడో లోలోపల వెలుగుతాయనీ, వెలగాలనీ, గుండె పగిలేలా కోరుతూంటే, ఆశిస్తూంటే....అవి కళ్ళ వెనక నలుపుల్లో దగ్గరగా, దగ్గర దగ్గరగా వచ్చినట్లే వచ్చి, అనుకోకముందే అదృశ్యమయిపోతాయి; పోయాయి.

జోసెఫ్ వచ్చాడు. లైట్లు వెలిగించమన్నాను. టేబుల్ లైట్స్, పైవీ, మూలమూలల్ని ఉన్న దీపాలన్నీ వెలిగించాడు. ఒకటి తరవాత ఒకటి మెల్లగా హాలంతా వెలుతురు. అంతా వెలుగు.

"మీ గది తయారు చేయమన్నారా?" అన్నాడు జోసెఫ్.

మంచం తీసేశారు యీ గదిలోంచి. కాని బెడ్‌సైడ్ స్టూల్ మాత్రం ఎవరూ కదపలేదు. దగ్గరగా నడిచి వెళ్ళాను. స్టూల్‌మీద ఒక పుస్తకం. ఎత్తి చూశాను. "డిక్లైన్ అండ్ ఫాల్ ఆఫ్ రోమన్ ఎంపైర్."

వెనక్కి తిరిగి జోసెఫ్‌తో అన్నాను. "వద్దు." ఏభయి ఏళ్ళ జోసెఫ్, రోమన్ కేథలిక్ జోసెఫ్, నేను ఎక్కడ పడుకుంటానో అడగటానికి భయపడి, ఒక నిమిషం నిలబడి, ఆలోచించి, ఏదో అనబోయి అనకుండా కిందికి దిగి వెళ్ళి పోయాడు.

రేడియోగ్రామ్ దగ్గరికి వెళ్ళి, కింద అరలో రికార్డులు ఒకటి తరువాత ఒకటి తీసి చూడడం మొదలుపెట్టాను....సిబీలియస్. హాండెల్. బెలాఫొంటే - నాకు ఆశ్చర్యం - నర్సరీరైమ్స్, క్రిస్మస్ కేరల్స్....వయొలిన్ కన్సెర్టో, బి. మేజర్ బాఖ్, ట్రంపెట్ కన్సెర్టో హమ్మెల్....సింఫొనీ నెంబర్ 6, డి.మైనర్ సిబీలియస్. ఈ ఫ్లాట్ మేజర్ మొత్సార్ట్....ఇంకా తిరిగి, అదే వరుసలో జాగ్రత్తగా పెట్టేశాను.

మళ్ళీ కుడివేపు కిటికీ దగ్గరగా వెళ్ళి, మళ్ళీ చూశాను. సముద్రంలో స్టీమర్లు దూరంగా, అక్కడక్కడా. దీపాలు వెలుగుతున్నాయి వాటిల్లో. దిగంతం దగ్గర నిలువుగీత. అస్పష్టంగా, కదలకుండా ఉన్న మేఘాలు, నలుపూ, నీలీ.

గదిలో దీపాల్ని ఒకటీ ఒకటీ ఆర్పడం మొదలుపెట్టాను. బెడ్‌సైడ్ స్టూల్ పక్కని మాత్రం దీపం ఉంది. దానిమీద పుస్తకం. అలాగే ఉంది. బరువుగా, చాలా రోజులనుంచీ మెల్ల మెల్లగా తెలివిగా చదవబడుతూ ఉన్నట్లు. ఆ స్టూల్ పక్కని యింకో చిన్న స్టూల్. దానిమీద ఒక బాక్స్ ఆఫ్ సిగార్స్. చేతిలోకి తీసుకున్నాను. హవానా మేజర్స్. తేలికగా ఉంది పెట్టె. మెల్లగా మూత పైకెత్తాను, పలచటి నీలికాగితం కింద రెండు సిగార్స్ మాత్రం ఉన్నాయి. ఒకటి దాని జాగాలో, రెండోది అడ్డంగా. అడ్డుగా ఉన్నదానికి సెల్లోఫేన్ కవర్ లేదు.

అప్పుడూ.

తివాసీ మీద నిలబడి, నేను వెక్కి వెక్కి ఏడ్చింది.

ఎంతో గాఢమైన చీకటిలోతుల్లో. నాలో ఏదో తెగింది. దాక్షిణ్యం లేకుండా తెగింది. అప్పుడూ.

* * *

నారాయణ తల వంచి కిందకి చూశాడు. హేరిస్ ట్వీడ్ ట్రౌజర్స్ బూట్ లేసుల్ని కప్పుతూంది. పక్కకి తిరిగి నిలువుటద్దంలో చూసుకున్నాడు. దేహం చదునుగా, పొడుగ్గా, భుజాలు బలంగా, చాలా వెడల్పుగా. ట్విల్‌షర్టు భుజాల లోపలి గట్టితనం మీద మెరుస్తూ, తెల్లగా నవ్వుతూ దిగి, ఛాతీమీద గర్వంగా పరుచుకుంది.

సుఖం, సంతోషం నారాయణ గుండెల్లోంచి బుడగల్లాగా పైకి వస్తూవుంటే,

ఏదో లోపలి ఒక లోతులోంచి ఒక పాము బుస మెల్లగా వినిపిస్తూంది. నారాయణకి నిజంగా కోపం వచ్చింది.

"ఆ కళ్ళు నాకు తెలుసు. నేను స్వతహాగా 'మంచి' వాడినని చెబుతాయి. కాని, అలా చెబుతూనే చిన్న విషపు చిలుకు చిలుకుతాయి.

మెదడులో, ఉల్కల వేగంతో రూపం పొందుతుండే ఆలోచనల్ని మొదటి నుంచి చివరిదాకా అనుసరించగలదు, అతని మెదడులోనిదే యింకో భాగం. ఆ గాలిపడగలా ఎగుర్లు, ఆ గొలుసులూ, ఆ 'పల్లం' ఎరిగిన పారుదలా, ఆ 'అహం'... తటస్థంగానే....ప్రతి నిమిషాన్ని నిలబెట్టి, కస్టమ్స్ చెక్ చేసినట్లు అటకాయించి, క్రూరంగా, నిర్దాక్షిణ్యంగా, అనుమానంతో పరీక్షచేసి, వాటి చీకట్లనీ, దాగుడుమూతల్నీ కనిపెట్టి, పైకి లాగగలవు అతని కళ్ళూ, ఆ కళ్ళలోని నల్లటి వెలుగూ.

నారాయణ అద్దంలో తన కళ్ళనుంచి అద్దంలోని తన నుదురు మీదకి మరల్చాడు తన కళ్ళని. కుడివేపు పాపట దగ్గర గరుకుగా నల్లటి పుట్టుమచ్చ.

"అది నాది. నా పుట్టుమచ్చ అది. అంటే అది 'నేను', నన్ను యీ ప్రపంచంలో 'ఇది నువ్వు' అని చెప్పేది. అంటే?"

నారాయణ కుడి కాలి వేళ్ళమీద నిలబడి గిఱ్ఱున తిరిగాడు. తిరిగి తిరిగి, అద్దానికి ముప్పయి డిగ్రీల కోణంలో తూలి తూలి తూలి మెల్లగా స్థిరపడ్డాడు. గోడలు తిరిగాయి. కళ్ళల్లో - రోమ్, సిగార్స్, కిటికీలో స్టీమర్...మంచంలేని ఖాళీ జాగా....నుదుటికి చెమట. జుత్తులో ఒక భాగం నుదురుమీద పడింది మెత్తగా, చెమ్మగా. అద్దానికి దగ్గరగా వెళ్ళి కుడిబుగ్గ అద్దానికి ఆనించి, కళ్ళు మూలకి - అద్దం వేపుగా - తిప్పి చూశాడు. ముక్కు 'వాలు' కనిపిస్తూంది. బుగ్గ పక్కగా అద్దంలో.

"ఖద్దర్ టెక్చ్సర్ లాగుంది" అనుకున్నాడు.

"ముక్కు చివర మొనదేలి ప్రపంచాన్ని అన్వేషిస్తూంది. అది కూడా నేనే" అన్నాడు, మెల్లగా, స్వరాన్ని కీచుగా చేసి.

"అది కూడా నేనే."

దువ్వెన తీసి జుత్తునంతా కిందికి దువ్వేడు. తలమీద నల్లటి జలపాతం. నల్లటి నాలుక, పొమేడ్ మెరుపుతో. రెండు బుగ్గల్నీ పట్టుకుని పక్కకి గట్టిగా లాగేడు.

పెదిమలు విడి ఎర్రబడ్డాయి. ముక్కు రూపాన్ని మార్చుకుంది. కళ్లు మాత్రం అలాగే; మారలేదు.

"రింగోస్టార్ లాగున్నావు."

"నాండర్థాల్ మనిషి లాగున్నావ్."

"ఇంకా?"

"అసలు 'నేను' ఎవరు?"

"మిలియన్ బిలియన్ స్పెర్మాటోజోవాలో ఒకటి....ఒకటి....దానికి ఛాన్స్ వచ్చింది."

"అన్నదెవ్వరు అలా?"

"ఫస్ట్ ఫిలాసఫర్స్ సాంగ్"

"అది నిన్ను....నిన్నూ"

"కాకపోతే, నువ్వెవరివి? నువ్వెవరివి?"

"ఏ నీషేవో, ఏ వాల్మీకివో, ఏ హో చి మిన్ వో...."

"-పెరూ అగ్ని పర్వతాల వాలుల్లో, వెర్కొయాన్స్కీమంచు చరియల్లో, గ్రెనడా వేడిలో"

"ఇంకా, యింకా, చెప్పు."

" - లాసా మొనాస్టరీలో, కార్థూసియన్ మాంక్‌లాగ, నియొ పాలిటన్ ఫిషర్‌మన్‌లాగా-"

"కాస్టనెట్స్ వాయిస్తూ, ట్రోంబోన్ వూపుల్లో...."

"కోరల్ ఐలండ్స్‌లో రీఫ్స్ మీద-"

"ఇంకా యింకా"

నారాయణ కళ్ళు మూసుకుని గట్టిగా నల్లగా మూసుకుని, గబ గబ గబ జుత్తు పైకి దువ్వడం మొదలుపెట్టాడు.

"ఇంకా చెప్పు."

"- కింబర్లీ వజ్రపు గనుల్లో, బ్లాక్ ఫారెస్ట్‌లో, లాషియోలో - లాషియోలో ఏమిటి చేస్తావ్? (లాషియోలో ఏమిటి చేశాను?) లాషియోలో నల్లమందు స్మగ్లింగ్. ఎలాగ? బర్మా జీపుల్లో, కాలికింద నల్లమందు పాకెట్లు. ఫ్రాంటీర్‌లో చెకింగ్....టైర్లు విప్పి వెతికారు. నేను నవ్వు...నేను మాంగ్‌టిన్ మాంగ్....యింకా యింకా - నా డ్రెస్ చెప్పు. తైపో ఏంజీ, లోంజ్యీ, గాంగ్ బాంగ్, చెప్పులు."

ఆ చెప్పులు? వెల్వెట్ పట్టాలవి. నా కళ్ళు? 'ఇలాగా' అని కళ్ళు చిన్నవి చేసి, చికిలించి, హోరియంటల్‌గా పెట్టాడు నారాయణ.

"కాని, ఆ బిలియన్ మిలియన్ స్పెర్మాటోజోవాలో నీకు వచ్చింది ఛాన్స్. నీకు" అనుకున్నాడు.

"చెప్పు. చెప్పు వేగంగా చెప్పు"

"ఇక్కడ" అని మెల్లగా అన్నాడు అద్దంలో తనతో.

"యిక్కడ....యీ వూళ్ళో....యిక్కడ కిటికీలోంచి బంగాళాఖాతం. సముద్రం మీద ఎస్.ఎస్.టొట్టోరి మారూ...టోకియో, యోకో హోమా వెళ్లేది...."

"తగ్గు. తగ్గు, తగ్గు. గుర్రం కట్టు. నువ్వు ఇక్కడ. ఈరోజు. ఈ గదిలో. ఇటుకలు. రాళ్ళు. సిమెంట్, గోడలకి నీలిరంగు సున్నం. లేత నీలి. చల్లగా కొంచెం చలిగా. తివాసీమీద యీ మచ్చ. విస్కీ రంగు. నువ్వు"

"నా తండ్రెవరు?"

వద్దు వద్దు.

"నా తల్లెవరు?"

వద్దు, చెప్పకు.

"అక్కలున్నారా? అన్నలో? బంధువులు?"

వద్దు వద్దు. వద్దు చెప్పకు.

అనుమానంగా మళ్ళీ అద్దంలోకి చూసి, యిలా అన్నాడు.

"వెనక్కి వెళ్ళి చెప్పు. చిన్నప్పుడు నాకు కావలసినవి చెప్పు."

పదకొండో ఏడులో జూన్ నెలలో - చినుకులు - విశాలని సంపెంగ చెట్టుకింద ముద్దు పెట్టుకున్నావు. పదమూడో ఏడులో 'మోర్టల్ సిన్.' పదిహేను, పదిహేడులో నీకు స్పష్టంగా తెలియని కారణాల వలన గృహత్యాగం చేశావు. తిరిగి వచ్చావు. పందొమ్మిది; నీ గదిలో పడుకుని షెర్లాక్ హోమ్స్; మార్క్ ఆఫ్ జారో...డోరియన్ గ్రే...అంద్రీ జీద్...కలిపి కలిపి...కార్టూన్ బొమ్మల సేకరింపు. మధ్యలో స్టాంపుల ఆల్బమ్, వందలు, వేలు, వేలకొలది స్టాంపులు. జోళ్ళని పాలిష్ చేసి చేసి మెరిపించడం - వైల్డ్ వెస్ట్ హీరోలాగ నడవడం, మూడో అంతస్తు డాబామీద వెదుళ్ళతో యుద్ధం....పళ్ళు బిగించి వెదురు కత్తులు ఝుళిపించి...బీచ్‌లో రక్తాలొచ్చేటట్లు కుస్తీలు, ఫుట్‌బాల్. రత్న ప్రసాద్ మీద వెండెట్టా....

"ఇంకా" అన్నాడు నారాయణ కళ్ళతో. అద్దంతో.

అలసిన రాత్రులలో నీ అమాయకపు నిద్రలు నీకు తెలియకుండానే మాయమయి పోయాయా? మెల్లగా నీ 'దేహాన్ని' నువ్వు తెలుసుకున్నావా? తెలుసుకుని "సిగ్గు" పడ్డావా? భయపడ్డావా సిగ్గుపడి? బెదిరావా భయపడి? మాటల

అర్థాల్నీ, పుస్తకాల్లో గీతల మధ్య అర్థాల్నీ వెతికావా? 'స్త్రీ' దేహాన్ని చూడడం, భేదాన్ని తెలుసుకోవడం...కలిపి కలిపి...

కొన్ని చెట్లు ఆకులు రాల్చుకున్నాయి. కొన్ని రాళ్ళు వర్షంలో అరిగి పోయాయి. నేల ఎండి బీటలు. గర్జించే సంద్రం రోడ్లను కబళించింది. కొన్ని గోడలు శిథిలం అయాయి. కొన్ని పరిస్థితులు జ్ఞాపకాల రూపంగా మాత్రమే మిగిలాయి.

నిన్ను 'నువ్వు'గా తెలుసుకున్నావు. తెలుసుకున్నవాడివి, నీ 'వారసత్వం' యిదీ అని తెలుసుకున్న వాడివి, దాని రూపాన్ని మార్చడం దాన్ని ధ్వంసం చేయడం పనిగా, ధ్యేయంగా పెట్టుకున్నావు. అమ్మలు, నాన్న, అక్కలు, బంధువులు...ఎవరు వీరు? సంబంధం? వీళ్లా? యిదా? యిలా నేను వాళ్ళతో ఉండాలా? అలా మాట్లాడాలా? వాట్నన్నిటినీ తెగ్గొట్టు. అవన్నీ అలా కాదు. అవన్నీ యిలా. దండంపెట్టి మొక్కవలసినవాడిని మక్క లిరిగేటట్లు తన్ను. లాలించి బుజ్జగింపదగినవాడా వీడు? వాడి బుర్రని మెత్తగా ఒత్తేయ్. నమ్రతగా, బుద్ధిగా మాట్లాడాలా యీయనతో? టెంకిమీద జెల్లకొట్టు గాడ్దె కొడుక్కి.

"ఇంకా చెప్పు. నా 'చరిత్ర'" అద్దంలోని కనుపాపలతో నారాయణ.

"వద్దు. ఆ చరిత్ర మాసిపోనీ, మసి అవనీ" అన్నాడు, మళ్ళీ నారాయణ తీవ్రంగా, ఆత్రుతతో.

"ఈ రోజే ఎందుకు ఎన్నుకున్నావ్? అది చెప్పు"

ఉదయం నిద్రకళ్ళు తెరవగానే తోటలో కొబ్బరి మట్టల గలగల, కొబ్బరి ఆకుల్లోంచి చురుగ్గా సూర్యుడు. చురుకులోని చిరుచలి. దూరంగా ఉరికే సముద్రపు టలలు. వాటిమీద కొంగలు, రెండు. దూరంగా, వీధిలో 'తోటకూర' కేక. ఆ క్షణంలోనే ఎన్నుకున్నావ్ యీ రోజుని.

"కాని, ఎందుకు?" నారాయణ జుత్తు మళ్ళీ కిందకి గబగబ దువ్వేడు. చెవులు పట్టుకుని, రెండూ పక్కకి వంచాడు. "చెవల పిల్లి.... నత్త గుల్లలు" ముఖం యిసుక పరిచినట్లు గరుకుగా.

"ఎందుకు యీ రోజు ఎన్నిక?"

వీధిలోని తోటకూర కేక త్రాసుని నీ యీ ఎన్నికవైపు దిగలాగింది, బరువుగా.

"ఇది నీ దృఢ నిశ్చయమా, నారాయణా?" అద్దంలోని నారాయణ జుత్తు ఊగింది. 'అవును' అంటూ. నారాయణ నవ్వేడు అద్దంలో.

"పద పద పద" అన్నాడు, నారాయణ.

"జోళ్ళు తొడుక్కో" అన్నాడు నారాయణ.

"స్టుపిడ్. జోళ్ళు తొడుక్కునే ఉన్నాను."

"పాలిష్"

నారాయణ నవ్వి, "యివాళ జోళ్ళకి పాలిష్ ఏమిటోయ్?" అన్నాడు.

కాదు. చెయ్యాలి పాలిషు.

దట్టంగా పట్టించాడు నల్లగా ముద్దలు ముద్దలుగా పాలిషు. బలంగా, బ్రషుని పట్టుకున్నాడు నారాయణ.

జోళ్ళు అద్దంలాగ, క్రిస్టల్ గ్లాస్‌లా మెరిశాయి.

"మేజోళ్ళు?"

నైలాన్‌వి. నీలివి. తొడుగు.

టక టక. ట్విల్‌షర్ట్. హేరిస్ ట్వీడ్ ట్రౌజర్స్-జాన్ బ్రవున్ షూ. కాంతి జోళ్ళమీద. మెరుపు. ట్విల్ షర్టు తెల్లటి మీగడ తెలుపు మెరుపు.

సూర్యకిరణాల్లో దుమ్ము కణాల ఎగురుడు.

"పద, పద." రక్తంలో జోరు. ఆ జోరులోనే రక్తపు చల్లదనం. నరాలు వేడి. ఆ నరాల వేడిలోనే ఆ నరాల చల్లదనం.

తలుపు తెరిచి, మెల్లగా పైకి అడుగు పెట్టాడు నారాయణ. లాన్ చుట్టూ తిరిగి, తోటదాటి, గేటు తీసుకుని పైకి వచ్చాడు.

తన యింటివేపు, వెనక్కి తిరిగి, తన మేన్షన్ వేపు చూశాడా నారాయణ?

లేదు. చూడలేదు. నడవడం మొదలుపెట్టాడు.

కంకర, తారురోడ్డు, బోగన్ విలియా, సంపెంగ - ఎత్తుగా, పచ్చటి పువ్వులతో - డాబాల మీద తెల్లటి బట్టలు, ఆరవేసినవి.

మలుపు తిరుగు.

కంకర, తారురోడ్డు. తాటాకుల పాకలు. ఆవులు. కొళాయి, మ్యునిసిపల్ వారిది.

నవ్వులు, నవ్వే మనుషులు. కల్వర్టు. వరండాల మీద కుర్చీలు, ఆకు పచ్చని, బెత్తువి. ఇనపవి. నోట్లో చుట్టలు.

నడు, నడు.

నల్లగా, వేడిగా తెల్లటి బట్టల మీద యిస్త్రీ పెట్టెలు. మండే బొగ్గులు.

నడు.

మందులు. పెద్ద పెద్ద సీసాల్లో టాఫీలు.

ఇంకో మలుపు తిరుగు, నడు నడు.

వాలుగా, తారురోడ్డు. నడు నడు. దిగు. పద.

ఇంకో మలుపు.

హఠాత్తుగా సముద్రం. నీలిదీపం. కోస్టల్ బేటరీ. సెంట్రీలు.

దిగు. ఆగు. దిగు దిగు.

నాగుపాములాగ మెల్లగా దిగు.

నడు. టకటకా కాదు. మెత్తగా. కంకరమీద కరకర.....

చూడు. రోడ్డుని కబళించింది సముద్రం. ఏనుగుని మొసలి లాగినట్లు.

పద. నీలిదీపం. లాగిపడేసింది సిమెంటు బ్లాకుల్ని సముద్రం.

రాళ్ళు. సిమెంట్ బ్లాక్స్. జాగ్రత్త.

జాగ్రత్త.

కుషన్‌లాగ యిసుక. ఇక్కడ దిగు. ఎన్ని మిలియన్ మిలియన్ బిలియన్ల రేణువులు యివి? 'అంటుకోకుండా?' దగ్గరగా ఉన్నా, అంటుకోకుండా.

'పద, పదా.'

తడిగా, నీలి నలుపు యిసుక యిక్కడ. దగ్గరగా అంటుకుంటూ. కెరటాల అంచుల పొంగులు యిక్కడ, తెల్లగా, మాసిన తెలుపు.

శంఖాలు, లింపెట్స్, మ్యూరెక్స్, పావులు, గుల్లలు ముక్కలు ముక్కలుగా విరిగిన గుల్లలు, మస్సెల్స్, కాకుల్స్, విరిగిన గవ్వలు. మంచివి. ఫోలాస్...కెరటాలు విసిరి పారేసినవి. పోర్చుగీసు మేన్ ఆఫ్ వార్, సీ కుకుంబర్....పావులు. రంగులు యింద్రధనస్సు రంగులు. గీతలు, చారలు. ప్రకృతి చేసిన నగిషీలు, చమక్కులు. గుల్లల మెరుపులు శంఖాల్లో రహస్యాలు....

మెత్తగా తడిగా నలుపూ, నీలి, బంగారం రంగు యిసుక. పాదాల జాడలు. పెద్దవి, చిన్నవి, జోళ్ళవి. గజిబిజిగా ఒకచోట. గజిబిజి పాదాల జాడల గుంపులోంచి వేరుబడి ఒక జత పాదాలు దూరంగా పోతున్నాయి....

పీతలు, అడ్డుగా, భయంగా, వేగంగా కన్నాల్లోకి.

పీతల పరుగులు.

ఒక కన్నం దగ్గర నిలబడ్డాడు నారాయణ. కన్నం చీకట్లోంచి కాళ్ళు సగం పైకి పెట్టి చూస్తూంది.

"నా చేతిలో నీ ప్రాణం ఉంది." అన్నాడు మెల్లగా, కన్నానికి దగ్గరగా వంగి నారాయణ పీతతో.

"నీ బాధలు నీవి" అన్నాడు, గట్టిగా.

పీత లోపలికి కాళ్ళు లాక్కుంది.

వంపు తిరిగిన 'బే.' కొండ. డాల్ఫిన్స్‌నోస్.

కొన్ని జ్ఞాపకాలు గుంపుగా, గుంపులు గుంపులుగా ఏదో సువాసనతో ఒక్కసారిగా విజృంభించడం మొదలుపెట్టాయి.

"తెగ్గొట్టు. పక్కకి తోసేయ్. పద పద.'

తీర్థపు రాళ్ళు. నల్లగా, తడిగా, కిందని దగ్గరగా నాచు. పచ్చని దూదిలాగ ఊగుతూంది నాచు. చిన్న చిన్న పూల్స్. స్పష్టంగా, నిర్మలంగా నీళ్లు. అడుగున నాచు. సీ వీడ్స్. వేలకొలదీ గుల్లలు. చిన్నవి. చిన్న చిన్నవి.

"దేముడు?" అన్నాడు, ఆశ్చర్యంగా నారాయణ. నీళ్ళలోకి చూస్తూ, అడుగున ఉన్న గుల్లల వేపు చూస్తూ.

ఉప్పెనలాగ వచ్చింది నవ్వు నారాయణకి.

"పద."

జాగ్రత్తగా రాళ్ళు ఎక్కాడు.

"జారుతావు జాగ్రత్త!"

"ఏమిటీ తీర్థం? ఎలా తయారయాయి యీ రాళ్ళు? ఎప్పటివి?"

కోసుగా, ఎత్తుగా, అడ్డదిడ్డంగా యీ రాళ్ళు. అక్కడక్కడ సూదిగా. అహం భావంతో 'నువ్వు నా మీద కాలు పెట్టలేవు' అన్నట్లు.

"మెల్లగా ఎక్కు."

రెండు కాకులు చుట్టూ తిరిగాయి. చెత్త కోసం. చచ్చిపడిన చేపల కోసం. జెల్లీఫిష్‌ల కోసం.

కత్తెర కెరటాలు. నల్లగా దూరంగా లోలోపల ఎత్తు ఎత్తుగా తయారవుతూ, నిండు నిండుగా కదులుతూ కదిలి కదిలి వూపుగా వస్తూ, ఒక్కసారిగా, పగిలి పగిలి, పళ్లు యికిలించినట్లుగా, వెక్కిరించినట్లుగా నవ్వుతూ.

హోరు!.....

గాలి. ఒకటే గాలి. చెమ్మగా. ప్రాణానికి హాయి గొలిపే వోజోన్.

షర్ట్ కాలర్ ఎగిరింది.

దూరంగా, చదునుగా నీలి నీళ్ళు. సూర్యకాంతిలో నీలి అంచు ఎర్రటి మెరుపులు. నీరూ ఆకాశం లేత నీలిగా. మేఘపు తునక ఎత్తుగా, ఏకాంతంగా, ఏ విలువా లేని దాని లాగ.

కెరటం ఉధృతంగా వచ్చి, తుప్పర. ఉప్పగా పెదవులమీద.

స్థిరంగా, విగ్రహంలాగ నిలబడ్డాడు నారాయణ. ఎత్తుగా, కోసుగా నల్లటి తీర్థపురాయి మీద. చుట్టూ, నవ్వే కెరటాలు ప్రదక్షిణ చేస్తూంటే. కాకులు కెరటాల అంచుల్ని వెతుకుతున్నాయి. నల్లటి నూగు ముఖం పైకెత్తి, మెడ పక్కకి వంచి

చూసింది ఒక కాకి. తుప్పు పట్టిన యినప తలుపు తెరిచినట్లు అరిచింది రెండో కాకి. ఒకటి లేచింది.

ఫ్ల ఫ్ల ఫ్ల రెక్కల చప్పుడు.

దగ్గరగా వాలింది. నారాయణకు దగ్గరగా.

వాలి, కాళ్ళు సద్దుకుంది తడిగా జారుగా ఉన్న రాయిమీద.

"ఎందుకు" అన్నాడు నారాయణ గాలిలోకి.

కెరటాల హోరులో, అపస్వరాల అలజడిలో, లోన, లోలోన నిశ్శబ్దం.

"ఎందుకు" అని, ఊపిరిని ఆపి, మళ్ళీ అడిగాడు, కళ్ళు సగం మూసి,

కెరటాల నవ్వు వేపు చూస్తూ.

అప్పుడే విరిగి బద్దలయిన కెరటం, రాయి చుట్టూ. సుడి తిరిగింది రాయి చుట్టూ, ఆహ్వానిస్తూ, తెల్లటి 'కుచ్చిళ్ళు' రాయిచుట్టూ పరచి.

"ఎందు....కూ?" అని, గట్టిగా అరిచాడు. చెవులు మూసుకుని. శబ్దం గొంతుకలోంచి, యూస్టేషియన్ నాళాల్లోంచి, చెవుల్లోకి, మూయబడిన చెవుల్లోకి వెళ్ళి అక్కడ ప్రతిధ్వనులు వెతుక్కుంది.

"తంతాను...ఫో" అని, ఎడమకాలు ఎత్తి, విసురుగా ముందుకు విసిరి,

కుడికాలు,

గట్టిగా, రాయిమీద, అడ్డుగా,

తిప్పి,

అడ్డం తిరిగి,

బలంగా,

వూపిరిని బిగబెట్టి,

ఆకాశపు నీలిలో అకస్మాత్తుగా గీసిన చాపం లాగ

ఎగిరి, వెనక్కి తిరిగి ఎగిరి

గెంతేడు, నవ్వే, కెరటపు హోరులోకి.

# వంతెనలు

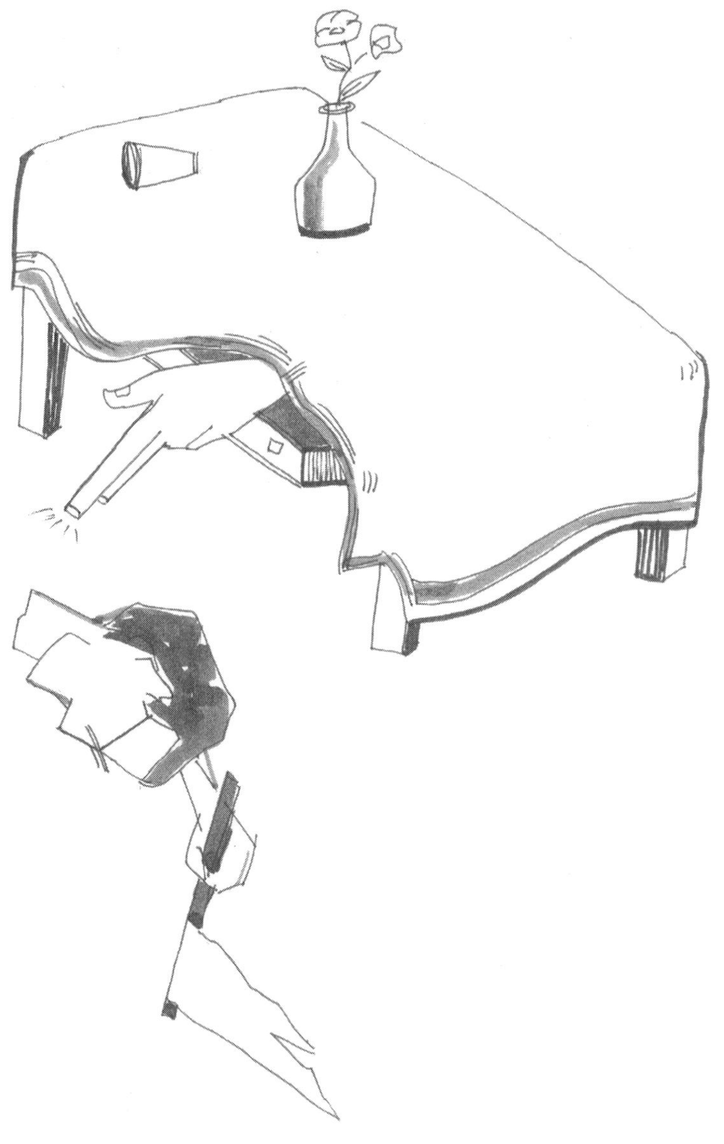

టేబుల్ డ్రాయర్ వెనక్కిలాగి, తల కాస్త వంచి చూశాను. చిందర వందరగా అనేకరకాల, అనేకపేర్ల మాత్రలు చిన్న చిన్న సీసాల్లో, అట్టల్లో. అట్టల మెరుపులు.

ఇంకా బాగా వెనక్కి లాగాను డ్రాయర్ని. పాత రివాల్వర్. దాని కేస్ ఎప్పుడో ఎక్కడో పోయింది. పన్నెండేళ్ళ క్రితం కొన్న ఖుర్కీ కొత్తగా, పదునుగా. కొంచెం పెద్ద సీసాలో నిండా గార్డినాల్ మాత్రలు. మెల్లగా కుడిచేతి చిటికిన వేలుతో మూడిట్ని ఒకదాని తరవాత ఒకటి తడిమి, మూలలో అడుగున విడిగావున్న విటమిన్ 'సి' మాత్రలు రెండు తీసి నమలడం మొదలుపెట్టాను.

ఇంట్లో నిశ్శబ్దం. దూరంగా బెడ్రూమ్లో బల్లులు. ఒకదాన్నొకటి పిలుపులు. కిచ కిచలా, పక పకలా, టక టకలా? కిచ పక టకలేమో? ఎవడికి తెలుసు. ఛికి ఛికి ఠక ఠక పట పటాల్లేమో?

టేబుల్ మీద టైమ్ పీస్లో అరున్నర గంటలు. గంటన్నర ముందుగా మొదలు పెట్టి అప్పుడే పూర్తిచేసిన ఉత్తరం చివర సంతకం లాంటిది ఒకటి గీకి, కాగితాలు మడిచి, కవర్లొపెట్టి, ఎడ్రస్రాసి, పక్కగా పెట్టాను. ఉత్తరం రాజుకి.

మూసివుంచిన కిటికీలు, కాల్చిన సిగరెట్లూ, గదిలోని గాలి అంతా ముక్క పోయిన వాసన. నా జీవితంలో నాకు తెలియకుండానే స్థిరపడి పోయిన స్టేల్నెస్.

ఎదురుగా గోడకి డ్రాయింగ్ పిన్స్తో గుచ్చి వుంచిన యూరప్ మేప్ వేపు దీక్షగా చూసాను. దీనంగా, చిన్నగా, మోడెస్ట్గా వికృతమైన రూపాల్తో ఫ్రాన్స్, స్పెయిన్, ముక్కలయిన జర్మనీ, ఇటలీ, గ్రీస్... అతి రద్దీగా ఉన్న మూడోతరగతి రైలుపెట్టెలో యిరుగ్గా కూచుని బాధపడుతున్నట్లు జెకొస్లవేకియా, హంగరీ, రుమేనియా....రష్యా....

పడమర, దక్షిణం వేపు కిక్కిరిసివున్నట్లు కనిపించినా; తూర్పు, ఉత్తరాలో విశాలంగా, తెల్లగా నిర్మానుష్యంగా ఉంటుందనిపించే సైబీరియా. నా స్పిరిట్యుయల్ హోమ్, హీరోగా నేనా, నేరస్థుడి వలెనైనా.

వర్షం గంటనుంచీ పడి ఉంటుందని అనిపించింది. గదిలోని గాలిలో ఎక్కువ మార్పులేకపోయినా, వర్షం పైని పడిందని సూచనగా తెలిసింది. రాజుని తిడుతూ మొదలు పెట్టిన ఉత్తరం మధ్యలో రకరకాలుగా మారడం, పైన పడిన వర్షం చప్పుడు లయతో సంబంధం ఉందని....

మెల్లగా లేచాను. కిటికీ తలుపులు ఒక క్షణం తెరచి మళ్ళీ మూసేశాను. చినుకులు పడుతున్నాయి. టేబుల్ లైట్ ఆర్పి, కారిడార్‌లో లైట్ వెలిగించి, స్టాండ్ మీద ఉన్న వాటర్ ప్రూఫ్ కోట్ తొడుక్కుని పైకివచ్చి, తలుపు తాళం వేసి నిలబడ్డాను. మెత్తగా చప్పుడు లేకుండా వాన. ఉత్తరం కోటు జేబులో జాగ్రత్తగా పెట్టి, దానిమీద రుమాలు కప్పి, వరండా చివరిదాకా వచ్చి, గేటువేసి దిగబోతుంటే మెట్ల నడుమ ఆగిపోయిన కాలు. వీధిలో, తోటలో వెన్నెల ఉంటుందని ఎందుకు అనుకున్నానోగాని లేదు. చీకటి. ఆగిపోయిన కాలుని కదిపి కొంచెం ముందుకు నడచి ఆకాశంవేపు చూశాను. అక్కడ చీకటి. మేఘాలు కనిపించడం లేదు. కాని, చీకటి. చలిగా, జోరుగా, తడిగా గాలి. చీకట్లో తోటలోని గులాబీలు రెక్కలు కొన్నిట్ని రాల్చుకుని, ముద్దగా అయిపోయి రాత్రంతా అసహ్యంగా గడుపుతాయని తెలుసును. ఆకులు మాత్రం మెరుస్తూనే ఉంటాయి. చీకట్లో గులాబీలు కనిపించలేదు.

తోటగేటు తెరచి పైకి నడిచి, గేటు మళ్ళీ మూసి, రోడ్డుమీద నడవడం మొదలుపెట్టాను. మలుపు దగ్గర కారు ఒకటి ఆగివుంది వెనక మెరిసే ఎర్రదీపాలతో. పెద్ద పెద్ద చినుకులు మొదలు. టోపి సర్దుకుని కోట్‌పై గుండీలన్నీ పెట్టుకుని కిందికి దిగే రోడ్ మీద మెల్లగా నడక.

రోడ్డు తడిగా, అక్కడక్కడ బురదగా ఉందని జోళ్ళ అడుగుల మెత్తదనం, బరువుతనం చెబుతున్నాయి. మలుపు తిరుగుతూంటే 'సార్' అని వినిపించింది, కారులోని చీకట్లోనించి. పిలుపు వినిపించిన రెండు నిమిషాల ముందే నడక కలవాటుపడిన ఆలోచనలు జోళ్ళ అడుగులతో కదలడం మొదలు పెట్టాయి. రోజూ యిదే సమయంలో నానడక మూడు మైళ్ళు. సాయంకాలం ఎవరికోరాసిన ఉత్తరాన్ని జేబులో పెట్టుకుని క్లబ్ దాకా నడిచి, మధ్యలో పోస్టాఫీసు దగ్గర ఆగి పోస్ట్ చెయ్యటం. తోట గేటు తీస్తున్నప్పుడే నడకకి తోడుగా, ఏదో ఒక కొటేషన్‌తో మొదలుపెట్టిన ఆలోచనల గొలుసు. 'చచ్చిపోలేదుగాని జీవితంలో మిగిలి వుంది ఏమీ లేదు.' సాధారణంగా దీనితోనే మొదలు. ఎప్పుడోగాని ఇంకో రకంగా. ఎలా మొదలు పెట్టినా

మూడు మైళ్ళ నడకా, తరువాత తాళం తీసి యింట్లోకి అడుగుపెట్టగానే, శూన్యం. ఈ నా కళ్ళు చూసేవి శూన్యంలోకి. నా ఆలోచనలు నన్ను చేర్చేవి శూన్యంలోకి.

'సార్' అన్న మాటవిని, చీకట్లో రోడ్డు నడుమ ఆగిపోయిన కుడికాలితో ఎడమకాలు కలిపి వెనక్కి తిరిగాను.

కారు దగ్గరగా వెళ్ళాను. చీకట్లోంచి జాహ్నవి 'సార్' అని మళ్ళీ అంది.

"అమ్మ మిమ్మల్ని తీసుకొని రమ్మంది."

కోటు జేబులోంచి రుమాలు పైకితీసి ముఖం తుడుచుకున్నాను.

"ఎందుకు?"

జాహ్నవి ముఖం లీలగా కనిపిస్తోంది కారు చీకట్లోంచి.

"నాకు తెలీదు. కాని యింట్లో ఉంటే తప్పక తీసుకుని రమ్మంది."

జాహ్నవి రాగిరంగు జుత్తు కనిపించింది. తల పైకి పెట్టి మాట్లాడుతుంటే.

రెండు సెకండ్లు ఆలోచించాను. కోటు జేబులో సిగరెట్ పాకెట్‌ని కదిలిస్తూ. డ్రైవర్ దిగి, పైకివచ్చి తలుపుతీసి నిలబడ్డాడు.

'రేపు వస్తాను' అని చెబుదామన్న నిశ్చయానికి వచ్చిన నోరు తెరిచిన కారు తలుపు చూసి 'సరే' అని లోపలికి అడుగుపెట్టాను.

మట్టి కొండలు. లోయ. లోయలోంచి రోడ్డు, వంకరగా మెలికలు తిరుగుతూ. తరువాత సాఫైన రోడ్డు, బజార్లు, ఎగ్జిబిషన్ దీపాల మెరుపులు.

లైట్ల వెలుతురులో ప్రక్కనే కూచున్న జాహ్నవి ముఖంలోకి చూసాను. పదిహేడేళ్ళ జాహ్నవికి 'సోల్' ఉందని ఎప్పుడో అన్నాను. 'సోల్'లో మీకు నమ్మకం లేదు కదా - అంది తెలివిగా. సెలవల్లో యిక్కడికి వచ్చినప్పుడు తను డార్జిలింగ్ కాలేజీలో క్లాస్‌లో వెనక కూచుని కాంచన్ జంగా వేపు చూస్తూ రాసిన రాతలూ, వేసిన బొమ్మలూ చూపిస్తూంది. వాటన్నిటికి నేను 'మెటఫిజికల్ అర్థాల్ని కల్పించి చెపితే సంతోషిస్తోంది. కాంచన్ జంగా వేపు చూస్తూ గీసిన బొమ్మలు పిల్లులివీ, పిల్లి పిల్లలవీ!

బజార్లుదాటి, కోటచుట్టూ తిరిగి, నాలుగు మైళ్ళు సూటిగా ఉన్న రోడ్డుమీద ప్రయాణంచేసి విమల ప్రభాదేవి బంగాళాముందు ఆగింది కారు. 'మహరాజ్ కుమార్ కిషోర్ బహదూర్.' 'బ్లూమూన్.' ఇనపగేటు తెరిచిన తరువాత లోపలికి వెళ్ళి పోర్టికోలో ఆగింది.

దిగేం. దూరంగా ఎడంవేపు పనసతోట. పండిన పళ్ళ వాసన. నౌకరు ముందుగా లైట్లన్నీ వెలిగిస్తూంటే గదులూ, కారిడార్లూ, వరండాలూ దాటుకుంటూ మధ్యలో మేడమెట్లు దగ్గరకు వచ్చి ఆగేం. పక్క బెడ్‌రూమ్ ముందు నిలబడి ఉన్నాడు

కిషోర్ బహదూర్. సిల్క్ బనియన్ సిల్క్ పైజమా. తూలడం లేదుగాని కొంచెం ఊపు. చేతిలోని గ్లాసుని నేలమీద పెట్టి, నా దగ్గరగా వచ్చి కౌగలించుకున్నాడు.

"నాదంతా నీకిచ్చేస్తాను. అంతా." అన్నాడు నా భుజం మీద తలనిపెట్టి.

మేడమీద ఏదో గదిలోంచి చిలక ఒకటే అరుపులు. పలుకులు కావు. మెట్లమీద దీపం వెలిగింది. విమల ప్రభాదేవి మెట్లమీద నిలబడి ఉంది. తూగుతూంది. 'రా, రా, రా' అంది పై నుంచి.

"పైకి ఫో. నాతో నీకేమిటిపని" అని, నేలమీద గ్లాసుని మళ్ళీ పైకెత్తి, తన రూమ్‌లోకి వెళ్ళిపోయాడు తూలుకుంటూ కిషోర్ బహదూర్.

విమల ప్రభాదేవి తెల్లటి - చంద్రుడి తెలుపు - చీర, చెప్పులు, విరబోసుకున్న జుత్తు. మేడమెట్లు ఎక్కడం మొదలుపెట్టాను. వెనక జాహ్నవి చెప్పుల టపటపలు. చంద్రుడి తెలుపు వెన్నెలలాగ తూలుకుంటూ వేగంగా మాయమయింది తన గదిలోకి విమలప్రభ. డిమ్‌గా ఉన్న దీపాల కాంతిలో ముగ్గురం కూచున్నాం సోఫాల్లో. ఏష్ట్రే నా కోసం సర్దింది జాహ్నవి. లేత నీలిరంగు కర్టెన్లు దళసరిగా కిటికీల అద్దాల్ని కప్పుతున్నాయి. కాని గదినిండా గాలి, చలిగా గాలి.

సీజర్ వచ్చి నా కాళ్ళమీద పడుకుంది. జాహ్నవితో అన్నాను. "నీ పిల్లులు ఎలా ఉన్నాయి?" నవ్వింది జాహ్నవి. నవ్వితే జాహ్నవి ఇన్ గ్రిడ్ బెర్గ్‌మన్. నవ్వి, తల్లివేపు చూసింది. చూసి, లేచి ఒక క్షణం నిలబడి, పైకి వెళ్ళిపోయింది.

స్టిల్ లైఫ్ చిత్రంలాగ రెండే రెండు నిమిషాలు కదలకుండా కూచుని సోఫామీద బాగా వెనక్కి జారబడి, విరబోసుకున్న జుత్తు భుజాల మీంచి నల్లటి జలపాతంలాగ మెరుస్తూ వెర్రిగా జారిపడుతూంటే నాతో అంది, తనలో తాను మాట్లాడుకుంటున్నట్లు. "ఎనిమిదేళ్ళప్పుడు కోట చుట్టూ తిరిగే పిచ్చి సాధూని పిలిచి నా చెయ్యిమీద చురకపెట్టుకున్నాను. అప్పటికే అప్పుడప్పుడు సిగరెట్లు కాల్చేదాన్ని. మండే సిగరెట్టుని నా చెయ్యిమీద ఉంచమన్నాను. కాలిందా? అలా ముఖం పెట్టకు. కాలింది. మూడు నెలలవరకు మండింది. ఇదుగో మచ్చ....నీ సంగతి నాకు తెలీదనుకున్నావా? అంతా తెలుసు...."

కళ్ళ నీళ్ళు తుడుచుకోబోతుంటే, దుఃఖం కట్టలు కట్టలుగా తెగి, సోఫా మీంచి కిందికి జారిపడిపోయి ఏడవడం మొదలు పెట్టింది.

అంతలోనే మెల్లగా లేచి సర్దుకుంది. కళ్ళల్లో ఎర్రటి అందమైన కోపం వెఱ్ఱిగా మెరిసింది.

"నా తప్పేమిటి చెప్పు. నీకు డబ్బు అవసరం లేదా? నేను నీకిచ్చిన డబ్బు విషంలాగ ఎందుకు చూసావు? నీకు ఉత్తినే అనవసరంగా యిచ్చేనా? నా ఎలక్షన్

ప్రచారానికి స్పీచెస్ అన్నీ రాసిపెట్టేవు. సహాయం చేశావు. నా పిల్లలిద్దరికీ చదువు చెప్పావు. రంజాన్ సెలవలకి ఇక్కడికి వచ్చినప్పుడు రెండు నెలల్లోనూ నెలపైగా నీతోనే నీ యింటిలోనే ఉంటాడే? మా అందరికంటే నువ్వే వాడికి ముఖ్యుడివయి పోయావు. మమ్మల్నందర్నీ అసహ్యించుకుంటాడు. ఆఖరికి నన్ను కూడా నువ్వెందుకు....."

మళ్లీ ఏడుపు కట్టలు తెగిన తటాకం.

తేరుకుని, నా కళ్ళల్లోకి సూటిగా చూస్తూ, జాలిగా భయంగా అంది. "నీ ఖర్చులు నాకు తెలియవా? నీ దానాలు, నీ ధర్మాలూ నాకు తెలియవా? నీ బేంక్ ఎక్కౌంట్‌లో నాలుగు రూపాయల ఎనభయి నాలుగు పైసాలు మిగులు. ఆశ్చర్యం ఎందుకు? నా పెద్ద పులితనం నీకు తెలీదా? బ్యాంక్ ఏజంట్లు నేను అడిగితే చెప్పరా? నీ ఒంటరి యింట్లో ఖాళీ అయే విస్కీ సీసాలూ, వాటికయే ఖర్చూ తెలుసు. అయినా నేనిచ్చిన డబ్బు ఎందుకు తిరగ్గొట్టావు?"

....దూరంగా ఊరి చివర మైదానం.

....సాయంత్రాల మరుభూములపై పెరిగి కూలే అందమైన చెట్లు... విమల మాటల ప్రవాహానికి సమానాంతరంగా నా లోపల రహస్యంగా ప్రవహిస్తోంది. 'చచ్చిపోలేదు గాని....' దగ్గర మొదలు పెట్టిన ఆలోచనల కాల్వ.

"నా తప్పేమిటి చెప్పు. నా డబ్బంతా నేనే అనుభవిస్తున్నానా? నేను కట్టించిన హోటళ్ళూ, సినిమా థియేటర్లూ ఎంతమందికి ఉద్యోగాలు యిస్తున్నాయి, ఎంతమంది నా డబ్బు మీద బతుకుతున్నారు? వచ్చే లాభాలు అన్నీ నేనూ, నా పిల్లలూ, ఆ కింద అరిచే మూర్ఖుడూ మాత్రమే అనుభవిస్తున్నామా? ఇరవయి ఏళ్ళ క్రితం ఉన్నట్లే యిప్పుడు ఉన్నామా? ఎంత మార్పు వచ్చిందో నీ కళ్ళతో నువ్వు చూడ్డం లేదా? ఎందుకు, ఎందుకు చెప్పూ నామీద నీ కింత కసి, యింత ద్వేషం? ఎన్నిసార్లు పిలిచినా రాలేదు సంవత్సరం నుంచీ. అంతకు ముందు సంగతులన్నీ మరచి పోయావా? నన్నే నీ యింటికి రమ్మంటావా? ఎందుకంత అర్థం లేని పట్టుదల నీకు? ఎందుకు అసహ్యం?"

సైడ్ టేబుల్ మీద ఉన్న ప్లేట్‌లోంచి కేక్‌ని ముక్కలు చేసి కాళ్ళమీద పడుకున్న సీజర్ నోటిముందు జార్చేను. మెల్లగా కళ్ళు తెరిచి, నాలిక జాపి ముక్కల్ని లోపలికి లాక్కుని, మళ్ళీ కళ్ళు మూసుకుంది సీజర్.

అబద్ధం చెప్పడం సులభం. జవాబు యివ్వడం సులభం. కాని, నిజం ఏదో, ఏది నిజం కాదో తెలియదు. సులభంగా, స్పష్టంగా కత్తి అంచు పదునులాంటి నిజం చెప్పాలంటే ఎంత లోతుకు వెళ్ళాలి? ఏ నిజాన్ని దర్శించాలి అక్కడ, ఆ నల్లటి చీకటి లోతుల్లో?

"డబ్బంటే నాకు అంత యిష్టం లేదు. కసి, అసహ్యం కాదు." నా మాటలు నాకు వినిపించగానే, వాటిలో పదునులేదని తెలుస్తూనే ఉంది. కాని అలా తెలుస్తూండగానే, అందులో నిజం ఉందనీ, కాని ఆ నిజం పదునూ మెరుపూ నా ఏకాంతపు అంధకారంలో నల్లగా మొద్దుగా మారుతాయనో, మారుస్తాననో...ఆఖరికి నా పేరు కూడా నేను ముళ్లూ, పొదలూ, డొంకలూ అడ్డు పెట్టుకోకుండా సులభంగా, సూటిగా చెప్పలేననీ, అద్దం ఎదురుగా నిలబడి నన్ను నేనే పోల్చుకుని - ఇది నువ్వా - అని సందేహం లేకుండా చెప్పలేననీ...

జుత్తు విరబోసుకుని ఊరి అవతలి తటాకం గుండెతెగి ప్రవహిస్తున్న మనిషి నేనో, విమ్మినో తెలియలేనంత పొగమంచు.

కుడికాలు ఎత్తి ఎడమకాలు మీద మడిచినప్పుడు ట్రౌజర్ రెండు అంగుళాలు పైకి లాగబడితే కనిపించిన మాసిన నీలిరంగు మేజోళ్ళు మాత్రం ఆ పొగమంచులో దీపాలు. కుడికాలు మేజోడు చేత్తో పట్టుకుని మెల్లగా పైకి లాగాను, ఏదో దోవకోసం, జవాబుకోసం.

అలా లాగుతూంటే, మళ్ళీ డ్రాయర్‌లోని రివాల్వర్, సీసాలోని గుప్పెడు మాత్రలు తెల్లటి ఆహ్వానం. ఎప్పుడూ ఎప్పుడూ నాలో, ఎక్కడో మూలలలో చివరన కదులుతూ ఉన్నాయి అవి. అవి కూడా దీపాలే. మేజోడు వదిలేశాను.

గాలిలో కదులుతున్న తెరలు.

సరైన ప్రశ్నలు వెయ్యడం తెలియకా?! ప్రశ్న వేస్తే వచ్చేది ఒక జవాబు కాదనీ, ఒకదాని కొకటి విరుద్ధంగా ఎన్నో జవాబులుంటాయనీ, వాటిలోంచి సరైనది ఏదో ఒకటి ఎన్నుకోవాలనీ, ఎన్నుకోవడం మొదలు పెట్టగానే, ఎన్నుకోవాలని అనుకోగానే ప్రతి జవాబుకీ వెనకా ముందూ ఉంటాయేమోననీ, వెలుగూ చీకటీ కూడా, వెలుగుకి వెనక చీకటి - ఆ చీకటి కూడా చూడాలనీ, ఆ చీకటినే చూడాలనీ, ఆ చీకటే నాదనీ, ఏదైనా ఒకటే అనీ, ఏ ఒక్కటీ నాది కాదనీ - అతివేగంగా దేని కట్టడి లోంచో, దేని ముట్టడినో ఛేదించుకుంటూ ముందుకు వెళితే వెలుతురు కోసం తోసుకుంటూ దూసుకుంటూ వెళుతూంటే నా ముందు ఉన్నది చీకటిలోని బావి అనీ, నాకే నాలాంటి వాళ్ళకే కనిపిస్తుందా ఆ బావి? ఆ కనిపించడం నా తప్పా? నా -

నీలి తెరలు గాలిలో గదిలో కదలిక. భుజాలమీద, నుదుటిమీదా పడిఉన్న నల్లటి జుత్తు. కళ్ళకింద ఉబ్బిన చర్మం. విమల దుఃఖంలోని అందం. సన్నగా, లేతగా పొడుగాటి వేళ్ళు. లక్షలకొలదీ రూపాయలు లెఖ్ఖపెట్టే వేళ్ళు. ఆ వేళ్ళ సందుల్లోంచే ఆ నోట్లు అతివేగంగా జారిపోతాయి. ఆ వేళ్ళకి, ఆ చేతులకి రాజకీయశక్తి

కూడా కావలసి వచ్చింది. రెండుసార్లు ఓటమి, మూడోసారి గెలుపు. గెలిచినప్పుడు, నాచేత తిరగ్గొట్టబడిన డబ్బు. విమల దుఃఖం, రోషం మా యిద్దరి పాతజీవితంలోని మార్పు.

"నా తప్పేమిటో చెప్పు" అంది మళ్ళీ. సగం మూసుకున్న కళ్ళు. కాళ్ళమీద పడుతున్న సీజర్. సీజర్ సీజర్, నేల నేల. గోడ గోడ. మెట్లు మెట్లు. నేను నేను. వర్షం...వర్షం....తరవాత గాలి. వర్షంలో గాలి. తరవాత చలి. చలి తరువాత ఎండ. ఎండలో బీటలు. బీటల్లో...

తప్పు తప్పు. నిజం నిజం. నువ్వు నువ్వు. దేనికదే. ఎక్కడికక్కడే. వెలుతురులోని చీకటి, చీకటిలోని వెలుతురు, నువ్వెవరు? తప్పంటే ఏమిటి? చెప్పడానికి నేనెవరు? ఈ మూడింటికీ సంబంధం ఏమిటి?

"తెలియదు" అన్నాను. 'బతికి ఉన్నా.....' ఇంతదాకా వచ్చింది గొలుసు. గొలుసా, ఒకదాని పక్కని ఒక్కటా?

సీజర్ లేచింది.

జూలు దులిపి దారికాచి వేచి ఉంది.

ఇంకో రెండు కేక్ ముక్కలు తీసి సీజర్ నోటికి అందిచ్చాను. కోరల పదును నా వేళ్ళ చివర్లకి తెలిసింది. పదునూ, అందులోని చలీ చల్లదనం, ప్రేమా. ఆ పదునులోనే, ఆ కోరల్లోనే 'తప్పక యిస్తాడు.' ఇచ్చినా ఒకటే ఇవ్వకపోయినా అంతే, ఇస్తే తినడం. లేకపోతే ఏమీ లేదు, దానికంత ఆలోచన ఎందుకు. ఆకలివేస్తేనే గాని. రెండు చిన్న గీట్లు మాత్రం నా వేళ్ళ చివర.

గాలిలో నీలి తెరలు. నిశ్శబ్దంలో తెరల గాలిఊపు. విమల ప్రభాదేవి కళ్ళు మూతలు పడిఉన్నాయి. నా రాక ఉపయోగం లేదు. నన్ను పిలవడంలో అర్థంలేదు. నేను అనవసరం. ఎవరికి ఎవరూ...ఆకాశం ఆకాశం. భూమి భూమి. కాని సీజర్ కోరల మార్కులు మాత్రం ఉన్నాయి. చిన్న గీట్లు. చర్మం తెగి ఎఱ్ఱబడుతున్న గీతలు.

"నేను వెళ్తాను."

మత్తు కళ్ళు కొంచెం తెరుచుకొన్నాయి.

"నేను వెళ్తాను."

కళ్ళు మళ్ళీ మూసుకుపోయాయి.

లేచాను. "నేను వెళ్తున్నాను."

తెరల్లో నీలిగాలి. మత్తు కళ్ళకింద కన్నీటి చారలు - విమల.

ఎన్నికలలో గెలిచిన విమల ప్రభాదేవి.

మెల్లగా మేడమెట్లు దిగి కిందికి వచ్చాను.

కారిడార్‌లో నేలమీద వెల్లకిలా పడిఉన్న కిషోర్ బహదూర్. పూర్తిగా చాచిన చేతివేళ్ళు విస్కీ గ్లాసుని పట్టుకునే ఉన్నాయి. జాహ్నవి గది మూసి ఉంది. అందులో దీపం లేదు. దూరంగా పోర్టికోలో మాత్రం దీపం వెలుగుతూంది. కారులో డ్రైవరు స్టీరింగ్‌వీల్ మీద తలపెట్టుకుని నిద్రపోతున్నాడు.

నేలమీద పడిఉన్న అతన్ని లేవదీద్దామా అని ఒక క్షణం ఆలోచించి, వద్దని నిశ్చయించి, పక్కనుంచి తప్పించుకొని అడుగువేయ బోయాను. పక్కకి తిరిగి నా రెండు కాళ్ళూ పట్టుకొని మెల్లగా లేవబోయాడు. సగం లేచి, తలెత్తి అన్నాడు. "అంతా యిచ్చేస్తాను. పట్టుకుపో!" కాళ్ళు వదిలి, మళ్ళీ నేల మీదికి జారిపోయాడు. గ్లాసు తిరగబడింది. నేలమీద గడ్డకట్టిన రక్తపు రంగు మడుగు. నా కుడికాలు జోడు అందులో పడింది.

"ఎవరో తీసుకుపోతారులే, నేను కాకపోయినా." అని నేను మెల్లగా గొణిగిన మాటలు నా చెవులకు వినిపించాయి, ఏదో ఆలోచనకి అర్థాన్నిస్తూ. ఎడమవేపు దొర్లేడు కిషోర్ బహదూర్.

కారిడార్ లోంచి నడుచుకోని పోర్టికోలోకి వచ్చాను. కానూ అలాగే కార్లో నిద్రపోతున్నాడు. కారు పక్కగా నడిచి మొనదేలిన కంకర రాళ్ళమీదుగా తోటలోంచి పైకి వచ్చి, యినపగేటు తెరుచుకుని రోడ్డు మీదకి వచ్చాను. నాతోటే వచ్చిన సీజర్ తలనిమిరి లోపలికి పొమ్మని తిరుగు నడక ప్రారంభించాను.

* * *

అంతా చీకటి.

కాళ్ళని చుట్టుకుంటూ చీకటి.

విదిలించుకుంటూ నడక.

మ్యునిసిపల్ దీపాలు రెండు మైళ్ళు నడుస్తేనేగాని రావు.

'నడు'

కాదు.

పరుగు నేర్చిన నేను పరుగెత్తాలి.

డాన్స్ కూడా.

రోడ్డు మీద ఎడమ వేపు నుంచి కుడివేపు, కుడినుంచి ఎడమ వేపూ, అడ్డుగా, గెంతుతూ, పెద్ద పెద్ద అడుగులు, చిన్న చిన్న నాట్యపు నడక, చేతులు చాపి, చేతులు మడిచి, ముందుకు వంగి, వెనక్కి వంగి పరుగెత్తు. నిర్జనంగా ఉన్న రోడ్డుమీద రాత్రి ఒంటిగంట సమయంలో ఒంటిగా.

పరుగెత్తేను డాన్సు నడక. పరుగు. గెంతు. ఎడమ. కుడి. అడ్డు.

అగు.

జవహర్ వంతెన.

ఇక్కడ ఆగు ఒక నిమిషం. అలిసిపోయావు. పేరపెట్ వాల్ మీద చేతులు ఆనించి కిందికి చూడు.

'ఎవరిదో ఏతరం కన్నీరో గలగలా సుళ్ళు తిరిగి' అతి వేగంగా పారుతోంది. యీ నది హిందూ దేశంలోంచి పాకిస్తాన్‌లోకి. లేక, అటునుంచి యిటా? లేక, యిట్నుంచి అటూ, అట్నుంచి యిటూ?

దూరంగా, నదికి కుడి ఒడ్డున శ్మశానం, పెరిగే చెట్లు చుట్టూ, వరసగా. ఎముకల సారం చెట్లకి బలం.

మూడేళ్ళ క్రితం కట్టిన వంతెన శిథిలమవుతోంది. పాతబడింది. గోడల నిండా గీతలు, రాతలు. ధూళి మీద వాన. అంతా డాగులు, మసి. గోడల్లో బీటలు, ఊడిన పెచ్చులు.

నీ గదిలో నువ్వూ, నీ పుస్తకాలూ, నీ గుండెలో ఎవరివో చప్పుళ్ళూ. వేగంగా అప్పుడప్పుడు, బలంగా, తీవ్రంగా ఒక్కోసారి ఏకంగా ఆగిపోయిన నిశ్శబ్దం. నీ చీకటీ, నీ పుస్తకాల కట్టలు, గుట్టలు, పుస్తకాల ఆనకట్టలు. వాటిమీంచి, వాటిలోంచి వరదలు ఏమయినా నీగది లోని స్టేల్‌నెస్.

చినుకులు మొదలు. వాటర్ ప్రూఫ్ కోటు బ్లూమూన్ హోల్ లోనే వదిలి పెట్టాను. మరుపు.

తడు, చినుకుల్లో తడు. దబదబ వర్షంలో పడి తడు. తెల్లటి వానలో చీకట్లో తడు. ఒళ్ళంతా వర్షంలో తడిపించు. ఎవరైనా నీ రక్తం కావాలంటే అందులో కూడా తడిపించు. జవహర్ వంతెన యింకెన్నాళ్ళు ఉంటుంది? ఈ వరదలు, ఈ వర్షాలు, తరాల కన్నీరు. సుళ్ళు తిరిగి ప్రవహించు.

వంతెన దాటు.

మ్యునిసిపల్ చంద్రుళ్ళు, వాటి కింద కాంతి పరిధులు. ఇళ్ళు - ఇళ్ళు కావు. వెదురు కొంపలు, తడిసిన తడికలు, 'నుదిటి చెమట కాల్వలు.' అక్కడా అక్కడా కాపలా లాగ సిగరెట్ బంకులు. చిన్న చిన్న దీపాలు, బళ్ళు. బుద్ధ మందిరం దగ్గరగా పక్కగా బోర్డర్ సెక్యూరిటీ ఫోర్స్ గుడారాలు. శివమందిరం. పి.డబ్ల్యు.డి. జంక్ హీట్. పాతబడిన కోట. కోట వెనుక చుట్టూ కాందిశీకులు. గోనెల అడ్డుతో సంసారాలు. మెల్లగా నడిచి, చుట్టుతిరిగి కోట ముందుగా రోడ్డు పహరా, 'దుమ్ములో ఘనీభ వించిన రాతి కోట' మీద వాన. ఎక్కడో కుక్కల అరుపులు. 'జూలు దులిపి...'

వాన జోరు. మూసివున్న దుకాణాలు. రోడ్డుమీద వెలుతురులో చినుకుల మెరుపు. తుంపరలు. నడు. తిరుగు. ఎవరూ లేరు పరుగెత్తు. ఆగు. మలుపు. కోటలో రెండు గంటల గంటలు. ఎలక్ట్రిక్ దీపాల వెలుగులో 'కాలి ముద్రల కంటె ముందు కదులుతున్న నీడలు. వెనక నుంచి పెరుగుతూ తరుగుతూ వచ్చే కదిలే నీడలు.'

బజార్లు దాటి, ఊరు ఇవతలి మైదానం దాటి, కొండ లోయలోంచి నడు. ఇటూ అటూ కొండలు. మట్టి కొండలు. దూరంగా ఉత్తరం వేపు పెద్ద పెద్ద కొండలు. గట్టివి. రాతివి. అడవులతో, నల్లటివి. 'నిస్సహాయత కొండలు' గుండెల్లో. నీడలు, చెట్లల్లో నీడలు. చెట్ల కింద నీడలు. ఎవరో నీడల్లో నిల్చున్నారా? ఎవరా 'ధ్వజమెత్తిన వీరులు?'

నడు నడు. నీ గమ్యం. నీ యిల్లు. కొండదిగు.

ఆగు, ఆగాగు. దూరంగా ఆ కొండల మీద మంట. వర్షంలో ఆ మంట; ఇంక దిక్కెవ్వరు ఆ మంటల మధ్య? వాళ్ళే, వాళ్ళేనా? కొండ ఎక్కు మళ్ళీ వంకర రోడ్డు మీద వేగంగా నడు. మూడు గంటలవుతోంది. చినుకులు, చిటపట చినుకులు. చిటారి చినుకులు. పటపట పటారి చినుకులు. రిమ్ ఝిమ్ చినుకులు. నల్లటి తారు రోడ్డు. తాచురోడ్డు. నల్లనాగు రోడ్డు. నాలిక చాచిన రోడ్డు. నీడల మీద నీటి మెరుపు.

పరుగెత్తు. ఎవరూ లేరు. కుడి ఎడమ. అడ్డుగా, పాములాగా, అప్పుడప్పుడు వెనక్కి తిరిగి. వెనుక పరుగు అది కూడా నీకు చేతనవును!

ఆగు మళ్ళీ. దగ్గరకు వచ్చేస్తున్నావ్.

అలసట తీర్చుకో.

నది దాటి అవతలి వేపు ఒక మైలు నడిచి మళ్ళీ అదే నది దాటి యిటు వైపు వచ్చి నీ యింటికి చేరుకుంటావా? నాలుగే అయింది. లేక నేరుగా యిటు తిరిగి భద్రంగా, సులభంగా త్వరగా యింటికి చేరుకుంటావా?

నల్లటి వానలో; ఒంటికి అంటి పెట్టుకున్న దుస్తుల్లో; నాలుగూ యిరవయికి నది వొడ్డుకు చేరేను. రెండే రెండు వెదుళ్ళతో తయారు చేసిన వంతెన మీంచి అడుగు మీద అడుగు వేసుకుంటూ అవతల వొడ్డుకి నడక. మధ్యలో నిలువుగా పాతిన పెద్ద వెదుర్ని రెండు చేతులతో పట్టుకుని నిలబడ్డాను.

చీకట్లో ప్రవహిస్తున్న చిక్కటి నెత్తురు.

నున్నగా, చీకట్లో కూడా పచ్చగా ఉంటుందనిపించే వెదురు. మళ్ళీ నడు. అడుగు తరవాత అడుగు. మెల్లగా. జారితే ప్రమాదం! నీకోసం కాచి ఉంది కిందని నెత్తురు ప్రవాహం.

ఆగు, జారు. కాలు జార్చి కిందపడు. ఈదలేవు. తేలలేవు. నీకెప్పుడూ తట్టలేదా యీ.....?

గదిలో ఎందుకు? ఇక్కడ, యీ రాత్రి, యీ చిక్కటి వానలో చక్కగా వెదురు వంతెన కింద నదిలో!

క్షణం. ఈ క్షణంలో ఎన్ని సంఘటనల మెరుపులు. గుండెల్లో పరుగులు. దడదడ దడలు.

ఉండు. సిగరెట్ వెలిగించుకోనీ. తొందర పెట్టకు. కొంచెం తడిసిన సిగరెట్. పదహారు అగ్గిపుల్లల తరవాత పదిహేడోది చిటపటలాడుతూ వెలిగింది. బీరపాదు కాడ సిగరెట్ లాగ పొగ.

అదేమిటది? ఎప్పుడా అది? కొత్తగా ఉంది.

అవన్నీ నీకెందుకు యిప్పుడు. ఎంతో పాతది.

నదీ ప్రవాహం మీద గాలి విసురులో జోరుగా పడే వానలో తడుస్తూ, వెదుళ్ళ వంతెన మధ్య నిలబడి. నిలువుగా నిలబెట్టిన వెదుర్ని ఆనుకుని, తడిసిన సిగరెట్టు పూర్తిగా తడవకుండా ఎడమ చేత్తో మూసి, నీ బీరపాదు కాడ సిగరెట్ గురించి ఒక్క మాట చెప్పు.

నవ్వేను. నవ్వు! నువ్వు! నీకు నవ్వు? నువ్వా నవ్వుతున్నావ్? గుడ్ లార్డ్! మైటీ క్రైస్ట్!

అవును. ముప్పయి నాలుగేళ్ళ క్రితం. ఒరిస్సా కొండల్లో.

ఏ కొండ? ఉదయగిరా, రామగిరా?

షైప్ డౌన్ యూ హౌండ్! పేర్లెందుకు?

ప్లీజ్.

రాయఘడ్ గాబోలు తప్తపాణి గాబోలు.

అక్కడ కెందుకు? అక్కడ ఎందుకు?

నాన్న పులివేట.

అది తెలుసు ఇంకా ఎవరైనా ఉన్నారా నీతో, నీ నాన్నతో?

యూ ఆర్ ఎ బ్లడీ బాస్టర్డ్! అన్నీ తెలిసే అడుగుతావ్.

ప్లీజ్.

నాన్న 'ప్రియురాలు', నాన్న....

పేరు?

పులి వేటకి.

పేరు?

...వెళ్ళినప్పుడు -

పేరు? పేరు?

పద్మాలయ. అమ్మకంటే బాగానే పెంచింది. పెంచవలసి వచ్చింది. అయిదడుగుల ఆరంగుళాల అందమైన పొడవు. నామీద ఒకసారి కోపం వచ్చి యింకెప్పుడూ మాట్లడనూ అంటే గోడల మీద పొడవునా బొగ్గు ముక్కలతో 'నువ్వు నాతో మాట్లాడకపోతే నేను ఎప్పుడూ భోజనం చెయ్యను' అని రాశాను ఒరియా భాషలో. ఆమె నా చేత కాల్పించింది బీరపాదు కాడ సిగరెట్. ఉక్కిరి బిక్కిరయి సొమ్మసిల్లి పడిపోయాను. ఫారెస్టు బంగళా వెనుక తోటలో. చాలునా? ఇలా నిలబడి వణుకుతూ నా జీవితం అంతా నీకు...

ఒక్కమాట. నువ్వు చెప్పిందంతా నీ నాన్న నీ తల్లిని చంపిన తరు-

సిగరెట్ నదిలోకి జార్చి మళ్ళీ నడక మొదలుపెట్టాను. అడుగూ, దాని తరువాత యింకో జాగ్రత్తయిన అడుగూ, అవతలి ఒడ్డుకి చేరుకున్నాను. ఇక్కడ దీపాల్లేవు. గవర్నమెంటు అగ్గిపెట్టెల ఫ్యాక్టరీ ఉండాలి యిక్కడే.

దాని తరువాత పాకలు. పాకల్లో కాందిశీకులు. కట్టు బట్టల్తో యిళ్ళనీ, భూముల్నీ, ఆస్తుల్నీ వదలి పరిగెత్తుకొచ్చిన వాళ్ళు. వెదుళ్ళ వంతెననే ఎప్పుడూ వాడవలసిన వాళ్ళు.

వాళ్ళు ఎటువంటి వాళ్ళు?

బీదవాళ్ళు.

వాళ్ళు మంచివాళ్ళా?

మంచివాళ్ళు.

వాళ్ళు చెడ్డవాళ్ళా?

చెడ్డవాళ్ళు.

వాళ్ళు బీదవాళ్ళు. మంచివాళ్ళు. చెడ్డవాళ్ళు, నమ్మకస్తులు, ద్రోహులు. ప్రాణాలొడ్డేవాళ్ళు. ప్రాణాలు తీసేవాళ్లు. ఒకడి చిప్పలోంచి యింకొకడు దోచుకొనే రకం, ఆ దోచుకున్న చిప్పలోంచే ఎవరడిగితే వారికి ఇచ్చే రకం. ఒకరికొకరు వెన్నుపూసలు, ఒకరికొకరు వెన్నుల్లో బాకుపోట్లు. ఒక్క ముక్కలో - మనుష్యులు.

మరి జవహర్ వంతెన అవతలి వాళ్ళో?

వాళ్ళూ అంతే.

వాళ్ళు శ్రామికులా? వాళ్ళు దగాపడ్డ మనుష్యులా? వాళ్ళకి 'ఆరని మంటల కథలు'న్నాయా? 'కన్నీటి గంటల రొదలు?'

ఆగేను. బురదతో నిండిన బాట. పగలు చూస్తే ఎర్రగా మడుగులతో నిండిన బాట. ఇప్పుడు మాత్రం చీకటిలో కాళ్ళకి తెలిసే బురద. జోళ్ళు కూరుకుపోయాయి, జారుడు బాట.

మెల్లగా నడు. బురదలో జారుతావు.

ఇటూ అటూ దూరంగా దగ్గరగా ఎత్తుగా పల్లంలో పాకలు. వెదుళ్ళ పాకలు. గుడ్డి దీపాలు. వెదుళ్ళ సందుల్లోంచి వాన. అన్నిటిమీదా, అంతటి మీదా వాన. బురద, నడకని అడ్డుతూ. 'సంశయాల సంకెళ్ళు' లాగ బురద.

నది అవతల యిళ్ళు. దీపాలు. యిళ్ళు లీలగా చీకట్లో ఆకారం లేని ముద్దల్లాగా. నాలుగు అడుగుల పొడుగు నియాన్ దీపాలు. అక్కడా అక్కడా రోడ్డుకి యిటూ అటూ, వంకర తిరుగుతూ పోయే రోడ్డు కటూ యిటూ. దగ్గరకి వచ్చేశాను.

మళ్ళీ దాటాలి. మళ్ళీ వెదుళ్ళమీంచి. సమయానికి ఆకాశంలో దూరంగా మెరుపు. దిగవలసిన చోటుని ఆ మెరుపు క్షణంలో చూసి, కళ్ళతో జ్ఞాపకం పెట్టుకుని మెల్లగా దిగేను. ఇక్కడి నది జోరు ఒడ్డుని కోస్తూంది. అలల అలజడి, అలల విప్లవం. మళ్ళీ వెదుళ్ళ వంతెన. అడుగు మీద జారుడు అడుగు. అడుగుమీద కృంగే అడుగు. వంతెన మధ్యలో మళ్ళీ మొదలుకి వచ్చాను. 'చచ్చి పోలేదు గాని జీవితంలో మిగిలివుంది ఏమీ లేదు.' ఈ వెదుళ్ళ వంతెన?

ఒడ్డు. గబగబ నడు. తారురోడ్డు. దీపాలు. భయం లేదు. కాలి ముద్రల కంటె ముందు కదులుతున్న నీడలు; మళ్ళీ నీడలు.

మలుపు. గమ్యస్థానం నా యిల్లు.

తోట గేటు తోశాను. ఇక్కడ కూడా మొనదేలిన కంకరరాళ్ళు. పరవాలేదు. బురద మాత్రం లేదు. వరండాలో దీపం వెలిగించాను. తలుపు తెరిచి కారిడార్లో స్విచ్చి వేసి నిలబడ్డాను. కాళ్ళ చుట్టూ నీటి మడుగులు. బురద ముద్దలు? నగరం చుట్టూ సున్నా చుట్టి శూన్యంలోకి మళ్ళీ చేరుకున్నాయి.

బట్టలు మార్చుకొని, నా స్టడీలోకి రాగానే ఏకాంతపు ముట్టడి. మారని గాలి.

టేబుల్ దగ్గర కూర్చుని, ఎడమ డ్రాయర్ తెరచి విస్కీ సీసా, గ్లాసు పైకి తీసి గ్లాసు నిండా పోసుకుని పక్కని పెట్టుకున్నాను. టేబుల్ లైటు వెలిగిస్తే గోళాకారంగా ఎలక్ట్రిక్ వెన్నెల. ఎదురుగా గోడమీద సైబీరియా. వత్తులేని 'ద' లాగ నల్ల సముద్రం.

రాజుకి రాసిన ఉత్తరం 'బ్లూమూన్' హాల్లో నా వాటర్ ప్రూఫ్ కోటు జేబులో ఉండిపోయింది. నిన్ను తిట్టుతూ రాసిన ఉత్తరం అలాగే ఉండనీ రాజూ! మళ్లీ యిప్పుడు కూచుని వేరే యింకోటి రాస్తాను.

ఏ కొండల్లో, ఏ కొండమీద ఏ అడవుల్లో ఏ చెట్లకింద నిలబడి ఉంటావు రాజూ? ‘ఏ పసి బిడ్డల భావిశాంతి స్వప్నాలలో మనిషి కోసం వెక్కి వెక్కి ఏడుస్తున్నావ్?’ ఏడుస్తూ ఏ ఆయుధం పట్టుకుంటావ్?

విస్కీ మెల్లగా సిప్‌చేస్తూ, కుడివేపు డ్రాయర్ బాగా వెనక్కు లాగి ఎన్నాళ్ళనుంచో ఓపిగ్గా వేచివున్న నా రివాల్వర్, నాఖుర్కీ, నా గార్డినాల్ మాత్రలనీ తడుముకున్నాను. అవి జూలు దులపవు. నా కోసం వేచివున్నా మృదువుగా, మెత్తగా, ఓపిగ్గా కాచి ఉంటాయి. కాని నిన్నెప్పుడో ఎక్కడో కలుసుకుంటాను రాజూ. ఏ వంతెనల మీంచో నడుచుకుని వచ్చి, చుట్టూ తిరిగి అయినా. నీ ఆయుధం నిన్ను ముందుకు వెలుతురులోకి తీసుకువెళ్తుంది. నాది నా చీకట్లోకి, చీకటికీ వెలుతురుకీ మధ్యన వంతెన ఉంటుందో లేదో, లేకపోతే చీకటిని ఛేదిస్తూ నాలో మెరుపు మెరసినపుడు. ఆ మెరసిన క్షణంలోనే నువ్వూ నేనూ ఏదో వంతెన మధ్య కలుసుకుని కౌగలించుకుందాం. కాని అంతదాకా నన్ను మన్నించు. నన్ను నమ్ము రాజూ!

మెల్లగా జోగుతోంది ఒళ్ళు. తల ఊగుతోంది. మెల్లగా టేబుల్ మీద వెన్నెల గోళంలోకి తల జారింది. కళ్ళు మూసుకుంటున్నాయి. ఎంతగా అలసి పోయాను....

“నన్ను...నమ్ము...రాజూ! పొమ్మనకు”

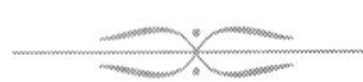

# సఫర్

నువ్వు సీజర్‌వి కావు.

కాలేవు.

జూడాస్‌వి అవగలవు.

కాని,

నువ్వు జూడాస్‌వి కావు,

ఇప్పటిదాకా అయినా,

కాని,

ఎప్పుడేనా?

నీ చీకటి గదిలో ద్వారం తెరుచుకున్నప్పుడు, ఏ 'కాంతి' కనిపించింది? ఏ ద్వారం తెరుచుకుంది? అసలు, ఏ ద్వారం తెరిచావ్? నీ 'సూయిసైడ్' ఓవర్ కోట్, మాసిన ట్వీడ్ ట్రౌజర్స్.

అది, నీ డ్రెస్ యిప్పుడు.

ఈ ఖలాసీ లైన్స్‌లో, ఆ యింటి తలుపు తడుతున్నావ్. తలుపు గడియని తలుపు మీద మెల్లగా బాదుతున్నావ్. తలుపు తెరుచు కుంటుంది. ఇంకో నిమిషంలో. మున్నీ. నువ్వు కళ్ళు మూసుకుంటావ్. నీ కళ్ళల్లో నీ మనసు లోతుల్లో ఎరుపూ, నలుపూ చూస్తావ్. ఆ రంగులు నిన్ను పూర్తిగా...తలుపు తెరియక ముందు.

చూడు.

రెండు కుక్కలు. ఒకదానికి చర్మం అంతా వచ్చేసింది. లెప్రసీ? రెండోది? మరిచిపో.

కాని, ఇందుముఖిని?

ఇందుముఖికి తల్లీ, తండ్రీ లేరు. నువ్వు నిన్న యీ యింట్లో ఆ కుర్చీలో gloom కి personification గా కూచున్నప్పుడు, ఇందుముఖి నిన్ను పూర్తిగా కవుగిలించుకుని నీ ఒళ్ళో కూచుంది. నీ కలలు, నీ 'నిజం', నీ బాధ ఇందుముఖికి తెలియవు - మూడేళ్ళ ఇందుముఖికి.

ఇందుముఖిని మరచిపోలేవు. 'మున్నీని మరచి పోగలవో లేదో తెలియదు కాని.'

సూర్యముఖి డోలక్ వాయిస్తానంటుంది.

చంద్రముఖి సూర్యముఖితో యుద్ధం చేస్తుంది - తనే వాయిస్తానని.

నువ్వు చూస్తూ ఉండు...నీ సూయిసైడ్ కోట్ తొడుక్కుని.

చందూకి చికెన్ పాక్స్.

పక్క యింట్లో రోదన. నువ్వు ప్రస్తుతం అర్థం చేసుకోలేని రోదన.

ఇక్కడ, అంతా మిల్లుల్లో ఫ్యాక్టరీల్లో పని చేసే వాళ్ళూ, వాళ్ళ సంసారాలూ, మెట్లు. పందులు. తెల్లగా ఎంతో contented గా పందులు. గుండెల్ని కోసేస్తూ అరుస్తాడు. తనవేవో కొనమంటూ, వాటి ధరల్ని చెబుతూ....అదో రోదన నీకు అలా అనిపిస్తుంది. అది నిన్ను haunt చేస్తుంది.

మున్నీ!

కళ్ళజోడు తలుపు తెరుస్తుంది. కళ్ళకింద నల్లటి circles. ఆరోగ్యం లేదు. మున్నీవి ఆర్టిస్టిక్ వేళ్ళు. కాని, ఇప్పుడు servant maid వేళ్ళు.

ఎన్నుకున్న జీవితంలో మున్నీ. Let her be happy.

నువ్వూ, నీ 'ఆత్మహత్య' ఓవర్ కోట్!

తలుపు తెరిస్తే, ఈ భారతదేశం ఒక్కసారిగా, తన దైన్యపు రంగుల్లో కన్పిస్తుంది.

కాని, నీ 'విస్కీ' నిన్ను కొంత వరకు అబ్జెక్టివ్‌గా చెయ్యగలదు. కాని, దాని మోతాదు ఎక్కువయినప్పుడు నీ రెండో చీకటి గది ద్వారాలు తెరచి నిన్ను పిలుస్తుంది. అందులోకి వెళ్తావ్. అప్పుడు జూడాస్‌వి అవగలవు కాని, అవవు. that is your destiny.

ఎందుకు?

ఇంకా, దాని జవాబు వెతుక్కునే ఉంటున్నావ్.

నీలో రెండూ ఉన్నాయా?

క్రైస్ట్, జూడాస్!

గుడ్ గాడ్!

మున్నీ తలుపు తెరుస్తుంది.

నువ్వు కళ్ళు గ్లూమీగా తెరుస్తావ్.

మున్నీ కళ్ళల్లో ప్రేమ? పిటీ? యిన్‌డిఫ్రెన్స్?

ఎంతో దూరం పో.

నీ యిల్లూ, నీ సుశీల - రెండు వేల మైళ్ళ దూరం, పదిహేనేళ్ళ దూరం, కాని,

నీ విస్కీ మత్తులో?

విస్కీ...బాబీ మనసులో ఒక తెలియని (తెలుసును!) బాధ, ధైర్యం (కాని)....ఇంకా....విస్కీలో బీర్ కలుపు....రిక్షాలో నలుగురూ (నువ్వూ, మున్నీ, బాబీ, మున్నీ బాబీల ప్రియ పుత్రుడు చందూ - చికెన్ పాక్స్‌తో సహా. మోటిజ్‌హీల్. బాబీ మధ్యలో దిగిపోతాడు. మోసీన్ ఇంటికి వెళ్తానని...బాబీవి ట్రేడ్ యూనియన్ విషయాలూ, యుద్ధాలూ, జయాలూ, అపజయాలు, సంధులూ...నడక....నువ్వు చందూని ఎత్తుకుని...కూచో పార్క్ బెంచీ మీద, నిశ్శబ్దంగా, మాట్లాడకుండా (మున్నీ నీ వేపు చూడదు)... చలిగా....ముసుగులు....దూసుకుంటూ పాత జ్ఞాపకాల లాగా కార్లు రోడ్డు మీద....

ఎదురుగా స్వీట్ ఇండియా...పాప్ కార్న్.

కాని, రెండువేల మైళ్ళ దూరంలో నీ 'సంసారం', నీ 'తోట' నీ 'పంట', నీ స్టీరియోలో నిర్మలేందు చౌదరి, సచిన్‌దేవ్ బర్మన్...మరచి పోగలవా? ఇప్పుడు, యిప్పుడు, యీ క్షణం?

లేవు. యిక్కడ. ఉన్నా. లేవు కూడా!

లాల్‌మియా నీ గులాబీకి నీళ్ళు పోస్తున్నాడా? అక్కడ నీ లాన్ ఎలా ఉంది? ఎండి పోతుందా? నీ వెయ్యి కళ్ళ సుశీల!

చలితో ఆకాశం వణుకుతూంది.

'ప్రేమేరొ సమాధి తీరే'....తాజ్ మహల్ మొర్మేరొ గాధా..... (మెరుపు). అక్కడా, యిక్కడా...ఇదంతా స్వీట్ యిండియా.

స్వీట్ ఇండియాలో, గొడుగు కింద కాఫీ నురగలు, హరేరామ హరేకృష్ణ పాటలు, పచ్చటి లాన్‌ని నింపుతూ, ఆకాశంలో మెరుస్తూ పాటలు (నువ్వు అవి

వినడం లేదు!)....నువ్వూ, మున్నీ మీ పాత చరిత్రలు మెల్లగా, బాధతో చెప్పుకుంటారు ....నలుగురం ఒక తండ్రికి కాదు...నా తల్లిని నా నాన్న....అక్కడ 'రాజుని', ఇప్పుడు, యిక్కడ కొన్ని అర్థాలున్న యీ సఫర్... అనీల్ నా కోసం కత్తితో పొడుచుకుని చస్తానన్నాడు అప్పుడు...నీ కోసం, నా కోసం...ఇదో ప్రపంచం...చలి, నక్షత్రాలు వణుకుతాయి యీ చలిలో. మత్తులోనే యీ స్వీట్ యిండియా, యీ స్వీట్ హోమ్‌లోని మున్నీ ఎర్రటి గాజుల కదలిక....చందూ టేబుల్ మీద తల ఆనించి నిద్ర పోతున్నా...నేను అడ్డుకుని మిమ్మల్ని ఒక దరికి చేర్చాను. (అబద్ధం)...ఒక దరికి చేర్చి, ఒక దారి చూపించి....ఆ దారిలో నేనే ఇప్పుడు అడ్డుగా! తల్లి, తండ్రులు, అక్కలు, చెల్లెళ్ళు, మామలు...ఇంతేనా యీ స్వీట్ యిండియా? స్నేహితులు, హితులు, సన్నిహితులు...వీరేనా యీ స్వీట్ ఇండియాలో?

మన్నాసింగ్ నీ కోసం కాచుకొని ఉంటాడు....నీ ఆత్మహత్య 'ఓవర్‌కోట్' విప్పి మున్నీకి తొడుగు....మున్నీ చలిలో వణుకుతుంది...కాని దాని బరువు మొయ్య లేదు....నువ్వూ వణుకుతున్నావ్ నీ ఒక్క స్వెటర్‌లో ....మళ్ళీ నీ ఓవర్ కోట్ నువ్వే వేసుకో.

బాబీ, మోసీన్ వస్తారు...'ఫ్రీ'గా 'క్లీన్'గా...హృదయాల నిశ్శబ్దపు సంభాషణల్లోకి తుఫాన్ లాగా....

మోసీన్ కుర్చీ నిండా కూచుంటాడు.

బాబీ ట్రేడ్ యూనియన్ మాటలు మొదలు పెట్టాడు.

కాఫీ నురగలు. మళ్ళీ.

'డోన్ట్ టాక్ షటప్. యూ బ్లడీ ఫూల్' అంటావు.

నీకు విసుగు. మోసీన్ నవ్వు. మోసీన్ బాబీ లేచి వెళ్ళిపోతారు...

మోటిజ్‌హీల్....

మున్నీ, పాపీ పువ్వులు. పచ్చగా లాన్. అంతట్నీ నింపుతూ 'సంగీతం' రెండు వేల మైళ్ళ దూరంలో నీ సుశీల. వెయ్యి కళ్ళతో. నీదీ తనదీ ఒకటే హృదయం (అబద్ధం? నిజం? అబద్ధం? నిజం!).

కానీ, యిప్పుడు నీ మున్నీ. 'నా' మున్నీ!

మాట్లాడు. నీ గుండెని తెరు.

కాని, పూర్తిగా తెరవలేవు.

నువ్వు జూడాస్‌వి కాలేవు.

ఆ ఎలిమెంట్ నీలో లేదు.

నీలో ఎన్ని గదులు?

ఎవర్ని ఎవరు 'వదిలేయగలరు'? 'ఏ స్వాతంత్ర్యం'? నీ మనసు కాంక్షిస్తుంది?

ఈ తెగని ముడులు?

అలాగే ఉండనీ.

కాని బాబీ!

బాబీని బోధపరుచుకోడం నీకు కష్టంగానే ఉంది. నీకు!

కాని, బాబీలోని కాన్ఫిడెన్స్! దాన్ని అర్థం చేసుకో గలవా? అర్థం చేసుకున్నా తరువాత కూడా, నీలో ఎక్కడో దాగి ఉన్న జూడాస్ ఎలిమెంట్‌ని మసిచెయ్య గలవా?....

తిరిగి రండి.

తిరిగి...

మున్నీ, నువ్వూ, చందూ.

మున్నీ ఎర్రటి చీర, ఎర్రటి గాజులు (నీ 'యిచ్ఛకి' దాసి అయి ఆనాడే కొనుక్కుని వేసుకున్నవి)...చందూ చికెన్ పాక్స్‌ని కూడా జ్ఞాపకం ఉంచుకో. తల్లీ కుమారుడూ...మున్నీ. బాబీ, చందూ....వాళ్ళంతా ఒక యూనిట్. పాలు స్వచ్ఛమైనవి. ఆ పాలలో నీ.....

దిగు. రిక్షా దిగు.

సిగరెట్ బంక్ దగ్గర. మంకీ టోపీ పెట్టుకుని, ఎవరికీ 'కనిపించకుండా.'

మన్నాసింగ్!

నీ కోసం!

తలుపు తెరు....

నువ్వూ, మన్నాసింగ్ యిప్పుడు, కుర్చీలో.

నీ విస్కీ మత్తు చీకటిలోంచి, నీ మున్నీ మత్తులోంచి, కళ్ళు బాగా తెరిచి, మనసు 'ఎరుపు' చేసి, మన్నా వేపు చూస్తూ మాట్లాడు.

మన్నా!

ముగ్గురు పిల్లలు చచ్చిపోయారు. మన్నా కారాగారంలో ఉన్నప్పుడు. నిశ్చలత్వం. నీ మీద 'గురి'...నీ కళ్ళలోకి 'ఆశ' తరగని కళ్ళతో చూస్తున్నాడు. నీ చీకటి గదుల్లో అతనికి కావలసింది. 'వెలుగు'. ఎర్రటి వెలుగు. విప్లవం. సాయుధ

విప్లవం. నీమీద ఒక విధమైన 'నమ్మకం'. నీ విస్కీ రంగుల్లోంచి అతన్ని చూడు. అతని ముఖాన్ని చూడు. మాట్లాడు. అతను కూడా చెప్పుకుపోతున్నాడు. నీ మనసంతా నిండుతూంది అతని ఎఱ్ఱటి వెలుగులో.

కాని,

"యీ రాత్రి యూ.జీ. లీడర్స్‌తో మీటింగ్ అవడానికి వీలులేదు."

"ఎల్లుండి రాత్రి."

నీ ఎఱ్ఱటి వెలుగుకి,

నీకు, అకస్మాత్తుగా రిలీఫ్.

మన్నా మంకీ టోపీ సర్దుకుని తలుపు చప్పుడు చెయ్యకుండా తెరుచుకుని చీకట్లోకి కలిసిపోతాడు.

నీకు రిలీఫ్. మన్నా ఎఱ్ఱటి వెలుగు నించి రిలీఫ్.

మున్నీ నీ బట్టలు సర్దుతూంది.

ఏడుస్తూంది. 'విషాదం'. నీలి లైనింగ్ సూట్‌కేసులో బట్టలు సర్దడం లోని విషాదం. ఆ విషాదంలోని 'ప్రేమ'? నువ్వు 'ప్రేమ' అని అనుకున్నావ్!

ఇయ్యి. నీలోదంతా ఇయ్యి.

ఒక్కసారిగా మున్నీని నీ వేపు తిప్పుకుని,

'ముద్దు!'

తరవాత, కొంచెం సేపు నీ విస్కీ మత్తు.

మున్నీ ఏడుపు. ఏడుస్తూనే నవ్వు. మేఘాల్లోంచి తప్పించుకున్న చంద్రుడి నవ్వు!

అది సంతోషం!

తరువాత, కుర్చీలో కూచుని మాట్లాడుతుంది....ఎఱ్ఱటి గాజులు నువ్వు చూస్తున్నావ్. కొన్ని నిమిషాలు లాజికల్‌గా మాట్లాడిన తరువాత outburst! I love you, don't I? ....కాని, మరుక్షణమే కళ్ళల్లో నీళ్ళు. ఏడుపు. వెక్కి వెక్కి గట్లు తెగిన తటాకం....'guilt sin.'

నీ విస్కీ మత్తులోంచి నీ 'మేధావి' explanation - ఎఱ్ఱటి గాజుల్ని ఒకదాని తరవాత ఒకటిని ముద్దు పెట్టుకుంటూ.

మధ్యలో లారెన్స్ కొటేషన్లు! ఈ యింట్లో, యీ నాటకంలో యీ నీ హృదయాన్ని మున్నీ తన కన్నీళ్ళతో కాలుస్తూంటే! యీ సమయంలో! ఖలాసీ లైన్స్‌లో

పన్నెండు గంటల రాత్రి నిశ్శబ్దం. చప్పుడు చెయ్యకుండా, వణికిస్తూ, చలి యింటినంతా ఆవరిస్తూంది. దూరంలో ఏదో రోదన. కాని, వినడానికి నీ మనసు తయారుగా లేదు - ఏ దేశంలోనైనా, ఏ మనిషైనా, ఏ కారణానికైనా రోదిస్తూంటే నీ హృదయం వింటుంది. నీ మనసు దానికి కంపిస్తుంది. కాని, యిప్పుడు నీ హృదయమే నిశ్శబ్దంగా రోదిస్తూంటే?....ఎవరు వింటారు? ఓవర్‌కోటు వెచ్చదనంలోంచి యీ నీ sentiment ని పైకి తరిమికొట్టు.

దీనికి సమాధానం లేదు. ఈ 'ముడి'ని ఎవరూ విప్పలేరు.

బాబీ ఒంటి గంటకు వస్తాడు...తలుపు తెరు...'ఆకలి' అంటాడు. వాడి మొఖం నిదానంగా చూడు. కూచోనీ. చెప్పు. విస్కీ మత్తులో చెప్పు. అంతా. అంతా. అంతా.

అంతా చెపుతూ బాబీ ముఖాన్ని చూడు. నీకు వాడి ముఖం కనిపించడం లేదు. ఎర్రటి విశాలమైన హృదయం...ధైర్యం...కాని బాబీకి 'ఆకలి'. నీకు దాహం!

విపరీతమైన దాహం, (దాహంలో ద్రోహం!)

* * *

నలుగురు. వాళ్ళని జిన్ మత్తులో చూస్తున్నావు. కాని, ఆ మత్తులోనే అతి విచిత్రమైన కాన్సెంట్రేషన్. మున్నీ, బాబీ, ఇందుముఖి... ఎవరూ నీ మనసులో లేరు. అతి దూరంగా సుశీల. కాని. ఇప్పుడు యీ మత్తులోని నిమగ్నతలో ఎవరూ లేరు. త్రిపాఠి, మెహ్రోత్రా. మన్నా, అతనూ - నలుగురే - కాని, మన్నానే నీ కళ్ళల్లో మెరుస్తున్నాడు. మన్నా వెలుగు, ఎర్రటి రక్తపు వెలుగు.

నక్సలిజమ్... ఓపెన్ నక్సలిజమ్... మాటలు... ఆయుధాల సరఫరా... సైక్లొస్టైల్ మెషీన్లు....పెద్ద రైతులు, కామందులు(?)...ఆజిల్లా...యీ రాష్ట్రం....

కాని....

నీలో జూడాస్ element ఉంది సుమా!

మెహ్రోత్రాలోని జూడాస్‌ని నువ్వు ఎంత త్వరగా, ఒక్క సెకండులో పసిగట్ట గలిగావ్! ట్రెచరీ!

ట్రెచరీని ఎంత సులభంగా....

నీ జీవితంలో ద్రోహం ఎంత తియ్యగా, ఎంత చేదుగా అనుభవించావ్!

అప్పుడే....నీ జీవితం నీకు ఏదో అర్థాన్ని స్ఫురింపజేస్తుంది. ఇది నీ పారడాక్స్!

మెహ్రోత్రా మధ్యలో వెళ్ళిపోయాడు. తన కోటు జేబులోంచి వొక పనామా సిగరెట్ తీసి, వెలిగించి, 'పని' ఉందని.

మెహ్రోత్రా తప్పకుండా వెళ్ళిపోతాడు. అది నీకు 'తెలుసు.' అతని 'పని' అతను చేసుకోవాలి. అతను ఓపెన్ నక్సలైట్! ఇదొక వింత phenomenon యీ రాష్ట్రంలో.

నీ 'పని' కూడా యిక్కడ అయిపోయింది. మార్గాలు ఏర్పరిచావు. దేశం కోసం!

కాని, ఈ ఇంట్లోనే, నేరుగా, సూటిగా పోయే మున్నీ, బాబీల మార్గంలో అసహ్యంగా, అడ్డంగా తుఫాన్‌లో విరిగిపడ్డ పెద్ద వృక్షంలా....

రేపే తుఫాన్ ఎక్స్‌ప్రెస్‌లో వెళ్ళిపోవాలి...మన్నా అన్న మాట యిది. టిక్కెట్ కూడ తయారుగా ఉంచాడు! ఇంటి చుట్టూ, యింకో రెండు గంటల్లో నిఘా...దొరికితే 'కవర్ ఎడ్రస్ యియ్యి' - మన్నా.

మున్నీని వదిలిపోవాలి. బాబీని కూడా. guilt, sin నీ, బాబీ ఎర్రటి విశాలమైన హృదయాన్నీ వదలి వెళ్ళిపోవాలి. యీ ఫ్యాక్టరీల పొగలోంచి పైకి వెళ్ళి పోవాలి. పొగే కాదు, ఫాక్టరీల నల్లటి dust లోంచి. ఈ దీనాతి దీనమైన ఇందుముఖి, సూర్యముఖి, చంద్రముఖి జీవితాల్లోంచి, ఈ 'గది'లోంచి నీ స్పెషల్ చీకటి గదిలోకి వెళ్ళిపోవాలి. అంతా వదిలేయాలి. (ప్రస్తుతానికేనా). మళ్ళీ నీ జీవితం, నీ తోట, నీ సంసారం, నీ 'ఉద్యోగం', నీ స్టీరియో రికార్డులు...నీ సుశీల. ఏదో మార్పు రావాలి. (వస్తుంది). ఎటువంటి మార్పు రావాలో వస్తుందో, నీకు యిప్పుడు తెలియదు. సైగల్ పాటలు నీకు యిష్టం. సచిన్ బర్మన్ నీ గుండెల్ని కోస్తూ పాడుతాడు. బిమన్ అంటే 'యిష్టం' - జైల్లో ఉన్నా. నీ సుశీల అంటే యిష్టం. బాధ, మృత్యువు అంటే....

కాల్కా మెయిల్. తుఫాన్ కాదు.

కాల్కా పట్టాల మీంచి అతి వేగంగా, Indifferent గా, cruel గా పెద్ద పెద్ద నగరాల్నీ, ఎండిపోతున్న పొలాల్నీ, చెట్లనీ, దూరంగా పారే గంగనీ దాటుకుంటూ, దూసుకుంటూ పోతూంటే....

నీ 'కామ్రేడ్' రాజు అడుగుతున్నాడు....“ఎందుకు అంత విషాదం?”

జవాబేమిటి?

ఈ 'మేధావి' జీవితంలో ఉన్న గదులు. వాటిలోని చీకటి....'చీకటి లోకి గదులు' ('ఆదిత్య' అన్న మాట!) వాటిలోని రహస్యాలు చెప్పగలవా? అన్నీ సమానాంతరంగానే....రైలు పట్టాలు...తటస్థంగా. 'మనిషి' లాగా, Super man లాగా, sub human గానూ జీవిస్తూ...జవాబు చెప్పగలవా?

మళ్లీ సుశీల.

మళ్ళీ....

జవాబు లేదు రాజు ప్రశ్నకి. కాల్కా మెయిల్, తరువాత మేఘాల్లోంచి దూసుకుంటూ వచ్చే డకోటా ప్లేన్‌లోనూ, నీ 'సూయిసైడ్' ఓవర్ కోటు జేబుల్లో దేన్నో వెతుక్కుంటూ, రాజు ప్రశ్నకి కూడా.

జవాబు

వెతుకుతూనే ఉన్నా!

# అభినిష్క్రమణ

ఇదిగో. ఇది నీ యిల్లు.

మెల్లగా మెట్లు ఎక్కి లోపలికి రా.

ఇల్లు కొత్తగా ఉంది. డబ్బు కొత్త రంగు. క్రిందటి రాత్రి భంగమైన నిద్ర.

ఇప్పుడు, అంటే, పన్నెండు గంటల తరువాత మళ్ళీ ప్రవేశిస్తున్నావు.

పన్నెండు గంటలు గడియారంలో. కాని ఆ పన్నెండు గంటలూ 'కాలం' లోవి కావు. విమల ప్రసాదించిన 'స్వర్గానికి' సంబంధించినవి. అలా అని నువ్వు అనుకుంటున్నావు. ఇప్పుడు.

కాని, అప్పుడే, అప్పుడే జ్ఞాపకంలా మారిపోతూంది. కాని దాని ప్రభావం నీకు ఎప్పుడో తెలుస్తుంది. నీ జీవితం మళ్ళీ యీ జ్ఞాపకం నిన్ను తరుముతూంటే ముందుకు సాగుతుంది, వేగంగా. అలా అని కూడా అనుకుంటున్నావు. అదీ యిప్పుడే.

ఇల్లు.

ఇంటి చుట్టూ తోట. చెట్లు. పెద్ద పెద్దవి. చెట్ల మధ్య యిల్లు. ఎదురుగా, దగ్గరగా, నీలిరంగు ఆలోచనగా నది.

చెట్లు, నది, నది అవతల నీలి కొండలు, అడివి.

ప్రశాంతంగా, ఏమీ తెలియనట్లుగా, అమాయకంగా యిల్లు.

'మితి' ఉన్న సుఖం యింట్లో.

పైన జరిగేవి నా కెందుకన్నట్లుగా యిల్లు. ఇంట్లో నువ్వు.

'ఎవరు ఏమైతే నాకేమిటి. నేను నేనే. నా 'ధర్మం' నాది. ఏమిటా ధర్మం అంటావా? అదంతా నీ కెందుకు.' అన్నట్లుగా యీ నీ యిల్లు.

ఇల్లు.

'గృహం'. గృహిణి. ముత్యాలు, సముద్రపుటలల మీద నురగలు నీ పిల్లలు.

నీ సంసారం!

ఎన్నో వస్తువులు.

నీకు ఉన్నవి ఏమిటి?

కావలసినవి?

'ఆకులపై రాలే చినుకుల అలికిడి'

తాజ్‌మహల్ మీద ప్రేమ గీతాలు? ఇదిగో సచిన్ దేవ్ బర్మన్,

స్నేహితుల్ని నీ మత్తుని క్షమించమని కోరుతూ విలపిస్తావా?

అదిగో ఆత్మా. నల్లటి చక్రాల్లో పాడుతాడు.

నీ తోట.

దేశ దేశాల్నుంచీ గారాబంగా తెచ్చి పెంచుతున్న గులాబీలు ఆర్కిడ్స్.

పుస్తకాలు, గుట్టలుగా.

డాంటే విషాదం కావాలా? సానెట్స్.

ఇన్‌ఫర్నో.

'Categorical Imperative' అది కూడా.

హార్వర్డ్ క్లాసిక్స్ - అవి కూడా. అన్నీ.

తాంత్రిక్ బుద్ధిజం.

నీ స్టీరియో!

సిబీలియస్. నిర్మలేందు చౌధురి. అబ్బాస్ ఉద్దీన్ అహ్మద్....

ఆ మూల?

అక్కడ దాచినవి? ఓల్డ్ స్మగ్లర్ (రెండే. పాతవి. ఎప్పటివో?)

ప్రస్తుతం యీ దేశపు డిస్టిల్లరీలవి. బ్లాక్ నైట్. రెడ్ నైట్. కారూస్.

గోల్కొండా. బీహైవ్. కింగ్స్ బ్లెండ్.

అన్నీ ఖరీదైన అలవాట్లు. హాబీలు. అవే నీ జీవితం!

డబ్బు లెక్కలేదు కదూ నీకు, ఫైన్ ఫైన్.

నీ సుశీల?

నీ 'రంగూన్ హనీమూన్' సుశీల! నీ 'భార్య' నిద్రపోతూంది హాయిగా?

ఏడిచి, ఏడిచి, ఏడిచినా తరువాత వచ్చిన సంతోషంతో? తన 'కలలు' తనకి కూడా ఉన్నాయి.

సుశీల!

సుశీల!

సుశీల!

సుశీలకి ఒక మెసేజ్...."డియరెస్ట్! నన్ను యిది చాలా బాధ పెడుతుంది. మన 'పిక్నిక్' ముగిసిపోయింది. చీకటిదారిలో గతుకులు. ఈ గతుకులగురించి ఎంతోమంది ఎన్నో అంటారు. A cheap fool would tell you ధైర్యంగా ఉండూ అని. కాని నేను నీతో ఏమి అన్నా, ఏ విధంగా సమర్థించుకోబోయినా, ఎలా Console చేసినా....అదంతా, అదంతా నీకు పాలు తాగించినట్లుంటుంది. బోధపడుతుందా, నేనంటున్నది? అవును. నేను ఏది అన్నా, ఏది అందామనుకున్నా నీకు అది ముందే బోధపడుతుంది. నీకు అంతా ఎప్పుడూ అర్థం అవుతుంది. నీతో జీవితం - It was lovely; అలా అని నేను అంటే, దాని అర్థం, దాని 'కవిత్వం' - అంటే నీతో జీవితం - నీతో జీవితం తెల్లటి పావురాలూ, లిలీ పువ్వులూ, వెల్వెట్, మెత్తటి గులాబి రంగు వెల్వెట్ జీవితం అది. ప్రతి చిన్న వస్తువూ, చచ్చిపోయే ప్రతి చిన్న వస్తువు గురించే ఆలోచిస్తే....ఆ వస్తువులు, ఆ ప్రతి చిన్న వస్తువూ మనమిద్దరం యిప్పుడు పంచుకోలేం కదూ? - వాటి గురించి ఆలోచిస్తుంటే, నేను కూడా చచ్చిపోయినట్లే అనిపిస్తుంది. నేనే కాదు, నువ్వు కూడా యీ చావులో భాగానివి, అనికూడా...."

ఇది ఎప్పటి మెసేజ్? తరువాతదా? ఏమో?

'విమల'? ఇప్పుడొద్దులే నీకు.

డబ్బు. నీకు యిష్టం లేదు. వెరీ ఫైన్!

జడుస్తావెందుకు?

జడుపెప్పుడో పోయింది నీకు.

నిర్వచించడం యిష్టం లేదు కదూ నీకు?

కాని, తప్పించుకోలేవు.

తప్పించుకోవడం కూడా యిష్టం లేదు నీకు.

అయితే, యీ జడుపెందుకు?

చెప్పు. ఆ 'మాట'. ఆ 'నిర్వచనం.' జంకుతావెందుకు?

ఓకే ఓకే ఫడ్నవీస్. నీ యిల్లు 'బూర్జువా' యిల్లు.

నువ్వొక 'పెద్ద' బూర్జువావి.

* * *

కాజల్‌ని చూడగానే,

....నువ్వు, ఎక్కడో లోలోపల అనుకుంటున్నది, 'చెయ్యలేను, చెయ్యలేను, నా శక్యం కాదు. నా యీ జీవితంలో సాధ్యం కాదు. నా గిరిగీసిన వర్గాన్నీ, గీతనీ దాటి ఎలా వెళ్ళగలను, ఎంత హీనుణ్ణి, ఎంత అధమాధమ మానవుణ్ణి, అసలు మనిషినేనా, కాదు ఎంత గొప్పవాడ్ని, ఎంత ఎత్తు ఎంత పైన ఎంత పైపైన...అబ్బా ఎంత ఎత్తులో ఆకాశంలో డేగలాగ, తారలాగ, మిణుకు మిణుకు డేగ చూపు డేగ వేగం హిమాలయాల మంచు నిర్మానుష్యం నైర్మల్యం తెలుపు వెలుగు దూరం ఎంత దూరం నాలుగు దిక్కులూ ఎల్లలూ....'

అంటే, వెతుక్కోవడం నీ వ్యక్తిత్వాన్ని. ఒక్కొక్కప్పుడు కాన్షస్‌గా. కాని అప్పు డప్పుడు కిటికీలోంచి చూస్తూ మేఘాల ప్రేమ నృత్యాన్ని చూస్తూ, చెట్ల పైన అర్థంకాని వేగంతో ఎక్కి దిగే ఉడతల్ని చూస్తూ, అలలు అలలుగా అన్‌కాన్షస్‌గా...

కాజల్‌ని చూడగానే, -

నీ నలభయ్యో సంవత్సరంలో మార్పు, పగ్లాదేశానీ నీ చెయ్యి చూసి చెప్పిన మాట. నువ్వు నమ్మనిది. మార్పుల్ని దూరంగానే పరీక్షిస్తూ, అర్థం చేసుకుంటూ - అబ్బో పెద్ద పెద్ద ఉద్దేశాలు నీకు - ఆ మార్పు, ఆ 'చెయ్యి'లోని మార్పుకీ యీ కాజల్‌కీ సంబంధం ఉంటుందనీ, ఆ మార్పు నీకు వస్తుందనీ నీ Instinct ఒఖ్ఖసారిగా మేల్కొని నీలో ప్రసరించింది.

కాజల్ కళ్ళు నిజంగా కాటుక కళ్ళు. కాజల్‌తో కూడా పక్కనే కూచున్నవాడు అమల్. అమల్ జుత్తు మధ్య బాల్డ్ స్పాట్. ఇద్దరి చేతుల్లో డైరీలు. టెరిలీన్ దుస్తులు. కాని హవాయ్ చెప్పులు. కాజల్ వివేకానంద లాగ ఉంటాడు. అమల్ చెత్త డబ్బాలాగే ఉంటాడు.

'మీరు చదువు పూర్తి చేసారా?'

అమల్ నవ్వు.

'ఇప్పుడే మొదలు పెట్టున్నాం.'

నీకు కోపం.

'మీరు ఎడ్వంచరిస్టులా? రొమాంటిసిస్ట్‌లా? లేక ప్యూర్ అండ్ సింపిల్ బాస్టర్డ్సా?'

కాజల్ నీ వేపు చూశాడు. కాజల్ కళ్ళు. ఆ కళ్ళు నీ వేపు చూస్తూనే ఉన్నాయి. ఆ కళ్ళు.

జ్వాల. నీలో జ్వాల. అట్టడుగున, ఆరిపోయిందనుకున్న జ్వాల మళ్ళీ

రగులుకుంది. ఇంకొక రూపం యీ జ్వాలకి. కాజల్ కళ్ళు, ఆ కళ్ళలో విప్లవ జ్వాల.

అది నీలో యిప్పుడు.

అలిసినా, స్థిరంగా చల్లగా కూచుని ఉన్నా, మాట్లాడుతున్నా, నిశ్శబ్దంగా మంచం మీద పడుకుని ఏదో చదువుకుంటున్నా, ఎలా ఉన్నా, ఏమిటయినా, ఏమీ అవకపోయినా, కాజల్ కళ్ళల్లో ఆ జ్వాల, ఆ స్థిర సంకల్పం. విప్లవమే వృత్తి. సాయుధ విప్లవమే మార్గం. సరి అయినదీ తప్పునిదీ, చరిత్రా, అనుభవం నుంచీ నేర్చుకోవలసిన పాఠం అదే అదే. ఎన్నో దారుల మీద నడిచి, వాటిని విడిచి, యిరవయి ఎనిమిదో ఏడులో యీ దారి, యీ సిద్ధాంతం, యీ ఆచరణ...యింత త్యాగం.

* * *

వర్షం. మార్పుగా ప్రకృతిలో వర్షం. నీలో? నీ 'ఆత్మాశ్రయపు' అనుభూతులు మెల్లమెల్లగా దగ్ధమవుతున్నాయి. నినాదాలు, ఎవరివో ఉత్తరాలు, సందేశాలు, మందలింపులు. నీ విస్కీ మత్తు, నీ Marijuana మత్తు. వర్షంలో తడవడం. సంశయాలు. అడుగడుగునా వాటిని, వాటి సంకెళ్ళని విదిలించుకుని, బద్దలుకొట్టి విడుదల కోసం ప్రయత్నాలు. 'ఓటమి తిరుగుబాటు' నీలోని జ్వాల రంగుని మారుస్తూంది. కాజల్ కళ్ళు. తూర్పు ఎర్రబడుతోంది. నీ డిన్నర్ పార్టీ జీవితం రంగు మారుతోంది.

ఇప్పుడు నీకు,
రోగగ్రస్తమైన దేశంలో
రోడ్డు పక్క రేగుతున్న దుమ్ములో
దుమ్మై పోతున్న మూగజీవాల మూల్గులు వినిపిస్తున్నాయి.
రాజుకుంటున్న నిప్పులా
నిలబడుతున్నాయి నీ అర్ధరాత్రులు
విలపిస్తున్న దీనత్వం

నీ యింటి కిటికీలోంచి నీలి ఆలోచనల సుడిగాలి కాదు. వేరే గాలి. ఉధృతంగా వీస్తూ నీ విశ్వాసాలను కూలుస్తూంది. ధ్వజమెత్తిన వీరులు ఒక్కొక్కరే నీడల్లో కనిపిస్తున్నారు. నీ వారసులు?

చలిలో ఆడుతారు. దుమ్మును ప్రేమిస్తారు. దుమ్ములో ఘనీభవించిన యీరాతి మేడల చుట్టూ పహరా కాస్తారు. భయం లేదు.

నీకు యిప్పుడు ఎవరు కనిపిస్తున్నారు?

"ఏటీ కేతం పెట్టి

ఎయిపుట్లు పండించి
*గంజిలో మెతుకెరుగనన్నా - నేను*
*కూటిలో మెతుకెరుగనన్నా....''*

అంటూ, డెబ్బయి ఏళ్ళ నాన్న కన్ను మూస్తే, ఎన్నాళ్ళో దిక్కు తెలియక,

'అనేక పుంతలు తొక్కి, బాటలు గడిచి,' ఆఖరికి 'ఏ దేశంలో ఉంది శాంతి? ఎటుచూసినా భయకంపిత వడగాల్పుల సుడుగాలుల సందడులే, కాంతిలేదు వెలుగులేదు. కారుమెయిలు చీకటులే. కంట కంట కన్పించును' అని వెక్కి వెక్కి యేడ్చే ఆకాశంతో తన ఘోష కూడా కలిపి గానం చేసే రాజు!

నువ్వు చూడలేనివి?

'ఎండుటాకుల గుండెలు భయం భయంతో తిరిగే మనుషులు మింటియింటి రంధ్రాల్లా భూమ్యాకాశాల మధ్య గానుగెద్దుల్లా పీనుగుల్లా రెపరెప కొట్టుకలాడి మట్టిలో రాలి పట్టపగలే ఊపిర్లు విడిచే' తమ్ముళ్ళను, తమ్ముళ్ళను.

* * *

సుశీల!

సుశీల!

సుశీలకి మెసేజ్: ''....వులో భాగానివి, అని కూడా అనిపిస్తూనే ఉంది. అది నిజం కూడా గాబోలు. చూడు సుశీలా, మన సౌఖ్యం ఎంత గొప్పదో. ఎంత విలువైనదో. ఎంత ఉన్నత శిఖరాల్లో విహరించిందో. కాని, కాని, ఆ శిఖరాల మీది విలువైన సౌఖ్యం, ఆనందం యొక్క అంచులు మెల్లగా మెల్ల మెల్లగా 'హేజీ'గా మారిపోయాయి, వాటి ఔట్ లైన్స్ మెల్లగా మెత్తగా కరిగిపోయాయి. ఇప్పుడు పూర్తిగా కరిగిపోయి, రూపం కూడా లేకుండా పోయాయి. నిన్ను నేను 'ప్రేమించడం' మానలేదు సుశీలా! కాని నాలోనిది ఏదో చచ్చిపోయింది. ఈ అనంతంగా దిగంతం దాకా వ్యాప్తం చెందిన 'ఎఱ్ఱటి' పొగమంచులో నిన్ను నేను చూడలేకుండా ఉన్నాను.''

* * *

....దూరంగా అడివి అవతల నీలి పర్వతాల పంక్తులని చీకటిలో ముంచు తూన్న మేఘం. ప్రపంచం అంతా వ్యాప్తి చెందినట్లనిపించే మేఘం. మధ్య దూరంలో ద్వీపాల్లాగ చిన్నచిన్న మేఘాలు. మిగతావి నీ కళ్లకి యిప్పుడు కనిపించవుగాని, మధ్యాహ్నం, యీ వెదురు పొదల వెనక బందూకులు పట్టుకుని మీరు దాగుని కూచుని ఉన్నప్పుడు, నీ వెలుగుకీ వాటి వెలుగుకీ మధ్య మెరిసే యవ్వనంలో ఉన్న ధాన్యపు సముద్రం ఎఱ్ఱటి వేడిలో....'చీకటై ప్రవహిస్తున్న చిక్కటి నెత్తురు

పక్కనే పారే నుదుటి చెమట కాల్వ'...కాల్వ నిలిచిపోతుంది. ఒక్కసారి కారుని ముంచెత్తుతుంది.

వచ్చేది, దూసుకుంటూ నల్లటి తాచులాంటి రోడ్డు మీంచి వచ్చేది, కిశోర్ బహదూర్ కారు. కార్లో విమల, విమల రెండో భర్త జమీందార్ బహదూర్.

ఒక్కసారి యీ విప్లవ జ్వాల కారుని మండిస్తుంది. రెండే రెండు షాట్స్. కాజల్ కళ్ళల్లో జ్వాల. ఆ జ్వాలలో కిషోర్ బహదూర్ శవం మండుతూంది!

ఎస్కేప్!

* * *

ఎస్కేప్!

జైల్లో, కాజల్ వీపులోంచి దూసుకుంటూ గుండెలోని రక్తాన్ని మట్టిలో కలిపింది ఒకటే గుండు.

అమల్?

బిపిన్?

దీపాంకర్?

నువ్వు?

* * *

నీ యింటి చుట్టూ ఉన్నారు. నువ్వేం చేస్తున్నావో వాళ్ళకి యింకా తెలియదు. ఇంకా ఎంత సమయం పడుతుంది?

మెల్లగా కిటికీ కర్టెన్ కొంచెం పక్కగా కదిపి, చీకట్లోంచి అడివిలోకి చూడు. ఒడ్డుని కోస్తూంది మెత్తగా నది. చీకట్లో నిద్రపోతూంది అడవి. గలగలలాడుతూ ఎర్రటి వరదల్లో ఉంది నది. అడివిలోంచి, నదిని దాటుకుని కూడా వస్తున్నారు. రెండు, మూడు....నాలుగు టార్చ్‌లైట్స్. సిగ్నల్స్!

విమల కూడా వస్తుంది నీ కోసం! ఈ పదకొండు గంటల రాత్రి సమయంలో నీ కాస్మిక్ ఐరనీ. నీ కోసం వస్తుంది విమల!

ఇంకా కొంచెం సేపు పోవాలి. నీకు సహాయం చేసే వాళ్లెప్పుడు వస్తారు? అడుగులు వినిపిస్తున్నాయి. ప్రహరీ గోడ అవతల, దూరంగా కారు విసురుగా వచ్చే శబ్దం కూడా.

చూడు చూడు. నీ సోఫా కుషన్లు. నీలిగా - అక్కడక్కడ తెల్లటి చుక్కలతో. బాతిక్ టేబుల్ క్లాత్. నీ స్టీరియో సరంజామా. దాని చుట్టూ నీలి సిల్క్ ఎగురుతూంది. 'గ్లోబ్' ఒక్కసారి తిప్పు. అన్ని ఖండాలూ, అన్ని దేశాలూ నీవే. ప్రపంచం అంతా నీదే.

నీలి పుస్తకాలు. ఎర్రటి రంగులతో చిత్రించిన బుద్ధుడూ, అతని శిష్యులూ - ఆరడగుల పొడవూ, మూడు అడుగుల వెడల్పూ చిత్రం. గోడమీద.

ఎర్రటి కర్టెన్ వేసిన బుక్‌షెల్ఫ్‌లో పుస్తకాలు. ప్రభుత్వానికి 'నచ్చనివీ' ప్రభుత్వం నిషేధించినవీ....పుస్తకాల గుట్టలు.

నిశ్శబ్దంగా సుశీల నిద్ర.

సుశీల!

సుశీల!

సుశీలకి మెసేజ్ : ".....న్నాను. ఇదంతా కవిత్వమా! ఇవన్నీ అసత్యాలా! ప్రస్తుతం మనిద్దరి మధ్యా పరిస్థితులు ఎలా ఉన్నాయో నువ్వు ఊహించుకోగలవు. ద 'డామ్‌డ్' ఫార్ములా వుంది కదూ: 'ఇంకో స్త్రీ' - అదే కదూ యీ పరిస్థితులని నిర్వచించే ఫార్ములా! కాని, కాని...."

ఇది కవిత్వం కాదు.

లే.

నీ సుశీలని ఒకసారి చూసుకుంటావా?

నీ ముత్యాలూ, నీ సముద్రపు నురగల మీద మెరుపుల్నీ!

నీ యిష్టం.

తలుపు మెల్లగా తెరు. చీకటి విముక్తి. యుగయుగాల చీకటి నుండి విముక్తి. తరతరాల దాహం నుండి విముక్తి.

పైకి మెల్లగా నడు. నీ రివాల్వర్‌ని పైకి తియ్యి.

లాన్ దాటాలి. పచ్చగా, మెత్తగా, వెన్నెల వస్తున్నట్లుంది. కొడి గట్టిన చుట్ట నుసిలా వెన్నెల వస్తూంది.

లాన్ దాటి, గోడ ఎక్కాలి.

లాన్ మీంచి, వంగి వంగి నడుస్తూ దాటుతున్నావ్.

ఎందుకోగాని నవ్వుతున్నావ్!

'నిప్పు కణాల మీద సమిధల్లా మండుతున్న క్షణాల మీద, అగ్ని కీలలా వ్యాపిస్తోంది నీ పెదాల మీద చిరునవ్వు.'

చిరునవ్వు!

నీ మెదడు కూడా నవ్వుతూనే ఉంది.

ఆ మెదడుని బద్దలుగొడుతూ, దూసుకుని పోయిన బులెట్‌ని నువ్వు చూసి కాని, వినిగాని, నవ్వలేదు!

ఇదిగో.

ఇదిగో నీ 'శవం.'

పచ్చటి లాన్ మీద 'దెబ్బ' తిన్న నువ్వు వెనక్కి తూలి తూలి ఎర్రటి పాపీ పువ్వుల బెడ్ మీద పడ్డావు. ఎర్రగా పాపీలు నవ్వుతున్నాయి. విషాదంగా రేకుల్ని రాల్చుకున్నాయి. కొన్ని మొక్కలు మాత్రమే నలిగి పోయాయి. కాని, మళ్ళీ తెల్లవారగానే పాపీ మొగ్గలు ఎర్రగా జ్యోతుల్లాగ వెలుగుతాయి, తూర్పుగాలి విసురుగా వీస్తూంటే.

# గొలుసులు - చాపం - విడుదల భావం

"ఆ డబ్బాలో చెయ్యట్టకండి. గ్రీజు. మీరన్నిట్లో అలా సెయ్యట్టీకండి. మురికి, జిడ్డు అంటుకుంటుంది. మీకెందుకు, మీరలా సిగరెట్టు కాల్చుకుంటూ కూర్చోండి. మీ సీలలు బిగించి పంపించేస్తా."

సొట్టలుపడిన రిమ్ములు. తూట్లుపడిన టైర్లు, నేలమీద బురద, తుప్పుపట్టిన యినుము. బూజుపట్టిన రబ్బర్, చదునుగాలేని నేల, గోతులు గోతులుగా, మాడిన నలుపు, సుత్తులు, రెంచీలు, స్పానర్స్, వాటికి కూడా తుప్పు అక్కడా అక్కడా.

కేలండర్ల వెదురు గోడలు, వెదురుతో కొన్నిచోట్ల డబ్బారేకు కలుపు. తడినేల. తడిగోడ. తడిగాలి. తుప్పుతుప్పుగా గాలి. జిడ్డు. పెద్ద పెద్ద జిడ్డు ముద్దలు. మరకలు. చదునుగా లేని నేల మీద గోతులు గోతులుగా వున్న ఒక చోట యింద్రధనస్సు రంగుల మెరుపులు, భయం భయంగా భయపెడుతూ, నూనిపడిన నీటిలో సూర్యకిరణాలు పడి స్పెక్ట్రమ్. సీలలు. ఇనప గొట్టాలు. దేనికీ సరిపోనివీ అడ్డదిడ్డంగా విరిగినవీ నేలమీద. నా జీవితంలోంచి కార్లూ వెళ్ళాయి. మోటార్ సైకిళ్ళూ వెళ్ళాయి దూసుకుంటూ . దుమ్ము లేపుకుంటూ. ఆ దుమ్ముని నా కళ్ళలోనే కొట్టి కళ్ళు మూయించి గుడ్డిగా చేస్తూ. ఇప్పుడవేమీ లేవు. ఇప్పుడు వున్నది సైకిల్. బరువుగా సైకిల్.

వెనక గోడమీద సైకిల్ గొలుసులు. మధ్యనెక్కడో విరిగినవి. తుప్పుపట్టిన గొలుసులు. తుప్పుపట్టిన సన్నటి తాచుపాములు. తలల్లేనివీ, తోకలు కూడా లేనివీ. రౌడీలకు పనికివచ్చేవి గాబోలు. నట్లు, బోల్టుల్ని అటువేపునుంచి దిగ్గొట్టి ఇటువేపు

నుంచి నట్లు పరపరా బిగించేస్తాడు. ఖాకీ పంట్లాం, పొడుగు చేతుల బనియన్ నారాయణ. నల్లకండల నారాయణ. అసిస్టెంట్ సూరి. నట్లు బిగిస్తూ నట్లతోసహా వొళ్ళంతా వంకర్లు తిప్పుకుంటూ సూరి.

-ఈ సైకిల్ కూడా వుంచుతావా, లేక, ఆ కార్లనీ, ఆ మోటార్ సైకిళ్ళనీ గుద్దించి విరిచేసినట్లే దీన్నికూడానా? అసలు గుద్దించేయడ మెందుకో? నీ కసలు గుద్దించి ముక్కలు చేసీయాలని అలా మనస్సులో ఆలోచన మటమట్లాడుతూ వుంటుంది గాబోలు. కొనడం, రెండు నెల్లు నడపడం, గుద్దించేయడం; కొనడం, రెండ్రోజులు తోలడం, గుద్దించేయడం, అసలు కొంటున్నప్పుడే గుద్దించి విరిపించేసి ముక్కలు చేయించేసి, మూటలుకట్టి నదుల్లోనో నట్టేట్లోనో విసిరేసి పారేయాలని వుంటుందా? కొంటున్నప్పుడే కాదు, అసలు కొనడమే అందుకా? గుద్దించేయడానికా?

తుప్పు కూడా తడిగానే, తడి తగలగానే తుప్పు. ఆ తుప్పు పట్టి పట్టి ఎప్పుడో ఎండి, రాలిపోవడం కూడానూ. యినుముతోసహా, తుప్పుపట్టిన యినప వస్తువుని సుత్తితో కొటితే, యింకో యినప ముక్కతో గీస్తే, అలా రాలుతూ వుంటుంది నేలమీద, తుప్పు రంగుగా. ఫ్లేక్స్‌లాగా రాలుతూ వుంటుంది. ఎండబెట్టు. పొడిగా వుంచు. వాడుతూ వుండు. లోపల లోపలికి వెళ్ళిపోయి వుండకు ఎప్పుడూ. యినప ముక్కల్తో రాసి గీసి తుప్పుని రంపాన్ని బెట్టు.

"బాబుగార్కి పంపుకొట్టి పంపే."

"మాస్ట్రుగారి ఛెయినూడి పోయింది. లూజు. రెండు లింకులూడగొట్టి తోలేయ్."

"అయ్యగారికి అయిలింగ్."

"ట్యూబంతా బొక్కలు. పాచ్‌లువేసి, మళ్ళీ కుక్కు. పంప్ కొట్."

కండల్లేని సూరి పంపు దెబ్బ దెబ్బకీ వంగుతూ, వంకలు తిరుగుతూ. నారాయణకి లేవు కండలు. ఉన్నది కండల షేప్. నొక్కితే మాంసం తక్కువే. ఐతే సుత్తుల్తో కసరత్. సొంపుల కండలు.

"అందులో కిరసనాయిల్. అందులో సెయ్యొట్టారెందుకూ? కంపు."

ఎందులోనూ ఏ చెయ్యీ బాగా ఎట్టకుండానే ఎళ్దామనుకుంటాను. మన దార్ని మనం. అయితే, అన్నిట్ని గుద్దేస్తూ.

....ఎందుకు అన్నిటినీ గుద్దేస్తుంటారూ? కళ్ళకి చూపు తక్కువా, వొళ్లుకి ఊపు ఎక్కువా? మతిమరుపా, కండ కావరమా, మదఁవా రోగమా? అసలు తత్వమే అంతా? నడుస్తూ యింట్లోనే అందర్నీ అలా గుద్దేయడమేమిటి? బుఱ్ఱ దువ్వుకుంటూ అద్దాన్నే

గుద్దేయడం....అలా గుద్దుకుంటూ నడిస్తేనేగాని....అందరూ హాయిగా, శుభ్రంగా, నిటారుగా, నిలదొక్కుకుని....

వానలో, బురదలో తడిసిన రబ్బరు వాసన, బొగ్గు వాసన కూడా. మండే రాక్షసిబొగ్గు. పక్కనున్న టీ దుకాణం లోంచి పొగ. మండి పొగ అయిన డీసెల్ వాసన. రోడ్డుమీంచి, రోడ్డుమీద మనుషుల పది గంటల హడావిడి వాసన. కాలవలో కుళ్ళుతూన్న తొక్కలవాసన కూడా.

"అందులో పెయింట్ రంగు. సెయ్యంతా అంటుకుంటుంది. వొంపీకండి. అందులోనూ మీ సెయ్యే?"

పచ్చటిరంగు ముద్ద. వేళ్ళకి ముద్దగా, మెత్తగా. వదలకుండా అంటుకుంది. నేలమీద పడివున్న చిన్న నల్లటి గుడ్డముక్కతో తుడవడం. మొదట మెల్లగా నెమ్మదిగా, తరువాత గట్టిగా వేగంగా, బరికినట్లు. వేళ్లమీద లేత పసుపు రంగు, నీడలు నీడలుగా.

"మీ నీలిబండి ఏటయింది? ఆ మధ్యని ఎళ్ళేవాళ్లుగా."

"టిఆర్ఎమ్ 407 కదూ. రాత్రి. లారీ. అట్నుంచి, మనకి లైట్లు లేవుగా, బల్బ్ ఫ్యూజ్. రోడ్డొదిలి, చెట్టు. మనకి ఏఁవీ అవలేదులే."

"అవునవును. అంతకుముందు ఎన్ ఫీల్డో?"

"ఎడిఎస్ 1834 కదూ. వెనక నించి టాంగాబండి. వెన్నెలే అనుకో. అసలు, గుఱ్రంతోక...."

"అవునవును. ఆ సెకండ్‌హాండ్ ఫియట్టో?"

"ఆరోజు నది వొచ్చేసిందికదూ. వరదలు కదూ. బ్రిడ్జి కూలిపోయింది కదూ. మనకేఁవీ అవలేదులే. అసలు, పిడుగులు....."

"అవునవును. అవును."

- నువ్వు పచ్చి అనార్కిస్టువి. ఒక రూలు లేదు. ఒక చట్టం లేదు. ఒక పద్ధతి లేదు, ముందూ వెనకా తెలీనే తెలీదు. ఉల్టా లేదు, సీదా లేదు. యతి అంటే ప్రతి. ప్రతి అంటే నానా గత్తరా. ముందుకి నడుస్తూ పక్క వాళ్ళనీ, వెనక్కి సడన్‌గా తిరిగి వెనక వాళ్ళనీ గుద్దడం, కిందపడేయడం, తొక్కుకుంటూ వెళ్ళిపోవడం. సెల్ఫిష్‌నెస్. అహంభావం.

అనార్కిస్టుకి డెఫినిషన్?....

యిక్కడ నీకు అనార్కిజం అంటే ఏమిటి, అనార్కిస్ట్ అంటే ఎవరూ, అని పొలిటికల్ డెఫినిషన్లు యిస్తూ ఎవరూ కూచోలేదు. నీ బుఱ్ర అనార్కిస్టు బుఱ్ర. ఆ జుత్తు ఆ కళ్ళు -

ఇప్పుడు రివ్వున వెర్రి వేపకొమ్మల గాలులు లేవు. బస్సుల ఘీంకరింపుతో బురదల విసుర్లు లేవు. పదకొండు గంటల తొందర తక్కువ రోడ్లు. కాళ్ళు జాపుకుని కూర్చున్న వాతావరణం. దూరాన జాలిగా వర్షం జల్లు వదిలిపోయిన పల్చని మేఘాల పేర్పు.

"అదేటి బాబూ ఆ బురదలో జోడెట్టి అలా కెలికేసేరూ, జోళ్ళోకి బురదెల్లి పోయింది. రాత్రంటా వోనపడి కొట్లో కొచ్చీసింది. గోతుల్నిండా బురదే. మీరలా బురదలో కాళ్లెట్టి కెలికీసుండ్రు. కాళ్ళు పక్కనెట్టి కూచోండి. కొట్టంతా బురదే. మీ కాళ్ళనిండా బురదే."

కుడి జోడులోకి వెళ్ళింది బురద. ఎడమ జోడులోకి బురద వెళ్ళలేదు. క్లీన్‌గానే ఉంది. ఫరవాలేదు.

సైకిలుకొని రెండు నెలలే అయినా డొక్కు అయిపోయింది అప్పుడే. చప్పుళ్ళు చేస్తుంది రకరకాలవి. కుడి పెడల్ అదోలాగ తిరుగుతుంది. మోకాలు వంకర తిరిగి, వదులయిపోయింది దాన్దెబ్బకి. రిపేర్లు అంటే మనకీ పడదు. కాని, యిక్కడ యీ కన్యకాపరమేశ్వరీ షాపు మనని అయస్కాంతంలాగా యీడ్చి లాగింది. యీ మధ్యని యిక్కడ కూచుంటున్నాం. ఉద్యోగం ఎగ్గొట్టి. అప్పుడప్పుడు. జీవితంలోని ఎలిగంట్ స్టఫ్‌ని చాలా చూశాం. అనుభవించాం. ఇక్కడ మాత్రం అన్నీ విరిగినవీ, పగిలినవీ, వదులయినవీ, కన్నాలు పడినవీ. ఏదీ నిండుగా, పూర్ణ చంద్రుడులాగ ఉండదు. వృత్తాలుండవు. చాపం, విల్లు ఆకారం, చక్రాల మీద నిలబడవు సైకిళ్ళు. రిమ్ముల చుట్టూ గుమ్మగా అమర్చిన టైర్లు యిక్కడ పేగుల తీగల్లాగ కిందపడి వుంటాయి. ఎర్రటి ట్యూబుల్ని నీళ్ళ బకెట్లో కుక్కి నొక్కుతూ బుడగలకోసం కళ్ళు చికిలించి చూస్తుంటాడు సూరి.

వెయ్యికళ్ళు పెట్టుకుని చూస్తూ వుండాలి. తుప్పు పట్టకుండా చూడాలి. మార్పులు వస్తుంటాయి. అన్నిటినీ కదిలిస్తుంటాయి. ఏదీ ఒకలాగే వుండదు. అంతా ఫ్లో. జాగ్రత్తగా గమనిస్తూ వుండు. నా జాతి, నా వారసత్వం, నా కొత్త సైకిలు, నా సంప్రదాయం అంటూ అలాగే వుండిపోతే తుప్పు పట్టిపోతావ్. సీలలు ఊడిపోతాయి. చక్రాలు నిలబడిపోతాయి. కర్రఖ్ కర్రఖ్....ఖచ్చడ్ ఖచ్చడ్.

తోలు ముక్క, మెరిసే మేకు, కొత్తది విదేశీయుడిలాగ హబ్బు చుట్టూ రంగు రంగుల గుబురు మీసాల కర్రచెక్క. రబ్బరు పట్టా గోడ మేకుకి వేలాడుతూ తోకతెగిన పంపు. విడదియ్యబడిన హేండిల్ బార్. తెల్లటి గేదెకొమ్ము.

"నారాయణా!"

“ఏటి?” అన్నాడు నారాయణ, మరీ చిన్నదైన ఒక నట్టుని చేతివేళ్ళతో పట్టుకుని, దానికి నూనిరాస్తూ, దాన్ని ఒంటి కన్నుతో చూస్తూ.

“దేవుడు అంటారే, అతను....”

“దేవుడా?” అంటూ నవ్వి, నవ్వు ఎక్కువయిపోయి, వెక్కి వెక్కి....నట్టు కిందపడిపోయి, ఏదో మూలలలో కలలా మాయమయిపోయింది.

“దేవుడా? దేవుడున్న సోటికి ఎళ్తే, ఆడి సెవ్వు బద్దలుకొట్టా. లోపలి సెవ్వు, వినిపించడానికి పొర వుంటాదే, ఆ పొరవున్న లోపలి సెవ్వు. గూబ గుయ్యిమనాల. సెవుడయిపోవాల....నాకన్నీ తెలుసు. నాకియ్యన్నీ తెల్సు. గూబ గుఁయ్యి. సెవ్వు ఠాప్. అప్పుడు తెల్సొస్తది.”

జాగ్రత్తగా వేళ్ళ చివర్లతో వెతికి, దొరికిన నట్టుని మళ్లీ తుడవడం మొదలు పెట్టి, నా వేపు ఆ చిన్న నట్టు చిన్న కన్నంలోంచి చూసి, మళ్ళీ నవ్వడం ప్రారంభించాడు నారాయణ.

ఒకనాడు నిమ్మచెట్టు కొమ్మల్లోంచి ఊసరవెల్లి తలెత్తి మమ్మల్ని చూస్తుందేమో అని అనుకుంటున్నప్పుడు, ఉడతలు కిందికీ మీదికీ కిందికీ అవతలకీ పరుగులు పెడ్తున్నవేళ, కమలాపండు తొక్కలు కాంపౌండ్ వాల్ అవతలికి గట్టిగా విసురుతూ అన్నాడు అన్నయ్య “....మెదడులోని మడతల్ని చూశావా ఎప్పుడేనా, తమ్ముడూ, మెదడులోని మెకానిజం? ఆలోచింపజేస్తుందే ఆ మెకానిజం? చూళ్ళేదూ. అవును నీకెందుకూ అలాఁటివి పోయి, వీధుల్లో ఆడపిల్లల్ని చూస్తుంటానంటావ్ కాబట్టి నీకేం తెలీదు, వెళ్ళి చూడు, మెదడులోని మెకానిజంని నిజాయితీగా చూస్తే, ఏమిటి చూస్తావ్? డిజార్డర్. నీ జీవితానికి అర్థం డిజార్డర్. నీ దేహానికీ, నీ మెటఫిజికల్ వునికికీ అర్థం డిజార్డర్. నీ ఆత్మే అది డిజార్డర్ కోట్ల కొద్దీ ముడతలు. గ్రే మాటర్ లోతుల్లోకి వెళ్ళిపోతూ ముడతలు, మిలియన్లకొద్దీ మడతలు, కాంప్లెక్స్‌గా, ఒకదాని కిందుగా ఒకటి, కలిసిపోకుండా, తప్పించుకొంటూ. అంతం లేకుండా, మిలియన్లకొద్దీ ముడతలు ఆశ్చర్యం చెయ్యదూ? అంతా డిజార్డర్.”

పాదాల చుట్టూ బురద. బురద మడుగు నీళ్ళు మట్టీ కలిసి ఎర్రగా బురద. ఎరుపు కాదు. అదోరంగు, బురదకి బురద రంగు అంతే. నాజూకు రంగేఁవీ కాదు. నగిషీల్లేవు బురదకు. బురద అంటే, బురదని ఛమక్ ఛమక్‌లు కుదరవు. నాటకాలూ, వేషాలూ పనికిరావు. బైరానిక్ డిస్పేర్ లేదు. ఫ్లూపర్‌ఫెక్ట్ టెన్సు వీల్లేదు. ఆట్జెక్ మాస్క్‌లు లేవు. ఎ స్టిక్ యిన్ ద మడ్ యీస్ ఎ స్టిక్ యిన్ ద మడ్. దట్సాల్. కిందికి కుడిచెయ్యి వంచి, చిటికెన వేలుతో కొంత బురద స్పూన్‌లోకి ఎత్తినట్లు ఎత్తేను. కళ్ళకు దగ్గరగా

తీసుకువచ్చి చూశాను. ఎరుపుగానే కనిపించింది. నీళ్ళూ, మట్టీ అంతా బాగా కలియలేదు. చిటికెనవేలూ బొటనవేలూ కలిపి, మధ్యలో బురదని రుద్దేను. మెత్తగానే వుంది. సిల్కులాగా? ప్రైమార్డియల్ స్లైమ్. విస్కస్ వైటాలిటీ. నేలమీద నీళ్ళు చేరి యీ బురద. బాగా రుద్దితే మట్టే మిగిలింది. మట్టిరంగుతో, వేళ్ళమీద. మట్టికీ లేదు బర్టోనియన్ మెలాన్‌కొలీలోని వేదన. దానికి స్కిజోఫ్రినియా లేనేలేదు. మట్టిరంగు నా వేళ్ళమీద, ఆ వేళ్ళతో బుగ్గమీద మెల్లిగా కిందికి మీదికి...మెత్తగా సిల్కీగా. కాని, అప్పుడప్పుడు గీసుకుంది. అక్కడక్కడ రాలింది మట్టి.

"నేలంతా బురదమయం చేసేశారుగదా జోళ్ళతో, బాబూ. సేతుల్నిండా బురదే బుగ్గమీదా...."

జీవితం గురించి ఒక విధమైన వింతైన ఫీలింగ్. ప్రపంచానికి పూర్తిగా సంబంధించనట్లు అనిపించడం. ఒక మేఘం కింద పడుకుని, ఆ మేఘాన్ని చూస్తున్నట్లు. అందరికీ కొంతవరకైనా యిలాగే అనిపిస్తుందేమో. కుర్రాడికి తల్లిదండ్రులు కూడా వుత్త ఏక్టర్స్, ప్రిటెండర్స్ అనిపిస్తారు గాబోలు. అసలు తండ్రి ఎక్కడో ఉన్నట్లూ, ఏ మూలనించో ఏ రోజో వచ్చి తనను క్లెయిమ్ చేసుకుంటాడనీ, కొంతమందికి యిది అసలు ప్రపంచం కాదు. ఇదంతా ఒక కాపీ, నకల్, కౌంటర్ ఫీట్. యీ వింతదనం అంతా ఒకవిధమయిన కుట్ర లాగా కూడా అనిపిస్తుంది. యీ కుట్రని ఛేదించడానికి, అన్నదమ్ముల్ని పట్టుకుని దగ్గరగా లాక్కోడం; తల్లిదండ్రుల్ని స్నేహితుల్ని; మనుషుల్ని; దగ్గరగా, లోపలికి, గుండెల్లోకి మనుషుల్ని రక్తంలోకి దగ్గరగా.

నల్లటి బెంచి గట్టిదనం, చేతులు వెనక్కి వంచి, భుజాల దగ్గర విరిచాను. కాళ్ళు గట్టిగా విదిలించాను. అక్కడా అక్కడా జామ్ అయిపోయిన చోట్లలోంచి మళ్ళీ రక్తం ప్రసరించింది.

యిదంతా ఎప్పటిదో. లైన్లు మారాయి. పైనున్నదానికి లోపల వున్న దానికీ మధ్య కనెక్షన్లు మారాయి. కోడ్ మారింది. సిగ్నల్స్ మారాయి. కాని, అవన్నీ నిజంగా మారుతున్నాయో, మన సులువు కోసం, మన వుపయోగం కోసం మాత్రమే, మనమే మార్చుకుంటున్నామో.....

తుప్పు పట్టినప్పుడు మాత్రం తుడిపించాలి. తుప్పుని గీసిపారేయాలి. నట్లు బిగిసిపోతే అయిలింగ్...యివన్నీ 'పైనే' జరుగుతాయి....జీవితం లోంచే, ప్రపంచం లోంచే ఆలోచనలు లాగాలి. అప్పుడు అది కుట్రకాదు. సరే.

"మీరు జాగ్రత్తగా వుంచండి. జాగ్రత్తగా తొక్కండి. ట్రింగ్ ట్రింగ్‌మని బెల్లు కొట్టుకుంటూ, రోడ్డంతా మీదే అనుకుంటూ బండిని తోలీకండి. రోడ్డుమీద ఎన్నో వుంటాయి. మనుషులూ వుంటారు. టైముకి పట్టుకొచ్చి యిక్కడ పడేయండి. అంతా బాగవలేదు. మీకు తొందర, అన్నిటికీ."

నిలబెట్టిన సైకిల్‌ని ఒక తోపుతోసి పైకి వచ్చాను. ఒక కుదుపు కుదిపాను. యింకా సీలలు లూజుగానే వున్నట్లు చప్పుడు చేసింది. అన్ని సీలలూ కాదు. కుడిచెయ్యినిండా గ్రీజుముద్దా, పంట్లాం ఎడమకాలుమీద నూనిమరకలూ, కుడిజోడు బురదతో నిండుగా కళకళలాడుతూ... చాపంలాగా, బుగ్గమీద బురద మచ్చతో, సైకిల్ని తోసుకుని పైకి వచ్చాను. మనుషులున్న రోడ్డుమీదికి.

# వలస పక్షుల గానం....

*"హఠాత్ పునః స్వప్న చైతన్యంలోకి*
*అసహజ దుఃఖంలోకి*
*కుహనా చిత్త విచ్ఛిత్తిలోకి*
*కలలోంచి కలలోకి మేల్కొని"*

**వేగుంట మోహనప్రసాద్**

**శ**రత్కాలపు మేఘాల రంగుల్లోంచి ఒక ఒడ్డుకి చేరుతున్న అలలాగ పారి, పూర్తిఅవని ప్రతిమ రూపానికి ఇంకా అంటుకుని వున్న మాయ అక్కడా అక్కడా కనిపిస్తూ వుంటే,

ఆ బుధవారపు సాయంకాలం, ఘనీభవించిన చిరు అల లాగా వచ్చి, కిటికీ అంచుమీద, ఆఖరికి పూర్తి అయిన ప్రతిమ లాగా కూర్చుంది.

'బూటి' అనుకున్నాను, అన్నాను.

'అవును' అంది. ఆ మాట నీలి రంగు ఛాయల్లో నిద్రిస్తున్న తటాకంలో ఒక సువాసన, గులకరాయి సృష్టించిన తరంగాల వృత్తాల్లోంచి ప్రసరించిన ధ్వని కిరణంలాగా వుంది.

'బూటీవేనా నువ్వు?'

'బూటివి అని నువ్వే కదా అంటున్నావ్?'

'అవును. బూటే కాదు, బాబుట్టి వుంది. బాబుట్టే కాదు, కుబ్బ కూడా వుంది.'

పిల్లలకు రెక్కలు వచ్చి ఎవరికి వారుగా ఎవరి వ్యక్తిత్వాలతో వారు ఎగురు కుంటూ ఎవరి గమ్యాల వేపు వారు కాలం ఫ్లోలోకి వెళ్ళిపోయి, స్థిరపడి పోతూంటే,

ఇద్దరమూ మిగిలిపోయి, ఈ మూడు వేపులా సరస్సువున్న ఇంట్లో ఉండిపోయాం. సరస్సులో వలసకి వచ్చే సైబీరియన్ పక్షులు. కిటికీల్లోంచి చూస్తే, వర్షపు బాణాల ములుకులు తగిలి తెల్లటి చిన్న చిన్న ఫౌంటెన్స్ లాగా, రంగుల మేఘాలు కలిసి కలిసి, నల్లటి బరువుగా మారి, ఆఖరికి తెల్లగా ఈ వర్షం.

కిటికీ అంచుమీద కాళ్లాడిస్తూ బూటి.

మంచు తెలుపు గౌన్. రెండు జడలు. పొడుగ్గా ఆల్పీసూదిలాగ, సన్నగా మెరుస్తూ ఆ కళ్ళు! అంతటి విశాలత్వంలోనూ, సున్నితంగా కరిగి సాగిపోయిన విషాదపు చివర్లు.

'లోపలికి రా. కిందికి దిగు' అన్నాను.

అంచుమీంచి కాలు తరువాత కాలు వేసి దిగి, డైనింగ్ టేబుల్ దగ్గరకు నడిచి, ఎదురుగా కుర్చీలో కూచుంది.

'నీకు పదమూడేళ్ళు. ఎప్పుడో ఏ ఉషఃకాలాన్నో మెనింజైటిస్ నిన్ను పూర్తిగా పడగొట్టేస్తే, బాధకి విడుదలగా, ఆ టెరిబుల్ బాధకి విడుదలగా నీ ఆఖరి వూపిరి అక్కడ....అక్కడ నికరాగ్వాలో? - మేడపాడులో? - ట్రింకోమలీలో? - మౌల్మీన్‌లో - ఆ రోజు ఆ ఉషఃకాలపు చలిగాలిలోకి, ఆ సాయంత్రపు మొదలయ్యే చీకట్లోకి, ఆ దుఃఖం ఎండి ఆరిపోయిన ఇంట్లోంచి వెళ్ళిపోయావ్. ఇప్పుడు ఈ బుధవారం, ఈ అక్టోబర్ నెలాఖరి బుధవారం, ఈ వర్షపు సాయంకాలం కన్నీట్లోంచి వచ్చావ్, ఏ పిలుపు విన్నావో. ఓ మైడియర్, ఈ ప్లేట్లో వున్న బిస్కట్లు తిను.

బూటి ఆకలిగా, వరసగా నాలుగు తింది. పాట్ లోంచి టీ చెరో కప్పులోనూ పోసి, నాది నా ముందుకు తోసింది.

'దారిద్ర్యం, ఆకలి, ఏమీ చెయ్యలేని తల్లి దండ్రులు, ఆ పాక...ఆ భయంకరమైన బాధ, వొంటినంతట్నీ తిప్పేసే మెలికలు. అన్నిట్నీ, ఆ ఆఖరి క్షణాల మబ్బునీ వదిలి, ఇప్పుడు నువ్వు, నా కోసం, మా కోసం, అవునా?' అన్నాను.

నవ్వింది బూటి, నవ్వితే బుగ్గలు దిగజారుతాయి విషాద రాగపుటంచుల్లాగా.

"దీనికి అర్థం వుండదు. అతి ప్రయాసతో అతి భౌతిక ఆనందంతో కూడబెట్టిన కణాలు, గూడు కట్టిన అణువులు ప్రపంచంలోకి వచ్చి, అన్నాళ్ళు వూపిరి పీల్చి, ఆఖరికి అలా వూపిర్ని బలవంతంగా వదిలేయడం....దీనికి అర్థం లేదు. ఏ మంచీ - చెడుల సంఘర్షణ సిద్ధాంతమూ దీనికి అర్థం ఇవ్వలేదు. ఇదంతా అసందర్భం. బుద్ధికి అందనిది."

ఈసారి బూటి కళ్ళల్లో ఏదో మెరుపు. ఒక చిన్న కణం మెరిసింది. విషాదపు చివర్లోకి కన్నీటి కణంలో ఒక అర్థం వెలిగినట్టుగా. అర్థరాహిత్యాన్ని అర్థం చేసుకున్న మెరుపులాగా.

మాట్లాడ్డం మొదలు పెట్టింది బూటి.

"నీకు అన్ని కమిట్‌మెంట్లూ మెల్లగా, క్రమంగా తెగి పోతున్నాయి, అవునా? ఈ ఏభయి ఏడు సంవత్సరాల జీవితపు వొత్తిడి నీలో ఏ సంచలనాన్నీ స్థిర పరచలేదు. అభిప్రాయాలు మాత్రమే, అవన్నీకూడా ఒకటీ ఒకటీ తుడుచుకుపోయాయి. అవి వున్నప్పుడు ఎంతటి ప్రవాహపు ఊపుతోనూ నిన్ను కదిలించి, నీ జీవితాన్ని మార్చి మలుపులు తిప్పినా - అవును, దేవుణ్ని ఎప్పుడో చిన్నప్పుడే చంపిన నువ్వు మనిషికి కూడా అర్థం ఇవ్వలేక, మనిషి ఆశకు అర్థం లేదని తెలిశాక, నైరాశ్యపు నిర్వేదంలో వున్నావు, సర్వాన్నీ ధ్వంసం చేస్తూ. నీకు సుఖంగా వుండడం ఇష్టం. కానీ దుఃఖం అన్నది, దుఃఖం అన్నదే నిజమని కూడా అనుకుంటున్నావు. దుఃఖం కూడా అర్థం లేనిది అని కూడా నీకు కొన్ని కొన్ని క్షణాల్లో అనిపిస్తూ వుంటుంది. అయితే, ప్రస్తుతానికి వద్దాం. నీకు నేను కావాలి. నేనే కాదు, బాబుట్టి కూడా కావాలి. బాబుట్టే కాదు. కుబ్బ కూడా కావాలి. మేం ముగ్గురం నీకే కాదు, నీ సుశీలకి కూడా కావాలి, కారణాలు వేరైనా."

ద్వారంలో నిలబడి ఉంది బాబుట్టి!

బాబుట్టికి తొమ్మిదేళ్ళే. ఆకుపచ్చ అనిపించే నీలి రంగు స్కర్ట్. వెలిసిన గులాబీ, బూడిదా కలిసిన రంగు బ్లౌజ్. ఎరుపు రంగు జోళ్ళు. షాంపూ చేసిన ఎగిరే ముందుజుత్తు ముఖం మీద పడుతూ. నవ్వితే ద్రాక్షపండు నవ్వినట్టుగా.

మెల్లగా అడుగు మీద అడుగువేస్తూ ద్వారం దగ్గర్నుంచి నడిచి వచ్చి టేబుల్ దగ్గర ఒక కుర్చీని లాక్కుని కూచుంది. ఆ కూచోడంలో ఎంత గ్రేస్!

ఒక గులామ్ ఆలీ గజల్ చివరికి వస్తున్న కదలికల చిరుపారుదల.

బూటి, బాబుట్టి ఒకర్నొకరు చూసి నవ్వుకున్నారు కళ్ళతోనే.

బాబుట్టి మధ్య తరగతి గృహావరణలో ప్లాస్టిక్ పువ్వులా యిమడలేక, నైతిక పట్టాలమీద నడవలేక, బోహీమియన్ జీవితంలో కూడా ఊపిరి తీసుకోలేక, ఒక జెకొస్లొవేకియా ఇంట్లోంచి తన ఆత్మని హత్య చేసుకుని, ఇలా సైబీరియన్ పక్షిలాగా ఎగిరివచ్చి, ఈ ద్వారంలోంచి నడిచి వచ్చి లేత ఛెర్రీ పండు కూచున్నట్టుగా కూచుంది. చేతుల్ని ఒకసారి విదిలించింది. తడిసిన రెక్కల్ని విదిలిస్తున్నట్టుగా.

బిస్కట్లు తీసుకుంది. బూటి ఇంకో కప్‌లో టీ పోసింది బాబుట్టికి. బాబుట్టి అంది "నీకు నీ మీద నమ్మకం లేదు. అంటే, నువ్వు నువ్వు అని గట్టిగా, నిజంగా తెలుసుకోకుండా వున్నావు. 'నేను' అనే సరిహద్దుల్ని తుడిచేసుకుంటున్నావు. ఎంత 'అదృష్టం!' ఎంత 'శక్తి' నీలో! 'నేను' అనుకుంటూనే 'నువ్వు' లోకి చెదిరిపోతూ వుంటావ్. అది సాధ్యం కాకే నేను ఇలాగ నీ దగ్గరికి వచ్చింది."

నవ్వేను. నవ్వితే రెండు సిగరెట్లు ఒకేసారి కాలుస్తున్నట్టుగా దగ్గు. దగ్గుని క్రమంగా అణచి అన్నాను "నడుస్తూంటే, అడుగు మీద అడుగు వేస్తున్నట్టుగా అడుగడుగున తెలుస్తుంది. పిప్పి పన్ను నొక్కుకుంటూంటే నొక్కుకుంటున్నట్టుగా, నొప్పి క్షణాలన్నిట్లోనూ పాకురుతున్నట్టుగా తెలుస్తుంది. గోలెంలోని మొక్కకి నీళ్ళు పోస్తూ వుంటే, నీరూ, నీరు రూపం చెందిన వెలుగూ, మొక్కమీద పడి మొక్క చుట్టూ చెదిరి వ్యాపించి, మట్టిలో కలిసినట్టుగా - ఆ ప్రాసెస్ అంతా - ఆ క్షణాల్లో, ఆ క్షణాలన్నీ 'నన్ను' ని కదిపి ఒక కాస్మిక్ కాన్షస్‌నెస్‌లోకి తోస్తాయి. తెలుస్తుంది. తెలియగానే నా ఫ్రాంటియర్స్ నాకు పోతాయి."

బాబుట్టి బోధపరచుకోటానికి ప్రయత్నిస్తున్నట్టుగా చూసింది. కాని, నవ్వింది, చివరకు.

నవ్వి, అంది "నీ 'శక్తి' కాదేమో అది. అదొక వ్యాధేమో, ఆలోచించావా?"

ఇంతట్లో, హఠాత్తుగా కుబ్బ.

కుబ్బ ఎక్కడ్నుంచీ, ఎందులోంచీ రాలేదు. అక్కడే ఎదురుగా కుర్చీలో కుబ్బ, ఆరేళ్ళ కుబ్బ. కుబ్బ కళ్ళు తూటాల వెనుక భాగాల్లాగ గుండ్రం. అతి గుండ్రం. చూపుల్లో మాత్రం తూటా ముందు భాగపు మొనదేల్పుడు, గంభీరంగా, అమాయ కంగా, వ్యంగ్యంగా, దూకుడుగా, ఆత్రంగా, ఆత్రుతతో,

ఎక్కడో చట్రంలో బిగించిన ఆశయాల ఆఖరి మంటల్లో పేలి వచ్చింది కుబ్బ, దృఢంగా, నిశ్చయంతో, వెతుక్కుంటూ, దయతో...అమిత దయతో. నిదానంగా చూస్తే నీలిరంగు అనిపించే కళ్ళు. గుండ్రంగా, చివర్లకి వంగిపోకుండా. ఏ గెరిల్లా యుద్ధారణ్యంలోనో, లేటిన్ అమెరికన్ శ్రీకాకుళపు ఆదిలాబాద్ గోపీ బల్లఫ్‌పూర్ల మంటల్లో దెబ్బ తగిలి వొరిగిన యవ్వనపు ఆశయాల కణాలు. పతనం అయి కుళ్ళుతోన్న ఆకులతో కలిసి, ఆకు పచ్చటి గాలిలోకి ఎగిరాయి. ఇప్పుడు అక్కడ స్థిరంగా కుర్చీ మీద కుబ్బ, నా వేపు కుతూహలంగా, కారుణ్యంతో ఏదో ఒకటి తేల్చాలన్నట్టు చూస్తూ.

'కుబ్బ!' అన్నాను.

'అవును' అంది. ఏ వణుకూ, ఏ రాగపు అవరోహణా ఆరోహణా లేని ఒక దశాబ్దపు శకలం లాగా.

ఇంకో బిస్కట్ పాకెట్ విప్పి, అన్నీ ప్లేట్లో ఒంపేను. ఎడం అరచేతిలో ఒక నాలుగు తీసుకుని ఒకటీ ఒకటీ కొరికి తింది, చప్పుడు చేస్తూ నాలుగు వేపులా దీర్ఘంగా, నిలకడగా చూస్తూ.

ముగ్గురూ అలాగే కూచున్నారు : బూటీ, బాబుట్టి, కుబ్బ. కుబ్బకి ఒక కప్పులో టీ పోసింది బూటి.

మెదడులో నాలుగు అర్ధగోళాలు నిశ్శబ్దంగా శూన్యంలో తిరుగుతున్నట్టుగా వుంది. వర్షం గాజు కిటికీల మీదపడి జరజర పాముల్లా పాకుడు. గాలి సరస్సు మీద ఒక హింసాత్మకపు లయతో వీస్తూ.

పైన చలి. లోపల వెచ్చటి చిరుచీకటి. బూటి నిట్టూర్చింది. ఏ మంచి కారణమూ లేకుండా, అర్ధరాత్రి చీకట్లో నదిపక్కన నడుస్తూ నిట్టూరుస్తామే అలాంటి నిట్టూర్పు.

ఇంతలో, సుశీల.

వర్షపు మధ్యాహ్నంలో ఏ కలలూ రాని నిద్ర తీసుకుని, లేచి, కళ్ళని బొటకన వేళ్లతో నలుపుకుంటూ అర్ధ ఆవలింపుల్తో నడిచి వచ్చింది సుశీల పడక గదిలోంచి. పూర్తిగా ఒకసారి ఆవులించి సోఫా మీద కూచుంది.

"టీ నాక్కూడా చేశావా?"

పాట్‌లోంచి టీ కప్పుల్లోకి పోసి, తీసుకుని వెళ్లి అందించాను.

"చీకటిగా వుంది. లైటు వెయ్యి" అంది, టీ అందుకుంటూ.

"ముందు అటు చూడు. ఎవరొచ్చారో చూడు."

సగం తెరచిన కళ్ళల్లో ముందుగా నమ్మలేనిది విన్న ఆశ్చర్యం. తరువాత బోధపడుతోంది అన్నట్టు కళ్లల్లో కదలిక, సూచనగా.

'వాళ్లేనా?'

'అవును'

బూటి, బాబుట్టి, కుబ్బ ఒకేసారి లేచి వాళ్ల ఉనికిని తెలియ జేస్తూన్నట్టు స్థిరపడుతున్నట్టు తలలు వంచేరు, వినయంగా.

'అమ్మా' అన్నారు, ఒకేసారిగా.

సుశీల నవ్వింది, నవ్వితే, అమాయకత్వంలో పూర్తిగా కరిగిపోయిన ఆహ్లాదం. "హొచ్చేశారా? ఎన్నాళ్ళనుంచో మీ నాన్న మీ కోసం కలలు కంటున్నారు. అయితే, వచ్చేశారన్నమాట. మరి, కొన్నాళ్ళే వుంటారా లేక వాళ్లల్లాగ మీరుకూడా కలిసి వుండి మళ్ళీ వెళ్లిపోతారా?" అంది సుశీల. భూత వర్తమానాల్లోంచి దారపు పోగుల్లాగా భవిష్యత్తుల్లోకి సాగే దారులు ఊహించుకుంటూ, వాటికి ప్రణాళికలు వెయ్యడం స్వభావంగా ఉన్న సుశీల.

"అదంతా మీ మీదే కదా ఆధారపడి వుంది" అంది బూటి. "అవును.... అయితే" అని వూరుకుంది సుశీల. ముగ్గుర్నీ, ఒకరి తర్వాత ఒకర్నీ, అందర్నీ ఒక్కసారిగా చూస్తూ.

"నువ్వు ఎప్పుడూ వర్ణించే వాడివి. అచ్చు అలాగే వున్నారు" అంది, గట్టిగా నవ్వుతూ. టీ కప్పు టేబుల్ మీద పెట్టి వాళ్ల దగ్గరకు వెళ్లి, వాళ్లని మళ్లీ మళ్లీ చూసింది.

"జ్ఞాపకం వుందా నీకు వీళ్ల గురించి చెప్పింది అంతా?" అన్నాను ఆశ్చర్యపు స్వరంలో ప్రశ్న కలుపుతూ.

టేబుల్ లైటు వెలిగించి, ఆ గోళపు కాంతిలో సోఫాలో కూర్చుని, ఆ కాంతి తన ముఖం మీద సగం పడుతూ వుంటే, అంది సుశీల.

"జ్ఞాపకమా? జ్ఞాపకాలు నీకేనా? నాకు లేవా? నీకు పది ఉంటే, నాకు ముప్ఫయి. చెప్పమంటావా! ఆ ఊర్లో ఒక బెంచి మీద కూచున్న జ్ఞాపకం. సాయంత్రం నది పక్కనే వేసవి కాలం ఆఫ్ కోర్సు. అలాంటి సాయంకాలాల్లో, కాళ్లు పైకెత్తుకుని చేతులు రెండు ముణుల చుట్టూ తిప్పి పట్టుకుని కూచోడం నా అలవాటు. తల కఱ్ఱ బెంచీ వెనుక భాగానికి ఆన్చి, అక్కడ్నుంచి నది అవతల వున్న మేఘాల్లాంటి కొండల్ని చూడ్డం అలవాటు. ఎవరో ఫ్లూట్ వాయిస్తున్నారు మెల్లగా నది పక్కన వున్న పాక హోటల్లో, నదికి అటువేపు ఛుక్ ఛుక్ మంటూ రైలు వెళ్తోంది మెరిసే పొగలోంచి!"

అవును. జ్ఞాపకాల ముక్కల అస్తవ్యస్తపు సముదాయమే జీవితం కాబోలు. మనం వుందనుకున్న పేటర్న్ అసలు వున్నది కాదు. మానవ జీవితం మీద మనం మన అవసరాల కోసం యింపోజ్ చేసినది. ఆ పేటర్న్ లేకపోతే జీవితం సాగదు, సాగాలని మనం భౌతికంగా, మానసికంగా అనుకుంటున్నా. కాబట్టి దాన్ని తీసేస్తే, అది లేదూ అనే నిర్ధారణకి వస్తే అది నిజంగానే లేదు కాబట్టి, మనకి స్వేచ్ఛ. ఆ స్వేచ్ఛలో, ఆ స్వేచ్ఛతో మన వునికిని మనమేమేనా చేసుకోవచ్చు. ఎన్నిక మనది. మనం సృష్టించిన యీ ప్రపంచంలో మనం ఎప్పుడూ ఆగంతకులమే, భయంతో బతుకుతూ, ఆ భయాన్ని వివిధ రూపాలతో, రంగులతో ఎప్పుడూ కప్పుకుంటూ.

'వ్యాధి' ఏమో అంది కదా కుబ్బ, కొద్ది నిమిషాల క్రితమే.

సుశీల లేచి, తిరిగి వాళ్ల దగ్గరకు వెళ్ళి ముందు బూటి తలమీద చెయ్యి వేయబోయింది.

మెరుపులు, ఉరుములు ఒకటి తరువాత ఒకటి, ఒకదాన్లో ఒకటి కలిసిపోతూ, దీర్ఘంగా విరుచుకుంటూ ముక్కలవుతూ, తెగిన తీగల్లాగా, శకలాలయిన వజ్ర మృదంగపు నాదం లాగా దగ్గరగా దూరంగా అంతటా.

ఖాళీ జాగాలు అక్కడ.

మళ్లీ సుశీలా, నేనూ, ఈ వెచ్చటి చీకటిలో పరిమితంగా పరుచుకొన్న విద్యుత్కాంతిలో.

"మళ్లీ వొస్తారు. మనకి వాళ్ల అవసరం వుంది. వాళ్లకి మన అవసరం వుందో లేదో తెలియదు గాని. మన పక్షులు ఎగిరిపోయాయి. వీళ్లు యీ సీజన్ అంతా వుంటారు" అన్నాను. హేతుబద్ధంగా, సముదాయింపుగా ప్రకృతినీ మానవ ప్రకృతిని పూర్తిగా ఆహ్వానిస్తూ, దేనినీ, వేటినీ, ఎవరినీ తోసి పుచ్చకుండా, నేలమీదే నిలుస్తూ నిలబడుతూ ఎటో తేలిపోకుండా.

* * *

మూడు నాలుగు గంటల అవిరామ విద్యుత్కోతతో తెగిన నీరసపు వేడి సాయంకాలాలూ, రాత్రుల మొదళ్లూ. ఇద్దరం ఏభయి ఏడేళ్ల అనుభవాల పోగులం. కలిసి ముప్ఫయి ఏళ్లుగా పోగుచేసిన అనుభవాలు. ఆ ఉక్కపోసే సాయంకాలాల విసుగుతో వరండాలో కుర్చీలో కూచుని, విసిన కర్రలతో విసురుకుంటూ సరస్సులోని వలస పక్షుల వేపు చూస్తూ, దగ్గర దగ్గరగా వున్న ద్వీపాల మధ్య క్రిస్ క్రాస్‌గా పోయే నౌకల్లా అప్పుడప్పుడు పిలుపందే దూరానికి వచ్చిన దగ్గరతనపు మాటలు. జ్ఞాపకాల్ని వదిలి, భవిష్యత్తు గురించి అతి జాగ్రత్తగా పోగు చేసిన వివరాలు.

"ఏదేనా ఒక ప్రయాణం గురించి చెప్పు" అంది సుశీల అప్పుడే తయారుచేసి తీసుకువచ్చిన లస్సీ సిప్ చేస్తూ.

"మనం యింకో కొన్ని నెలలు పోతే యిక్కడ్నుంచీ కూడా వెళ్లిపోతాం. పాత యిల్లు బాగు చేసుకుంటాం. అక్కడ కొన్నాళ్ళు వుండి, ఉత్తరం వేపు మళ్లీ ప్రయాణం చేస్తాం, మార్పుకోసం. ఒక నెల హాలీడే డిసెంబరులో."

"డిసెంబరు ఏ తారీఖు?"

"యిరవయి రెండు"

"మళ్లీ యిటువేపు యీశాన్యానికి వద్దా?""

"వద్దు. మనం యీ యీశాన్యపు గాలిలో సాగించాం యిన్ని సంవత్సరాలు. కొత్తదనం కావాలి."

"మరి ఉత్తర దిక్కు కూడా పాతే కదా"

"వెలిసిపోయిన ఫొటోగ్రాఫ్‌లా మాత్రమే వుంది. దాన్ని తిరిగి శుభ్రపరచి టచ్ చేద్దాం."

"సరే చెప్పు"

"మధ్యనించి చెప్తాను. ఎక్స్‌ప్రెస్ ఝాన్సీ స్టేషనులో ఆగి వుంటుంది. టీ తాగుదాం అని అనుకుంటాం."

"ఇద్దరికీ చెరో కప్పా. యిద్దరికీ ఒకటి చాలా?"

"ఒకటి చాలు. సిగరెట్లు మానేసిన తరువాత టీ ఎక్కువగా తాగడం అలవాటుపోయింది కదా."

"అయితే, ఒక కప్పు టీ, సమోసాలు?"

"ఎన్ని"?

"అయిదు"

"నీకు మూడు, నాకు రెండూ, తింటూ, టీ చెరో సిప్పూ"

"ఝాన్సీ నించి గ్వాలియర్ రన్, సాయంకాలం నాలుగున్నర శీతాకాల సమయం. వాలుగా పడే పచ్చటి ఎండ ఎదురు కిటికీకి దగ్గరగా కూచున్న నీ ముఖం మీద పడుతూ వుంటుంది. ఎండ నీ కళ్ళమీద పడి, నీ కళ్ళు చిన్నవయి, వాట్లో మన అమ్మాయి అమాయకత్వం నిశితంగా కనిపిస్తుంది."

"అబ్బో"

"ఆ చూపుల్లో నేను వివశత్వపు ఆనందంలోని బుడగలాగా లేస్తాను"

" Facts, Please"

"మన కాశీ జ్ఞాపకాలు నూతనత్వపు పొర కప్పుకుని మెరుస్తాయి. అవి నాకు"

"ప్రయాణం చేస్తున్నాం. చెప్పు."

"అవును. మొరేనా స్టేషన్లో అనుకోకుండా ఆగుతుంది రైలు. అప్పుడెక్కి వుంటారు వాళ్ళు ఒక గంట తరువాత, ఏడున్నర గంటల సమయంలో.... బందిపోట్లు ....ముసుగులు...కర్రలు....తుపాకులు-"

"-నీకలాంటి డ్రామా చాత కాదు. Facts, Please"

"-ఆలోచిస్తున్నాను. కళ్ళకి కన్పించడం లేదు స్పష్టంగా."

ఇంతలో డ్రాయింగ్ రూమ్ ద్వారంలోంచి ముగ్గురూ - బుట్టి, బాబుట్టి, కుబ్బ బెలూన్లు గాలిలోంచి ఎగిరి వచ్చినట్టుగా నడుస్తూ చేరేరు. వాలు కుర్చీల్లో కూచున్న మా దగ్గరికి మూడు మోడాలు లాక్కుని కూచున్నారు.

బూటి అంది : మళ్ళీ చెప్పండి మొదట్నించి, ప్రయాణం గురించి. బందిపోట్లు, వద్దు, అరుపులూ, కేకలూ, రక్తపాతం వద్దు. అమ్మ అన్నట్లు All Facts, Please.

స్వరంలో అణకువ, అభ్యర్థన, కాని బలం కూడా.

నాకు కూడా బలం వుంది.

"అయితే యీ ప్రయాణం గురించి చెప్పను. ఒక వృత్తాంతం చెప్తాను, All Facts కాఫ్కా థీమ్స్."

బాబుట్టి తన సెంట్రల్ యూరోపియన్ కళ్ళతో చూస్తూ.

'అవును' అన్నట్టుగా కుబ్బ కనురెప్పలు రెండుసార్లు గబగబా మూసి తెరిచింది. వొళ్ళు సర్దుకుంది.

'ఉండండి' అని చెప్పి లోపలికి వెళ్ళి, లస్సీ గ్లాసుల్లో వొంపి, గ్లాసులు తీసుకుని వచ్చి, ముగ్గురికీ యిచ్చాను. సంతోషంగా తీసుకున్నారు, తలలు గ్రేస్‌ఫుల్‌గా వంచి, "నువ్వు లోపలికి వెళ్ళినప్పుడు, నేను అమ్మని అడిగాను నాన్నకి కాఫ్కా అంటే యిష్టమా అని," అంది బాబుట్టి.

"ఏమిటి చెప్పింది అమ్మ?"

"కాఫ్కా మనల్ని ఎక్కడికీ తీసుకువెళ్ళడు కాబట్టి నీకు యిష్టం అని" అంది.

"మనం ఎక్కడకూ వెళ్ళలేం అని చెప్పాడని నీకు యిష్టంట."

అవును ఎక్కడకు వెళ్ళడం? జన్మించగానే, యీ వెంటాడుతూ వేటాడే శూన్యం. ఊపిరి తియ్యడం మొదలుపెట్టగానే, గొంతు నొక్కినట్టు ఈ డ్రైనెస్, యీ గాలిలేనితనం, నాలుగు గోడల మధ్యా బందీ అయినట్టు వుండడం, తరువాత ఎన్నిక మనదయినా, స్వేచ్ఛ ఫీల్ అయినా, దానితో వచ్చే, దాని వలనే వెనువెంటనే వచ్చే 'భయానకమైన' బాధ్యత.

సరే, యీ గొడవ యిప్పుడూ ఎప్పుడూ వున్నదే.

"మొదలు పెట్టమంటారా?"

ఇంకా నవంబర్ నెలే గాబట్టి, ఉక్కగానే వున్న రాత్రి ఎనిమిది గంటలకే సరస్సులోను, కాంపౌండులో గడ్డిమీదా, పొగమంచు, చుట్టూ నల్లటి దూదిలాగా నిశ్శబ్దం. దూరంగా ఒక బి.ఎస్.ఎఫ్. ట్రాక్ గేర్లు మార్చుకుంటూ కొండ ఎక్కుతున్న శబ్దం.

కళ్ళు మూసుకున్నాను.

చెప్పడం మొదలు పెట్టేను. జరగబోయే వృత్తాంతం.

* * *

ఆ రోజు ప్రయాణం నాకు అంత పెద్ద కష్టమయినదీ కాదు, ఎక్కువ సమయం పట్టేదీ కాదు. అలా అని జాలీ ట్రిప్పూ కాదు. చాలా సామాన్యమైన ప్రయాణం. ప్రయాణానికి ఒక చిన్న కారణం కూడా వుంది. ఇంటి నించి బయలుదేరి గువ్వలవాని పాలెం వెళ్ళి, అక్కడ భగవంతం గారిని కలియాలి. జంక్షన్‌కి వెళ్ళి అక్కడ బస్సు ఎక్కాలి.

అది ఆరు రోడ్లు కలిసే జంక్షన్. చుట్టూ దుకాణాల కాంప్లెక్స్. ఆ వరుసలో కిల్లీ దుకాణం. అక్కడకు వెళ్ళి చంటి చేత్తో రెండు జర్దా కిల్లీలు కట్టించుకోవాలి ముందుగా. రత్నా జర్దా. ఆర్డరిచ్చాను చంటికి.

ఒక మనిషి నా పక్కగా నిలబడి వున్నాడు. దగ్గుతూ, దగ్గుతూ, దగ్గు ఆపిన తరువాత 'గారబంధ' అనే అంటున్నాడు. 'గా' దీర్ఘంగానూ, 'ర' ఏమో'ల'కి మధ్యని నిలపినట్లుగానూ, తరువాత కొంచెం వ్యవధి యిచ్చి, 'బంధ' అని తలుపులు దభాల్న వేసినట్లుగానో, పై పళ్ళతో కింద పళ్ళని కసిగా బాదినట్లుగానో, ఆఖరికి కొంతగాలి నోట్లోంచి వదిలినట్లుగానూ. మొత్తం 'బంధ' ఒక క్షణంలో సగం పట్టేట్లుగా. 'గారబంధ' అన్న తరువాత ఒక అరనిమిషం ఆగి 'మేకలు' అంటున్నాడు. అది 'మేఖలు'లా వినిపిస్తోంది. రెండు నిమిషాలు ఆగి, మళ్ళీ దగ్గు, వివిధ వివిధ రకాలుగా. రెండు ఆస్పత్రులు కాంపౌండ్ గోడలు కలిపేసుకుని ఒకటే అయిపోయి దగ్గుతున్నట్టుగా, ఇంకోసారి, కాలం శిలువని మొయ్యలేక ఎప్పటివో పురాతన మహాభవనాలు శిథిలం అయిపోతూ లోపలి బాధని యిటుకలు యిటుకలుగా అప్పుడూ అప్పుడూ దగ్గు తున్నట్టు. ఆ దగ్గూ యీ 'గారబంధ', యీ 'మేకలు', యివన్నీ చేతులు సగం ఎత్తి, అప్పుడప్పుడు మొత్తం పైకెత్తి, ఆకాశానికి నమస్కారం పెట్టినట్టుగా ఎత్తి అంటున్నాడు. పలికిస్తున్నాడు. సగానికి ఎత్తి కట్టిన మాసిన పంచె, బనియన్‌కీ షర్ట్‌కీ మధ్యగా, కాలర్ జుబ్బా కానిదీ లాల్చీ కానిదీ అయిన పై దుస్తు. మనిషి ఆరోగ్యంగానే కనిపిస్తూ, లావుగా, ఎర్రటి పెంకు ఎండలో మాడిమాడి నలుపయిపోయినట్లుగా ముఖం. బండిగూడు జుత్తు కట్. ముక్కు పెద్దది. వెడల్పుది. కళ్ళు, కళ్ళలో ప్రేమా, ద్వేషమూ, అసూయా, కసీ కలిసిపోయి అర్థం లేకుండా అయిపోయిన ఖాళీతనం. ఆ ఖాళీతనం అతని కళ్ళలో గాలిబుడగల్లా నాట్యం చేస్తున్నాయి. మొత్తానికి లావుగానే వున్నా, మనిషికి యీ దగ్గు, యీ 'గారబంధ', యీ మేకలు.

ఆరు రోడ్ల జంక్షన్‌లో ఆ సమయంలో కనీసం మూడు వందల మనుషులూ, అంతకి కొంచెం హెచ్చుతగ్గుగా వాహనాలూ, కందిరీగల్లాగ తిరుగుతూ. మెషీన్లు మనుషుల్ని తరుముతున్నట్లుగా, మనుషులు మెషీన్లలాగా, మొత్తం ఒక హమ్మింగ్ బీహైవ్ గాన్ హే వైర్.

కిల్లీలు అందుకుంటూ చంటిని అడిగాను 'ఏమిటీ గారబంధ విశేషం' అని. అరవయి ఏళ్ళకి పైబడిన కళ్ళలో పూసిన పువ్వులు ముదురుతూ వుంటే కిల్లీల్లో ఏమిటి వేస్తున్నాడో అతనికి తెలియకుండానే కట్టేస్తున్నాడు. సిగరెట్లు ఒకటడిగితే యింకోటి యిచ్చేస్తున్నాడు. రూపాయి కాసుకీ, అర్ధ రూపాయి కాసుకీ భేదం తెలియకుండా పోయింది. అతనికి, నష్టాన్ని కలిగిస్తూ. చంటికి మంచి హేర్ స్టయిల్ వుండేది ముప్పయి ఏళ్ల క్రితం. అతనికి కూడా యిప్పుడు దరిదాపు బండి గూడే. పండిపోయి, తెల్లటి సగం బుట్ట.

అన్నాడు; "యిహిక్కడ తక్కువయినట్టు అక్కడెక్కడో గారబంధ నించి కూడా దిగిపోతున్నారు బాబూ. బుర్ర ఔటయిపోయింది ఆడికి."

చంటి మాటలు మూతికి ఒకవైపు నించే వచ్చి మా చెడ్డ సినికల్‌గా వినిపిస్తాయి. అయితే అతను సినిక్ అయిపోడానికి బలమైన కారణాలు వున్నాయి. కాని అదంతా వేరే కథ. అయితే గారబంధ ఒక వూరిపేరు గాబోలు.

"ఊరిపేరా?" అని అడిగేను చంటిని.

"ఆ పేరు అలాగే యినిపిస్తదండి." కొంచెం అనుమానంగా అన్నాడు.

తేలలేదు. "మరి మేకలో?" మేకల గురించి అడిగేను.

"ఆడ్ని చూస్తే తేల్డం లేదా బాబూ. మేకల్ని కాసుకునే వోడిలాగే ఉన్నాడు. ఆ మేకల కేటయిందో ఏటో, బుర్ర బిగిలూదీసింది."

మేకల్ని దగ్గరగా ఎప్పుడూ చూసినట్టు జ్ఞాపకం లేదు. ఆవుల్నీ, యీ మధ్యని గేదెల్నీ, చూస్తున్నాను గాని.

అతని మేకలకేమయినా, యీ దగ్గెందుకు?

మేకలన్నిటికీ ఏదో జబ్బు వస్తే అవన్నీ ఒకటి ఒకటీ చచ్చిపోతే, ఆ దుఃఖంతో తిండి తిప్పలూ మానేస్తే, అతనికి యీ దగ్గు కాబోలు, ఇప్పుడీ 'గారబంధ' 'మేకలు' మాటలతోనూ, ఆ దగ్గులతోనూ మాత్రమే అతనికి సమాజంతో సంబంధం, అతనంటూ ఒక మనిషి వున్నాడనీ, అతని ఉనికిని మొత్తం సమాజానికి తెలియజేస్తూ, మొత్తం మానవ చరిత్రకి తెలియజేస్తూ, అవికూడా లేకపోతే అతని వునికి, అతని వ్యక్తిత్వం అంతా ఒక పెద్ద సున్నా, ఒక మహా శూన్యం. అతనికి సమాజంలో ఏమాత్రం జాగా వున్నా అది కిల్లీకొట్టు ముందు నిలబడి విశాల విశ్వం గురించి తలలో ఆలోచనల్నీ, మేధాశకలాల్ని నింపుకుంటున్న నాలాంటి వాళ్ళలోనేనా? ఆ క్షణంలో అతనికీ నాకూ మధ్య వున్న ఏ సెల్యూలర్ రిలేషన్‌షిప్ నన్ను యిలా ఎక్సైట్ చేస్తోంది?

ఎదురుగా బస్సు ఆగింది. సరే, పోదాం. గువ్వలవాని పాలెం వెళ్ళే బస్సు. సరిగ్గా ముప్పయి అయిదు నిమిషాల ప్రయాణం. అక్కడకు వెళ్ళి భగవంతంగారిని కలవాలి. కాగితంమీద ఒక సంతకం పెట్టించాలి. అదీ నేను ఇవాళ చేద్దామనుకున్న పని. ఈ పని నేను మూడు సంవత్సరాల్నుంచి అనుకుంటున్నది. ఈ పని అంతా, అంటే, ఇంటి నుంచి బయలుదేరి ఇంటికి తిరిగి వచ్చేయడానికి, రెండు గంటలవుతుంది. అంతకంటే ఎక్కువ కూడదు. అదీగాక నాకు ఎండ పడదు. ఎక్కువ కాంతి పడదు. ఈ రెండింటి వలనా నాకు ఏదో అయిపోతుంది. అందుకని తొమ్మిది గంటలకే బయలుదేరి పదకొండు గంటలకి వచ్చేద్దామని. భగవంతంగారితో మహా

అయితే పదిహేను నిమిషాలు మాట్లాడొచ్చు. మాట్లాడాలేమో. ఎండగానే ఉంది. ఇప్పుడే బస్సులు బాగానే నడుస్తున్నాయి ఈ రూట్‌లో. రైటో అనుకున్నాను.

బస్సెక్కిన ప్రతివారికీ ఏదో పని. ఎక్కడం, టిక్కెట్టు....చిల్లర...సీటు దొరికితే కూచో, లేపోతే తోలుపటాకా పట్టుకుని వేళ్ళాడు. బస్సు చప్పుళ్ళ చుట్టూ వాసనలు, రోడ్లకి పిచ్చెక్కినట్లుగా ట్రాఫిక్, ఎక్కడో దిగడం, ఎక్కడికో ఒక పనిమీద వెళ్లడం.

ఒకతని పక్కకి వెళ్ళి కూచున్నాను. పక్కని కూచున్నతను ఒక బిల్డింగ్ కంట్రాక్టర్‌లా కనిపిస్తున్నాడు. అయితే, 'మీరు బిల్డింగ్ కంట్రాక్టరా' అని అడిగితే, 'కాదండీ నేను లా కాలేజీలో ప్రొఫెసర్ని' అని జవాబిచ్చే లాగున్నాడు. అతి లావుగా, వంట్లోని కొవ్వు ముడతలు ముడతలుగా, మిఠాయి పొట్లాలుగా, గుండ్రం గుండ్రంగా, వుండలుగా పొర్లి పొర్లి పొంగుతోంది. ఆయన్ని 'మీరు లా కాలేజీ ప్రొఫెసరా అండీ' అని అడిగేను. వినయంగా, పెద్ద కుతూహలం లేకుండా. ఆయన వెంటనే జవాబు ఇవ్వలేదు. కళ్లు మూసుకునే వున్నాయి. చిరునవ్వు మాత్రం ఒకటి తెగిపడింది. ఆయన మూతి చుట్టూ వున్న కొవ్వులోంచి, నోరు తెరిచారు. ఆయన రెండు నిమిషాల తరువాత 'నేను ధ్యానం చేస్తూ వుంటాను. ధ్యానమే ధ్యేయం. నేను న్యాయమూ ఉపదేశించను, భవంతులూ కట్టించను' అన్నారు. అన్న తరువాత, కళ్లు తెరిచి మెడ తిప్పకుండానే ముఖం కాస్త వీలయినంత మట్టుకు వంచి నావేపు చూస్తూ నవ్వేరు. కళ్లు తెరిస్తే అవి పాటలుపాడే గాజు గోళీల్లాగా ఉన్నాయి.

''నేను ధ్యానం చేస్తూ వుంటాను ఎప్పుడూ. కళ్లు మూసుకునే. కొండలూ, సరస్సులూ, సముద్రం, కొబ్బరి చెట్లూ, వెన్నెలా అన్నీ అందమయినవే. అయితే, అవన్నీ నా ఆలోచనల్ని ఒక ఉధృతమైన వెల్లువ వచ్చి వంతెనల్ని వూపేసినట్టుగా ఊపుతాయి. అందమైనవే. వొప్పుకుంటాను. కాని, మా అందాన్ని చూడు చూడు అని అరుస్తాయి. నా బుర్రలోని మెజ్జని నొక్కుతాయి. నేను. కళ్లను మూసుకునే వుంటాను. ధ్యానం చేస్తూ వుంటాను. 'ఓ కొండా, ఓ వెన్నెల కొబ్బరీ, మీరు నన్ను మిమ్మల్ని చూడమనకండి. మీరు అందంగానే వుంటారు. కానీ మీ వెనకన వున్న వాటికి అడ్డం తగులుతూ వుంటారు. కప్పుతూ వుంటారు' అంటాను. అయితే, అవి నా మాటల్ని వినవు. ఏ మాటా వినవు. అలా అని వాటిని దూరం చేసుకోకూడదే. వాటికి కోపం తెప్పించకూడదే. కోపం తెప్పిస్తే ఆ కొండ రంపంలా వున్న ఒక అంచుతో నన్ను కోరేయదా? నడిచి వచ్చి నా చుట్టూ గోడకట్టి నన్ను అణిచివేయదా? ఆ కొబ్బరి వెన్నెల విషపు ద్రావకంగా మారి గొంతుదాకా లేచి నన్ను ముంచెత్తదా? ఆ లక్ష పాదరక్షల సముద్రం తన పద ఘట్టనలతో నా చెవుల్లోని పొరల్ని ఛేదించదా, నన్ను మునగబెట్టి తుడిచేసి ఎగిరించి విసిరి పారేయదా? ఆ పచ్చటి వరిచేలు

ఎగిరివచ్చి నన్ను ఊర్చి కుప్పవేయవా? అందుకని, ఒక్కోసారి, ఎప్పుడో, అప్పుడూ అప్పుడూ ఒకసారి కళ్ళువిప్పి అంతటినీ, అంతటి ప్రకృతినీ లోపలికి లాగి ఇముడ్చుకుని మళ్ళీ కళ్ళు మూసుకుని ధ్యానం చేస్తూ వుంటాను. ధ్యానమే నా ధ్యేయం. అయితే, నేను నిజంగా ఇప్పుడు లా కాలేజీ ప్రొఫెసర్ని కాను. ఒకప్పుడు అవును. ఇప్పుడు కాదు. ఇప్పుడు బిల్డింగ్ కంట్రాక్టర్నే" అన్నాడు.

నాకు కుతూహలం పోయింది. నా దగ్గర వున్న ఇరవయి రూపాయిలూ చిల్లరా ఎడమజేబులో పెట్టేనా, కుడిజేబులో పెట్టేనా, లేక హిప్ పాకెట్లో పెట్టేనా, లేక ఇంట్లోనే వుండిపోయిందా అని వొళ్ళంతటినీ మెలికలు తిప్పి వెతుక్కుని, ఆఖరికి ఆ డబ్బు షర్ట్ పాకెట్లోనే వుందని తెలుసుకున్నాను. భగవంతంగారిచేత సంతకం పెట్టించు కోవాల్సిన కాగితపు మడతలో. చిల్లర కూడా జేబులో కిందని బరువుగా సెటిల్ అయివుంది. రైటో.

దిగాల్సిన స్టాప్ వచ్చింది. బస్సు కూడా ఇక్కడ కాస్సేపు ఆగి, తిరిగి వెనక్కి వెళ్ళిపోతుంది. ఇది టెర్మినస్.

దిగేను, బిల్డింగ్ కంట్రాక్టర్గారు దిగకుండా అలాగే కూచుని ధ్యానం చేస్తూ వున్నారు. ఆయన బస్సులోనే తిరిగి వెళ్ళిపోతారు గాబోలు ఏ కొబ్బరి కొండల్లోకో ఏ పచ్చటి వెన్నెల చేలల్లోకో, ఏ లోతైన సముద్రపు రహస్య మందిరంలోకో, రైట్ రైట్. లేక, ఏ లాభాల గూబల్లోకో.

దిగి, నడుస్తూ ఉంటే, చుట్టూ బారులు బారులుగా ఇళ్లు. ఇళ్ళకీ చరిత్రలు వుంటాయి. తత్వం వుంటుంది. తిక్కలు వుంటాయి. అస్తిత్వం వుంటుంది. పర్సనాలిటీ వుంటుంది. కొన్ని ఇళ్లు పకపకమని నవ్వుతూ 'ఇప్పుడు కాదు ఇప్పుడు కాదు' అంటున్నట్లుగా వుంటాయి. కొన్ని భోరున దుఃఖంతో జుట్టు పీక్కుంటూ అవునవును అంటూ సమాధానపడుతున్నట్లుగా, కోపంగా మూతి బిగించి పటపట్లాడుతున్నట్లుగా, అసూయతో కళ్లని కుంచించి చూపుల్తో కత్తుల కసరత్ చేయిస్తున్నట్లుగా, కరుణతో పొంగుతూ వెడల్పుగా, లోతుగా, నీడల మాయా కదలికలతో, జ్వరంతో వేడిగా పేలుతూ, సరదాగా దసరా బొమ్మల్లాగా, ఏదో రహస్యమయ చరిత్రలోని కోణాల కూడలిలాగా, భారంగా, పొడుగ్గా ఊగుతూ, మెరుపులా వేళ్లాడుతూ, తేలిగ్గా నక్కి, దొంగ చుంచుముఖంతో, పాదరసపు విద్యుత్ అనిశ్చితతో, కోరతనపు అమాయకత్వం తెరలతో కప్పబడిన వికటాట్టహాసంలాగా, తల నరుకబడిన కొబ్బరి బోండాం లాగా, అప్పుడే మీసాలు గీసిన వేడి ముఖంలాగా, కటువుగా, ఖంగారుతో, మాసిపోయిన మొన్నలాగా, ఊరించే కౌస్తుభంలాగా, విస్తరించిన సామ్రాజ్యం విరిగి పడుతున్నట్టు, విలాసంగా విసిన కర్ర ఊపుతో పడగ ఎత్తి, మాటువేసి, జర్రున నిటారుగా గుణుస్తూ

కుహు కుహుమంటూ, వేడిగా, కిక్కుర మంటున్నట్టు అంతా పోతే ఇంతే మిగిలిందన్నట్టుగా, ఆకలితో కుళ్లు కాలవల కుచ్చిళ్లను సర్దుకుంటూ - వుంటాయి కొన్ని, మరికొన్ని, ఇంకొన్ని.

ఒక ఫర్లాంగు నడిస్తే భగవంతంగారి యిల్లు. దోవలో రోడ్డుమీద లారీ తొక్కేస్తే పేగుల్ని మట్టిలో కలిపేసుకుని పడున్న కుక్క.

భగవంతంగారి యిల్లు భోంచేసి బొజ్జని నిమురుకుంటున్నట్లుగా వుంది. శాంతి భద్రతల్ని భంగపరచని రెండు మూడు ఆలోచనల ముక్కలు ఏవో మెదడ్లో ఆటలాడుకుంటున్నట్లుగా మెదుల్తూ వుంటే, బొజ్జని యాదాలాపంగా పరధ్యానంతో నిమురుకుంటున్నట్లుగా వుంది. బాగా 'లోతు' వున్న యిల్లు. వరండా విశాలంగా, ఆహ్వానిస్తున్నట్లు, కిటికీలు పెద్దవి, గాలిని యిష్టం వచ్చినట్లు వచ్చినప్పుడు రమ్మని పిలుస్తూ రాండి రాండి అంటూ. ముందు తలుపు తెరుచుకుని 'భగవంతంగారూ' అని పిలిచేను, ఆయన్ని బాగా తెలిసేవున్నా, అంతగా స్వతంత్రం తీసుకోడం లేదని తెలియచేస్తూన్న స్వరంతో.

లోపలి లోతులో చీకటి పొంచివున్న ఎలుగుబంటిలా వుంది. మెల్లగా ఏదో గది తలుపు లోపల తెరుచుకుంది. పాదాల యీడ్పు చప్పుడు. చీకట్లోంచి తలుపులు తెరుచుకున్నాయి ఒకటి ఒకటిగా. వెలుగు గుప్పుమంది ముందు గదిలో. ఆ వెలుగులో ఆవిడ నిలబడి వుంది. తలుపు దగ్గరికి వచ్చింది.

ఆవిడ కళ్లు! ఆవిడ కళ్లు ఏదో భారంతో దిగజారుతున్నట్లుగా వున్నాయి. ఆవిడ ముఖం అంతా కిందికి దిగజారుతున్నట్లుగా వుంది. అసలు, ఆవిడ పూర్తిగా నేలమీదికి దిగజారి భూమిలోనికి దిగిపోతున్నట్లుగా వుంది.

అడిగాను 'భగవంతంగారున్నారా' అని.

"ఆయన వెళ్లిపోయారు" అంది. ఆవిడ మాటలు ఏదో కోవెలలో గంటలు కొట్టుంటే, కొబ్బరికాయలు ఠపీఠపీమని పగులుతున్నట్లు.

"ఎక్కడికి?"

"ఆయన పోయారు."

"అదే, ఎక్కడికి? ఎప్పుడు"

"ఆయన పోయి చాలా సంవత్సరాలయింది" అంది ఆవిడ ముక్తసరిగా, యింకా కాస్త దిగజారుతూ.

"మరి రారా?"

"ఏమో"

"అంటే?"

“మీ గురించి అదుగో ఆ మొక్కల్ని గోలెల్లో పెంచేరు. కేక్టస్ మొక్కలు కాబోలు. అక్కడే, ఆ పక్కనే ఆయన కూచుని మీకోసం వేచి వుండేవారు. ఎవరో వస్తారూ, ఏదో సంతకం పెట్టాలీ, అని ఆయన ఎన్నాళ్లో గొణుక్కుంటూ వుండేవారు. మీరు పిలవగానే అనుకున్నాను మీరు వచ్చి వుంటారని. మరెలా యిప్పుడు? ఆయన పోయి చాలా సంవత్సరాలయింది. వస్తారో లేదో తెలీదు...అసలు ఎప్పుడు వెళ్లిపోయారో కూడా స్పష్టంగా, ఖచ్చితంగా తెలియదు. తిరిగి వచ్చినా, మళ్లీ యీ యింటికే వస్తారో, లేక మూడు పంచలపాలెంలో వున్న మరో యింటికే వస్తారో వచ్చినా మిమ్మల్ని కలియగలరో లేదో మీ కాగితం మీద సంతకం పెట్తారో లేదో ఏమీ తెలియదు. ఇంకా ఏవేనా తెలుసుకోదలిస్తే, అదుగో ఎదురుగా ఆ పార్క్‌లో వున్నాడు మా వాడు వీరబాహు, వాడ్ని అడగండి” అంది.

అని, సమయం నష్టం చెయ్యకుండా, తిరిగి వెలుగులోంచి చీకట్లోకి వెళ్లిపోయింది. పాదాలూ, మొత్తం వొళ్లూ మెల్లగా బరువుగా యీడ్చుకుంటూ. తలుపులు లోపల రపరపా అని మూసుకున్నాయి ఎక్కడో, వరసగా.

పార్కులో వీరబాహుని పోల్చడం సులభమే అయింది. అతను ఒక్కడే వున్నాడు. అక్కడ, ఆ సమయంలో, అతను ఏవో శబ్దాలు చేస్తూ కరాటే వొంటిగా ప్రాక్టీసు చేస్తున్నాడు. ముందుకీ వెనక్కీ హూ హా చేత్తో దేన్నో బద్దలుకొటుతున్నట్లుగా, అమిత ఏకాగ్రతతో, ముందున్న శత్రువు తప్ప మరేదీ ప్రపంచంలో లేదన్నట్లుగా.

అతని దగ్గరగా వెళ్లి నిలబడ్డాను. ఎడం చెయ్యి పేంట్ జేబులోకి తోసి, ఎడం కాలిమీద బరువుమోపి, ఎగ్రెసివ్‌గా మార్చాను నా పోశ్చర్, ధైర్యం వచ్చేటట్లూ, ధైర్యంగా కనపడేటట్లూ. దైహిక బలానికీ, హింసకీ దగ్గరగా వచ్చినప్పుడు చేసే అసంకల్ప పోశ్చరల్ వేరియేషన్.

‘వీరబాహుగారూ!’ అన్నాను నెమ్మదిగా, అభిమానంతో.

అతను చేస్తూవున్న కదలికను పూర్తిచేసి శత్రువుని తుత్తునియలు చేసి, నుదుటికి పట్టిన చమటని ఒకసారి తుడుచుకుని, దగ్గరకు వచ్చాడు కాళ్ళను వదులుగా కదిలిస్తూ, చాలా యీజీగా. నావేపు చూశాడు.

అతని కళ్ళు భోదిసత్వ అవలోకితేశ్వరుడివి. అతని వొళ్లు హెర్క్యులిస్‌ది.

“నేను - ” అని మొదలు పెట్టేను.

అతను కుడి అరచెయ్యితో ఒక ముద్ర పట్టి, ‘ఆపండి, వద్దు’ అన్నట్లుగా వారించి, “చూడండీ, మీరు నాకు తెలుసును. మూడేళ్లుగా వొద్దామని అనుకుంటూ యివాళ ఆఖరికి యీ కబురు. మీ బాధ తెలుస్తూనే వుంది. మరి నా గొడవ వింటారా?” అన్నాడు.

"మీకు గొడవలేమిటి వుంటాయ్" అని అన్నాను. అలా అనడంలో అర్థం లేదని తెలిసే. మహా అయితే మస్క్యులర్ డిస్ట్రాఫీ గురించి అనుమానంతో భయపడుతూ వుండొచ్చు. జీవ కారుణ్యం యీ ప్రపంచంలో ఒక సూత్రం లాగా తీసుకుని జీవితం సాగించగలమా అనే సందేహంతో సతమతమవుతూ వుండొచ్చు. అంతకంటే వేరే ఏమి గొడవలు వుంటాయతనికి?

అతడు నవ్వేడు, చాలా ఎత్తుమీంచి, చిన్న చూపుగా.

"వినండి. ఆ తరువాత ప్రశ్నలేమైనా అడగండి, అనుమానాలుంటే, సావధానంగా వినండి - మేం నలుగురం. మేం నలుగురం ఆ యింట్లోంచే వచ్చాం. ఒకతను ముందుగా వచ్చాడు. తరువాత రెండో అతను. మూడో అతను. నాలుగో అతను నేను. వరుసగా వచ్చాం. అదే యింట్లోంచి, గేట్లోంచి. నలుగురం. మేం. మేం నలుగురం దగ్గరయ్యాం. నలుగురం ఒకరి తర్వాత ఒకరం గేట్లోంచి వచ్చి, పై గోడ దగ్గర మేం నలుగురం ఒకరి పక్కన వొకరు వచ్చి నిలబడ్డాం. వరుసగా, అంటే, మొదటతని పక్కకి వచ్చి రెండో అతను నిలబడ్డాడు. రెండో అతని పక్కకి వచ్చి మూడో అతను. తరువాత నాలుగో అతను - నేను - నిలబడ్డాను మూడో అతని పక్కకి వచ్చి - మొత్తం మేం నలుగురం. నలుగురం ఒక వరసలో గోడ పక్క నిలబడ్డాం. పిక్చర్ క్లియర్‌గా వుందాండీ?" అన్నాడు ఆగి.

"పిక్చర్ - క్లియర్‌గానే వుంది" అన్నాను. క్లియర్‌గానే వున్నా, ఒక అనుమానపు శకలం బద్ధకంగా అడుగున ఎక్కడో కదులుతూ వుంది.

"మేం నలుగురం ఆ యింట్లోంచి అలా వరుసగా వచ్చి నిలబడ్డాం గోడ పక్కన. అప్పట్నుంచీ, ఆ రోజు నుంచీ మేం నలుగురం కలిసి బతుకుతున్నాం. కలిసి జీవితం గడుపుతున్నాం. ఇప్పటిదాకా. మేం నలుగురం. మేం నలుగురం ఆనాటి నుంచి మా జీవితాన్ని కలిసి గడుపుతున్నాం ఆ గోడ పక్కగా. పిక్చర్ యిప్పటివరకూ గజిబిజి లేకుండా క్లియర్‌గా వుందాండీ" అని మళ్లీ అన్నాడు బ్రతిమాలుతున్నట్లుగా. ఏవేనా సందేహాలు పొడచూపుతున్నాయా అని అనుమానంగా అడుగుతున్నట్లుగా.

"మీరు ముందుకు ప్రొసీడ్ అవండి. పిక్చరంతా క్రిస్టల్ క్లియర్‌గా వుండి వజ్రంలాగా మెరుస్తోంది" అన్నాను అతనికి ధైర్యం యిస్తూ.

ఒక మొగ్గ పువ్వులాగా నాటకీయ సంఘటన లాగా విడబోతోందన్నట్లుగా అతని కళ్ళల్లోని కదలిక తెలియజేసింది. నేను నా కనుబొమ్మలతోనే అతన్ని ప్రోత్సహించేను. 'నా చెవ్వులు రెండూ నీవే' అన్నట్లు ఎగరేసి మళ్లీ కిందికి దించుతూ.

“మా జీవితం శాంతివంతంగా, గులేబకావళిలాగా గడిచిపోతూ వుంది. అలల్లేని తటాకం లాగా, విస్ఫోటం లేని అగ్నిపర్వతంలాగా, ఉత్పాత రహితంగా, అప్పుడు, అప్పుడొకనాడు - యింకో అతను, ఒక అయిదో అతను కూడా వచ్చి మాతో కలవబోయాడు.”

అతని స్వరంలో మార్పు. కాఫ్కా ఉచ్చైస్వరంలోకి మెల్లగా మారుతోంది. నర్మగర్భంగా కూడా వుంటూ.

తిరిగి సాగించేడు : “అతను, ఆ అయిదో అతను కూడా ఆ యింట్లోంచే, ఆ గేటులోంచే వచ్చి ఆ గోడ దగ్గరకే వచ్చి మేం నలుగురం నిలబడ్డ దగ్గరికి వచ్చి మాతో కలవబోయేడు. మాకు అది యిష్టం లేదు. అతను మాతో కలియడం మాకేమీ హానికరం కాదు, కాని అలా అతను మా నలుగురితోనూ కలవడానికి రావడం మాకు యిష్టం లేదు. మాకు గొప్ప చికాకు కలిగించే కలయిక అది. ఆ చికాకు పెట్టడమే మాకు హానికరం. మాతో మాట్లాడతానంటాడు. మా వేపు చూస్తాడు. మాతో కలిసి నవ్వబోతాడు. అతనంటే మాకు చికాకు. అతను మా మధ్యకి రావడం మాలో జొరబడినట్లు అనిపిస్తుంది. అలా జొరబడిపోవడమే మాకు చికాకు కల్పిస్తుంది. మాకు వేరే హాని ఏమీ కలుగదు. మళ్లీ చెప్తున్నాను. అయితే మాకు యిష్టం లేదు. మా నలుగురికీ యిష్టం లేనప్పుడు మాతో మా పక్కనే ఎందుకు నిలబడ్డం అతను? మాకు అతనెవరో తెలియదు, మరి మాతో ఎందుకు కలియడానికి ప్రయత్నం? ఆఫ్‌కోర్స్, మేం నలుగురం కూడా మొదట్లో ఒకరికొకరు తెలియదు. ఈనాటికి కూడా మా నలుగురికీ ఒకరికొకరు తెలియదనే కాస్త దృఢంగా చెప్పగలం. అయితే జాగ్రత్తగా వినండి.

“మేం నలుగురం కలిసి భరించగలదీ, మా నలుగురికీ కలిసి సాధ్యమైనదీ, ఈ అయిదో అతను కూడా కలిస్తే మేం అయిదుగురం కలిసి భరించలేం, ఐదుగురికీ కలిసి సాధ్యం అవదు. మొత్తానికి ఏది ఏమయినా, మేం నలుగురం. మాకు అయిదో వాడెందుకూ, చెప్పండి. మాకు ఇంకోకడూ, ఐదవవాడూ అక్కర్లేదు. మాకొద్దు. మా కవసరం లేదు. మాకిష్టం లేదు. ఐదోవాడు మాకెందుకండీ. మా నలుగురికీ? ఇహపోతే, ఇలా అయిదు మంది కలిసి వుండడంలో అర్థమేమిటి! అర్థం లేనిది. అసలు మేం నలుగురం కలిసి వుండడంలోనే ఏమి అర్థం లేదు. మేం నలుగురం కలిసి వున్నాం. గోడపక్క వరసగా కలిసి వుంటాం. మాకు ఐదుగురు కలిసిన కాంబినేషన్ వద్దు. మేం నలుగురం ఇలా కలిసి వున్నప్పుడు, ఇంకో అయిదో అతను వచ్చి కలిస్తే, మా అనుభవాలు వేరేగా వుండే పాసిబిలిటీ వుండొచ్చు. కాని మాకొద్దు. మా కిష్టం లేదు. అంతే. అయితే ఇప్పుడొచ్చిన ఉల్కాపాతం ఏమిటంటే, ఇప్పుడు పేలబోయే

అగ్నిపర్వతం ఏమిటంటే, ఇప్పుడు నిశ్చల తటాకంలో పడబోయే బండరాయి ఏమిటంటే, అసలు ప్రశ్న ఏమిటంటే ఇన్‌షార్ట్ మా గొడవ ఏమిటంటే - యిదంతా అతనితో ఎలా చెప్పడం, ఎలా బోధపరచడం? ఏవైనా సుదీర్ఘమైన వివరణలూ, విశదీకరణలూ, సంజాయిషీలూ ఇవ్వడం మొదలుపెడితే, ఆ వివరణలూ విశదీకరణలూ ఇచ్చే ప్రాసెస్ ద్వారా, అతను ఆ అయిదో అతను మాతో మెల్లగా, క్రమంగా మాకు తెలియకుండానే, మాతో కలిసిపోవచ్చు. మాలో ఇమిడిపోవచ్చు. మాకు తెలిసీ తెలియకుండానే, అతన్ని మా బృందంలో కలిపేసుకుందికి ఒప్పేసుకున్నట్టు కాదా, అలా అని అనిపించుకోదా! కాబట్టి, మేం నలుగురం ఏ సంజాయిషీ ఇవ్వం. నో వివరణ. అతన్ని ఒప్పుకోం. ఏమయినా సరే, అతను, ఆ అయిదో అతను, ఎంత బుంగమూతి పెట్టినా, మేం నలుగురం అతన్ని అవతలికి తోసేస్తూ వుంటాం. మా మోచేతుల్తో మా మోకాళ్ళతో ముణుకులతో గోళ్ళతో చీలమండల్తో కాని ఎంత మేం నలుగురం అతన్ని తోసేసినా, తోసేస్తూనే వున్నా, అతను ఆ అయిదో అతను, మళ్ళీ మళ్ళీ వచ్చేస్తూ వుంటారు మా దగ్గరికి, గోడపక్క మా వరసలోకి, బుంగమూతితో అదండీ...."

దీర్ఘమైన నిశ్వాసం, ఉపద్రవం త్వరలో తెలియకుండా వచ్చేస్తోంది అని సూచించే కాఫ్కా యొక్క అలవోక స్వరం, ఒళ్ళంతా గగుర్పాటుతో, ఆగేడు అతను, అలమీద అలసట తీర్చుకోటానికి అరక్షణం వాలి ఆగే పక్షిలాగా.

అవును, కలిసి వుండడం ఎందుకో తెలియదు. కష్టం. అందులో నలుగురు. ఒక 'నేను' కి ఒక 'నువ్వు', రెండు 'అతను'లూ. ఒక 'నువ్వు'కి ఒక 'నేనూ' రెండు అతనులూ నలుగురి నువ్వూ అతన్లకి ముగ్గురు 'నేను'లూ ఒక 'నువ్వూ' కాబోలు, బుర్ర వంచుకుని లెక్కలేసుకుంటూ పోతే. నువ్వూ అతనూ అంటూ లెక్కలేసుకుంటూపోతే, నువ్వూ, అతనూ అంటూ లేకపోతే నేనుకి అర్థం వుందా? అసలు అప్పుడే అర్థం వుందేమో? అర్థం లేకపోతే నేను ఏం కావాలి? నువ్వూ, అతనూ వుంటేనే గాబోలు, మనకి యింకెవరూ అక్కర్లేదు. భగవంతంగారు, ఈ అయిదో అతన్లాగా కనిపిస్తున్నాడే. అయిదో భగవంతపు ఆయన. సంతకం పెట్టించుకుందామని వస్తే ఇంత గొడవా? వీరబాహుగారి గొడవతో నా గొడవని కూడా కలిపేశానో ఏమిటో, నీరూ వుప్పులాగా? ఇంత గొడవా? అసలు తీరా చూసి, బేరీజులు వేసుకుని, లెక్క తెముల్చుకుని చివరకు సంతకం పెట్టించుకుందామని బస్సు కంపుల్ని రుమాలుతో చంపుకుంటూవస్తే, ఇంత గొడవా? ఇంత అగ్ని పర్వతపు లావా ఉత్పాతమా? ఇప్పుడీ అయిదో వాడా, బుంగమూతితో? మనిషికి ఇంకో మనిషి కావాలా? నిజంగా అక్కర్లేదు గాబోలు. కాని, భయం అంటూ లేకపోతే. ఎంత ఇష్టం లేకపోయినా, ఎంత తోసేసినా

మనలోకి తోసుకొచ్చేస్తూ వుంటాడు. తన ఉనికితో మన భయం నిర్మూలింపబడుతుందని ఎక్కడో లోలోపల అనిపిస్తూ వుండేటట్లుగా, మనలో గొణుగుతూ, మనలో సణుగుతూ, మనలో బుంగమూతి కింకతనంతో, మనకి నిజంగా అక్కర్లేకపోయినా. వస్తే మనకి వద్దు. పొమ్మంటే అతనికి బుంగ కింక. మాంఛి గొడవే, వీరబాహుగారికీ, అతని బోధిసత్వ కాఫ్కారంగు కళ్ళకీ, హెర్క్యులిస్ కండల పొంగుల అంగబంగారానికీ.

'మనం ఇందులోకి జొరబడకూడదు' అని చాలా సింపుల్‌గా నిశ్చయం చేసుకుని, "రైటో బాస్, బై బై బాస్, సో లాంగ్ బాస్, సీ యూ సూన్ బాస్," అని యీజీగా అంటూ పార్కులోంచి వెనకనడక నడుచుకుంటూ వచ్చేశాను.

ఎండెక్కిపోయింది బాగా. వేడి కణాలు గాలిలో మృత్యు నృత్యం చేస్తున్నాయి. వేడిగాలి బుర్రని అదృశ్య కంకణాల్తో మొత్తుతూ, లోహగిట్టల పదఘట్టనలతో పాతేస్తూంది. ఉక్కగాలి వొళ్లని ఉడికిస్తోంది. లేత తెలుపు ఆవిరికి రక్తనాళాలు ఉబ్బుతున్నాయి. తలలో మరుగుజ్జు శత్రువులు ఎవరో డిటొనేటర్లు పెడితే వరసగా నరాల పొడుగునా పేలుస్తున్నారు. ఏర్పరచుకున్న కాల పరిధి దాటిపోతూంది. తిరుగు ప్రయాణం కట్టాలి.

వెనక్కి చూస్తే, వీరబాహుగారు ఒక్కసారి కోతి లాఘవంతో, ఒకసారి ఏనుగు గంభీరపు అనివార్యతతో, మరోసారి ఖడ్గమృగపు బీభత్స వేగంతో దూకుడుతో, ముళ్ళపంది ముకుళింపుతో, హా, హా శబ్దాల బెదిరింపుల ఆర్భాటంతో అటూ ఇటూ వ్యూహాలలాగా నిలబడిన శత్రుదళాల్ని బద్దలుకొట్టి పోగులు పెడుతూ, ఏకాగ్రతా యజ్ఞం చేస్తూవుంటే, ఆవూపుకీ, ఆ మెరుపు కదలికలకీ, ఒక కొత్త ప్రపంచం గాలిగర్భంలోని శిశువులాగా కదులుతోంది ఇంకో కొలతలో.

చెట్టు నీడలో నిలబడ్డాను. బస్సు కోసం కళ్ళమీద ఛాయగా కుడి చెయ్యి అడ్డు పెట్టుకుని కళ్ళు చికిలించి నిరీక్షణ.

ధూళి దుప్పటి వొంటి చుట్టూ వెనక నుంచి కప్పుకుంటూ బస్సు. నన్ను ఇంటికి తిరిగి తీసుకువెళ్ళే నంబరుది. బస్సు కూడా అదే. ఎందుకంటే, బస్సు ఆగగానే నేను చూసింది లాభాల గుబ్బ్రాయుడు గారినే. ఆ సీటులోనే అలాగే కళ్లు మూసుకుని ధ్యానం చేస్తూ కూచుని వున్నారు. తొందరగా ఎక్కి, ఆయన పక్కనే మళ్ళీ కూచున్నాను. తప్పలేదు. బస్సు కదిలింది. మెడ ఆయనికి సాధ్యమైనంత వరకూ నావేపు కొన్ని డిగ్రీలు తిప్పి, కళ్ళు తెరిచి, నల్లకళ్ల గోళీలతో, పాట చరణం ఒకటి పాడించి, నవ్వేరు ఆయన. సకల ప్రాపంచిక, ప్రాకృతిక జ్ఞానమూ లోపల

పూర్తిగా యిమిడిపోయి జీర్ణమయిపోగా ఒక సహజంగా వచ్చిన త్రేనుపులాగా.

అలా చిరునవ్వు కూడా పాడి, అన్నారు. "నేనలా ధ్యానం ఎందుకు చేస్తూ వుంటానో చెప్పగలరా?"

అది నాకొక చిన్న పరీక్ష. తెలిసిపోయింది.

అనుకున్నాను. నాకు తెలియదు. తెలుసుకోవాలని కూడా లేదు. అసలు బస్సులో ఆయన పక్కన కూచుందామని అనుకోలేదు. తప్పలేదు. కాని ఈయన నన్ను బలవంతం చేస్తున్నాడు. బుర్ర అడ్డంగా వూపేస్తే సరి. సరిపోతుంది జవాబుగా. అంతా సజావు అయిపోతుంది.

కాని, ఆ క్షణంలో బుర్ర అడ్డంగా వూపలేకపోయాను. అతను మళ్లీ చిరునవ్వు అతని మూతి చుట్టూ పేరుకున్న కొవ్వులోంచి పీకేడు, పీకి, తల కాస్త కిందికి వంచి మొదలు పెట్టేడు. నా బుర్ర అడ్డంగా వూపడం, వూపకపోవడం అంత ముఖ్యంగా కాదన్నట్టుగా. బస్సు భారంగా కదుల్తోంది. "మన చుట్టూవున్న ప్రపంచం. అందులో వున్న స్థల, వస్తు, గృహ, వాహన, తినుబండారా, జవాహరీ సామాగ్రీ, ఉన్ని, జవుళి సామాగ్రీ, అంతా మనలో కొంతమందికి చాలా మందికి, బహుశా అందరికీ - స్థిరంగా, వాటి సహజగుణాల మేరకి కదులుతూనో, కదలకుండానో, అతి స్వల్ప కదలికలతోనో, బలంగా వొత్తిడితో, కొలతలతో, బరువుతో కాలంలో వాటి భౌతిక నియమానుసారంగా వుంటూ, వాటి జీవితాల్ని వాటి ఉనికితో గడుపుకుంటూ, అంతా అలా ఆదినించి తుది దాకా నిశ్చతత్వంలో బంధింపబడినట్టుగా కనిపిస్తుంది. అనిపిస్తుంది. ఏ సందేహమూ లేకుండా మరి, నాలాంటి వాళ్లకు మాత్రం కొందరే, అతికొందరే, గట్టుమీద పెట్టిన గుండు చెంబు సహితం చుట్టూ వున్న గాలిలోకి కరుగుతున్న మంచులాగా జారిపోతూ వున్నట్టు, జరిగిపోతూ వున్నట్టు, జారి జరిగి చెదిరిపోతూ వున్నట్టుగా అనిపిస్తుంది. గుండు చెంబు గుండు చెంబుతనంలోకీ, కర్ర చెక్క కర్ర చెక్కతనంలోకీ, మొత్తం అంతా మొత్తం తనలోకీ...." మధ్యలో ఆపి నావేపు గోళీకళ్ల చరణపు ఇంకో ముక్క ఒకటి విసిరారు. ఆయన్ని ఫాలో అవుతున్నానో లేదో తెలుసు కుందామన్నట్టు.

నేను మాట్లాడలేదు.

ఆయన చెప్పుకుపోయారు; "అలా ఎందుకు అవుతుందో చెప్పగలరా? మిమ్మల్ని చూస్తుంటే మీరు చెప్పగలరని అనిపిస్తుంది."

ఆయన కళ్లపాట గోళీలు చప్పుడు చేసుకుంటూ నా ఒళ్లంతటి మీద దొర్లేయి.

"తెలియదా? అయితే ఇంకా వినండి. ఉత్తనే వినండి. నేను చాలా చిన్నవాణ్ణి అప్పుడు. శిశువునే అనుకోండి. ఒక మధ్యాహ్నం చాలా గాఢమైన కునుకుతీసి లేచాను.

ఒక భోషాణం పెట్టె పక్కనున్న బొంతమీద పడుకున్న నేను. నాకేమీ బోధపడలేదు. బతికే వున్నానో లేదో కూడా స్పష్టంగా తెలియకుండా వుంది. ఆ సమయంలో, వసారాలో కూచున్న మా అమ్మ మండువాలో కూచున్న ఇంకో ఆడమనిషిని ఒక ప్రశ్న వేసింది 'కొండమ్మా, ఏం చేస్తున్నావ్ తల్లీ' అని. ప్రశ్న అతి అలవోక స్వరంలో వుంది. మండువాలో కూచున్న కొండమ్మతల్లి జవాబు ఇచ్చింది. 'ఏమీలేదు, పెసలు ఆరబెడ్తున్నాను' అని. వాళ్ళిద్దరూ అతి కేజువల్‌గానూ, కాస్త అస్పష్టంగానూ మాట్లాడేరు. కొండమ్మకి మా అమ్మ ఆ ప్రశ్న వేస్తుందనీ, మా అమ్మకి కొండమ్మ ఆ జవాబు ఇస్తుందనీ ముందు తెలుసునన్నట్టుగా ....అదండీ దెబ్బ. అప్పట్నుంచీ, అంటే ఆ శైశవావస్థనుంచీ నాకు గుర్రాలు గుర్రాలు కాకుండా పోయాయి. పిత్త పరిగలు పిత్త పరిగలు కాకుండ అయిపోయాయి. ఏనుగు దంతాలూ, గడియారపు ముళ్ళూ, బావురు కప్పలూ, దొమ్మరి గుడిశలూ, సైకిలు పంపులూ; ప్రామిసరీ నోట్లూ కడియాలు; పాంజేబులూ, ఊతప్పాలూ, పక్షుల అక్షౌహిణులూ, గునపాలూ, గసగసాలూ - అవి అవి కాకుండా పోయాయి.

నా వేపు మళ్ళీ గోళీల రాగమాలికని ప్రసారం చేశారు.

నేను మాట్లాడాలి. కుడిచెయ్యి హిప్ పాకెట్‌లో పెట్టి, దేన్నో వెతుకుతున్నట్టుగా కదిలించేను. నేనసలు దేనికోసమో వెతకడం లేదు. ఆ కదిలికలతో నా రూపాన్ని, నా పోశ్చర్‌ని, కొంతేనా మారిస్తే, నాకు ఆయన చెప్పే దానిలో యింటరెస్ట్ వుందని సూచించగలనని.

అలా హిప్ పాకెట్లో వెతకడం ద్వారా నా రూపాన్ని కాస్త మార్చగలిగేను అని అనుకుని, అన్నాను :

"ఇది చాలా ఆశ్చర్యకరమైన సంఘటనే. నాకు దీని తలా తోకా కనిపించడం లేదు. అయోమయంగానే వుంది. ఏదో అంతుపట్టని మర్మం వుంది. కొండంత కుంభకోణం వుంది. కారణం ఏమిటో స్పష్టంగా తెలియడం లేదుగాని, ఈ విషయం అంతా యిప్పటికిప్పుడు నాకోసం సృష్టించారేమో అనిపిస్తుంది."

అని, నా కళ్లు మూసుకున్నాను. పైన ఎడతెరిపిగా ప్రవాహంగా కురుస్తున్న ఎండని కళ్ల రెప్పల్తో మూసేయడానికి విఫలయత్నం చేస్తూ.

ఆయన నా మాటలు వినీ, విననట్లుగా కాస్త జ్ఞాపకాల భారంతో నాలుక తడబడుతున్నట్లుగా మళ్ళీ మొదలు పెట్టేడు :

"నిట్టనిటారుగా నిలబడి సహజంగా అడుగులు వేసుకుంటూ నడవలేకుండా వున్నానని సిగ్గుపడ్డం ఎందుకండీ నేను? నడుస్తూ వుంటే, రాజవీథుల్లో గానీ యిరుకుబొక్క సందుల్లోగానీ నడుస్తూ వుంటే కిక్కిరిసి వున్న ప్రజల ప్రక్కగా, మధ్యగా

నడుస్తూ వాళ్ల దేహాల్నిగానీ, వాళ్ల దుస్తుల్నిగానీ, వాళ్ల రెపరెప పరపర చప్పుళ్లు చేసే దుస్తుల పరిరంభంగానీ నా వొంటికీ మనసుకీ తగలకుండా, నాకు వాళ్ల, వాటి, వునికి కూడా ఏ నాలుగో డైమన్షన్‌లోనో తప్ప తెలియకుండా నడుస్తూ, కాస్త భూమికి ఎత్తుగానే నడుస్తూ పోతున్నానని సిగ్గూ, భయం, ఆశ్చర్యం, లజ్జా ఎందుకండీ నాకు? భీతీ, నిస్పృహా ఎందుకండీ? అయితే, అప్పుడూ అప్పుడూ యిళ్ల పక్కనించి వెళ్తున్నప్పుడు నేను ఒక నీడలాగా, ఒక బాహ్యరేఖలాగా, ఒక సీతాకోకచిలుకలాగా మాత్రమే అక్కడా అక్కడా వాలుతూ వెళ్లిపోతున్నానేమో అని ఒక చేదైన వ్యాఖ్య, ఒక లోతైన విమర్శ, ఒక నిశితమైన ఆరోపణ నామీద నేనే చేసుకుంటాను. అందుకని, ఈ బస్సు. ఈ బస్సులోనే, వుదయం ఆరునించి, అంటే బస్సులు రోడ్లమీదికి వచ్చినప్పట్నుంచీ తిరిగి గరాజ్‌లోకి వెళ్లిపోయేదాకా కూచుని, ఈ సీట్లోనే కూచుని ప్రయాణం చేస్తూ వుండటానికి, కొండలూ, కొబ్బరి చెట్లూ ఎగిరెగిరి వచ్చి నన్ను గుద్దీకుండా వుండటానికి, కళ్లు మూసుకుని ధ్యానం చేస్తూ ఉంటూ, అన్నిటినీ అంతటినీ కళ్ల గవాక్షాల కవతల ఉంచుతూ....''

నిశ్చయానికొచ్చేను, ఆయన చెప్పినది విన్న తరువాత, నాలోని అంతర్యాత్ర కూడా కుదుటపడి ఒక లైనులో ప్రయాణం చెయ్యడం మొదలు పెట్టాక. అదే చెప్పేను ఆయనతో యిలా : ''చూడండి, వసారాలో కూచున్న కొండమ్మతల్లికీ మండువాలో కూచున్న మీ అమ్మగారికి మధ్య జరిగిన సంభాషణలో ఏమీ కొత్తదనమూ, ఆశ్చర్యం కలిగించేదీ లేదు. ఆ వృత్తాంతంలో చాలా సాధారణత్వం ఉంది. ఎన్నిసార్లో విన్నాను, కన్నాను అటువంటి సంఘటనల్ని, అటువంటి కథల్ని, కొన్నిట్లో నేనుకూడా పాల్గొన్నాను. అంతా అతి సాధారణం, అతి సామాన్యం, మనం ఊపిరి పీల్చుకుని వదిలేయడం లాంటిది. చలికాలంలో భోషాణం గదిలో పడుకొని అక్కడే లేచి అటువంటి కొండమ్మతల్లి యిచ్చిన జవాబు వినడం, అమ్మవేసిన ప్రశ్న వినడం ఏదో కొత్త విషయం అనుకుంటున్నారా? నేను అలాగే అదే శైశవావస్థలో భోషాణం గదిలో ట్రంకు పెట్టెల పక్కన మెత్తటి బొంతమీద కునుకుతీసి లేచివుంటే ఆ ప్రశ్న నేను కూడా వేసి వుందును. ఆ జవాబే నేను కూడా యిచ్చి వుందును. మొత్తం సంభాషణ అంతా కూడా నేనే విని వుందును. అదే ప్రశ్న, అదే జవాబు, అదే బొంతా భోషాణమూనూ. ఇందులో అనూహ్యమైనది ఏమీ లేదు. అంతా కామన్, డెడ్‌కామన్, చచ్చినంత మామూలుతనం వుంది యిందులో. ఇంకా క్రిస్టల్ క్లియర్‌గా చెప్పాలంటే, యిందులో మామూలుతనం ఎంతగా వుందంటే, ఎవ్వరినేనా ఉక్కిరిబిక్కిరి చేసి ఊపిర్ని లాగేసి ఊరవతలికి విసిరేసేటంతగా.''

నా మాటలు ఆయనలో చాలా అద్భుతమైన మార్పు తెచ్చాయి. కళ్లు బాగా తెరిచారాయన. ఈసారి ఆయన కళ్లు తెరిచినప్పుడు, వాటిలో పావురాలు రంగు గోళీలు స్వల్ప వ్యవధి లలిత సంగీతపు ఝలక్‌లు కాకుండా, హంసధ్వని రాగంలో కలిసిన హిందోళరాగ ఖండాలూ సంగతులూ స్పష్టంగా దీర్ఘంగా వెండి నీరులాగా పారుతున్నాయి. శబ్ద సరోవరంలో అంచుల దగ్గర పిల్ల అలల్లాగా.

ఆయన వొళ్లంతా పేరుకునిపోయిన కొవ్వు నిప్పుసెగకీ మంట వేడికీ కరిగి కరిగి చతికిలపడిపోయిన మైనంలా ఆయన చుట్టూ ముద్దలు ముద్దలుగా పడిపోతూ వుంటే, ఆయన దృఢమైన అస్థి నిర్మాణం అతి స్ఫుటంగా అత్యంత సుందరమైన ప్రమాణాలలో కనిపిస్తోంది.

ఆయన నిట్టూర్పొకటి చాలా తేలిగ్గా విడిచారు. ఏ అడ్డుకున్న కొండో నడుంవంచి సలాంకొట్టి తన గుండెల్ని చీల్చుకుని ద్వారం చేసి రండి రండెహే అని దోవయిచ్చి ఆహ్వానించినట్లు నిట్టూర్చేరు. ఎంతో హాయిగా, ఒకవేపే పక్కమీదే మూడు సంవత్సరాలు పడుకున్న తరువాత, రెండోవేపు తిరిగి పడుకోడానికి ఉపక్రమించి నప్పుడు సహజంగా ఎంతో సంతోషంతో ఎంతో సుఖంగా తేలిగ్గా నిట్టూరుస్తారేమో; అలాగా.

నిట్టూర్చి అన్నారు: "మీరు నా భారాన్ని అవలీలగా దించేశారు. చూడండి. మీ టీ షర్టు ఎంత బాగుందో. ఎంతమంచి టెక్చర్! ఎంత మంచి ఖలర్! గోలీసోడా కొట్టినప్పుడు ఖయ్యిమంటూ మొదలు పెట్టి కీచుమంటూ దిగిన శబ్దపు ఖలరుందే, ఆ ఖలరండీ, మీ టీ షర్టు. మీ పంట్లాం కూడా లవ్లీ ఖలరండీ, మీ ముఖం కూడా. బాగా మరుగబెట్టిన గేదెపాలూ, అప్పుడే దింపిన పుట్టతేనే కలిసిన ఖలరూ, వర్చస్సూ. నావద్ద ప్రస్తుతం మూడు ప్రాజెక్టులున్నాయి. ఒక ఆరంతస్తుల పెంట్ హౌజ్‌తో సహా భవంతీ, ఐదంతస్తుల దొకటీ, ఒక ఫోర్‌స్టార్ హోటలూ, యింకా చిల్లరవీ. చాలా కాలంగా కోల్డ్‌స్టోరేజిలో ఉన్నాయి. మీరు పెట్టిన బిక్ష. మీకు కావాలంటే ఒక ఫ్లోర్ ఫ్లోరంతా వదిలేస్తాను. మరి నాకు ఆలస్యం అయిపోతోంది. దిగిపోతాను. గుంటూరు కూలీలు, కాకినాడ యింజనీర్లూ నాకోసం నాలుగేళ్లనించీ కాచుక్కూచున్నారు. మరినాకు బస్సు ప్రయాణాలక్కర్లేదు. ఢిల్లీలో కాన్సిస్టిట్యూషన్ లా మీద సెమినార్ కూడా ఉంది. నా పేరు వరద రాజులు. నా కార్డు యిదిగో తీసుకోండి. మళ్లీ కలుద్దాం."

బస్సు ద్వారం దాకా క్లార్క్ గేబుల్‌లాగా నడిచి, అతి లాఘవంగా, పాదాల్లో స్ప్రింగులున్నట్లు బస్సు ఆగకుండానే, చాలా స్టైలిష్‌గా గెంతేరు, వెనకనే ఎగురుతూ వస్తూన్న ధూళికంబలీ మడతల్లో కలిసిపోతూ.

బస్సు భారం తగ్గి, అతివేగంగా పోవడం మొదలుపెట్టింది.

ఆరు రోడ్ల జంక్షన్ దగ్గర దిగేటప్పటికి పదకొండూ పది అయింది. దిగి, నేరుగా చంటి కొల్లీకొట్టు దగ్గరికి చేరేను. మళ్లీ రెండు రత్నా జర్దాకి ఆర్డరిచ్చాను. ఆకులకి సున్నం రాస్తూ, మూతికి ఒక పక్కనించి పెదవులు కొరికెయ్యగా మిగిలిన మాటలు వొదులుతున్నాడు, పాత సంభాషణని పొడిగిస్తూ చంటి.

"గారబండోడు యిక్కడే కుదిరీసుకుందామని అనుకున్నాడు బాబు. ఆడికి మరో మాట లేదు. ఆ మేకలే. పోన్లే అని ఓ కరీమ్ బీడీ యిచ్చాను. కాల్చుకోపోరా అని, అలగిచ్చేనని అరకట్ట నాగీసీడుబాబు. అరగంట్లోనే. అ, అ యిదేటి బేరమ్బాబూ అని ఒక్కటుచ్చుకున్నానండి నమ్మకంగ. లగుచ్చుకున్నాడు సేతులెత్తుకుని. బాబూ దేసెంమీద ఈ పిచ్చోళ్లేటిల దిగబడిపోనారు?"

చంటిని ఏమీ అనలేం. ఎవర్నీ ఏమీ అనలేం.

నమ్మండి. నేను గారబంధ ఆయన మొత్తం బాధ్యత అంతా నా భుజాలమీద తీసుకున్నాను. గుండెల్నిండా నింపుకున్నాను. పెద్ద థియరీలు నాకు చెప్పకండి. అతనే నాకు అంతరాత్మ. నా వెనక నిలబడి, దగ్గుతూ చేతులు సగం ఎత్తి ఏవో అదృశ్య జీవకోటికి దండాలు పెటుతూ నాకు నా అంధకార ప్రపంచంలో అప్పుడూ అప్పుడూ దిక్కులు చూపిస్తూ, ప్రపంచ వ్యాపారాల్లో అట్టడుగున రహస్యంగా భయంకరంగా మెదిలే పెను సర్పాల్నించి నన్ను వారిస్తూ కాపాడుతూ వుంటాడని నిజంగా అనుకుంటూంటాను. అతని బాధ్యత మోస్తున్న నేను అప్పట్నుంచి యిప్పటికీ యింత తేలిగ్గా దిగులుగా కనిపిస్తున్నానంటే, గారబంధ ఆయనే కారణం. నిజం చెప్తున్నాను నమ్మండి. కాని అదంతా వేరే కథ. అది వేరే కథ.

ఎండ బుర్రమీద కుండపోతగా పడి తుళ్లుతోంది. గాలినిండా మండుతున్న కాంతి. తారురోడ్డు కరిగి జోళ్ల అడుగు భాగాల్ని స్లప్‌స్లప్‌మని దిగలాగుతూ వుంటే, ఆ ఎండ కమ్చీల్తో కొట్టినట్టు నన్ను తరుముతూంటే దరిదాపు పరుగులాగే నడిచి, పువ్వులు ముదురుతూ వున్న కళ్ళతో కట్టేసిన గోపాల్ జర్దా కిల్లీల్ని తడుముకుంటూ, యింటికి చేరేను.

టూకీగా చెప్పేస్తానింక. ఇంటికి రాగానే విన్న కబురు ఏమిటంటే, భగవంతం గారు మా యింటికి రావడం, వెళ్ళిపోవడం అయిపోయింది. నేను యింటినించి బయల్దేరిన మరుక్షణంలోనే వచ్చారుట. అసలు మేమిద్దరం మా యింటి గేటులోనే ఒకర్నొకరు క్రాస్ అయివుంటామట. నేను గేట్లోంచి బయటికి అడుగుపెట్టడం, ఆయన అడుగు లోపలికి వెయ్యడం - అలాగుట. ఇంకా చెప్పాలంటే, మేమిద్దరం ఒకర్నొకరు క్రాస్ చేసుకుంటూ అడుగులు వేస్తున్నప్పుడే, నాకు జ్ఞాపకం లేకపోవచ్చుగాని, ఒకళ్నొకరు 'దారికడ్డంగా లెండి' అనుకున్నాముట, విసుగ్గా,

ఒకళ్ళొకరు ముఖాలెత్తి చూసుకోకుండానే. నన్ను మళ్ళీ పిలిపిద్దామనుకున్నారుట కాని ఆయనే వద్దన్నారుట. ఆయన మూడు పంచలపాలెంలో ఏదో పంచకింద టెంపరరీగా వుంటున్నారుట. గువ్వల పాలెంలో కాదుట. రెండు గుళ్ళపాలెంలోనూ కాదట. మూడు పంపలపాలెమూ కాదు. ఆయన్ని కలియాలంటే అక్కడకు వెళ్ళి ఎవర్నడిగినా చెబుతారట. ప్రస్తుతం నేనేమిటి రాస్తున్నానని అడిగేరుట. టేబుల్‌మీద వున్న ఒక కాగితం మీద ఏడేళ్ళుగా రాస్తూ, తిరిగి రాస్తూ వున్న ఒక వాక్యాన్ని చూపిస్తే, ఆయన చాలాసేపు ఏకాగ్రతతో చూసి, ఒకసారి పైకి చదివారట: 'నేనంటే రెండు మనుషులని యిప్పుడిప్పుడే తెలుస్తోంది' అని చదివి, ఖద్దరు లాల్చీ జేబులోంచి ఆకుపచ్చ స్కెచ్ పెన్నొకటి తీసి, ఆ వాక్యం పక్కనే ఒక టిక్కు మార్కు పెట్టేరుట. దాన్ని నాకు చూపించారు. లేచి వెళ్ళిపోతూ, 'ఆయనకి యీ కాగితం యివ్వండి, సంతకం పెట్టేశాను' అన్నారుట. దాన్ని నాకు చూపించారు. ఒక మాసిన పాత కాగితం మధ్యలో ఒక పెద్ద సున్నా, ఒక చిన్న సున్నా, రెండు టిక్కు మార్కులూ వున్నాయి. ఆయన సంతకంగా, ఎర్రటి స్కెచ్‌పెన్‌తో గీసిందో, గీకిందో. ఆయన గేట్లోంచి వెళ్లడం మాత్రం మా గొప్ప వేగంగానట, మా గొప్ప ఊపుతోనట. ఎంత వేగంగా అంటే, ఆయన ఊపుకి గోడకు అమర్చిన గేటు వూడి ఆయనతో సహా కొంత దూరం యీడవబడిందట. ఆ వేగానికి, ఆ రాపిడికి ఒక దుమారం లాంటి మంటలేచి గోడల్ని కాల్చి పొగమరకల్ని వదిలేశిందిట. అంత దూకుడుగా, అంత విపరీతమైన రాపిడితో, ఉల్కలాగా దూసుకుని వెళ్ళిపోయారుట మూడు పంచలపాలెంలోని ఏదో పంచకిందికి.

* * *

చుట్టూ చీకటి వెల్వెట్ కర్టెన్ పూర్తిగా దింపినట్లుగా వుంది. నిశ్శబ్దం చుక్కచుక్కగా పడుతోంది. అంతర్ శబ్దాన్ని వినిపిస్తూ. సరస్సులో వలస పక్షులు అప్పుడూ అప్పుడూ చిన్న చిన్న ఆంతరంగిక ధ్వనులు చేస్తున్నాయి. సైబీరియన్ శీతాకాలపు మంచు మృత్యువు యింటిమేషన్స్‌ని జ్ఞప్తికి తెచ్చుకుని భయంతో వణుకుతూ గాబోలు. దూరంగా బి.ఎస్.ఎఫ్. ట్రక్ ఫస్ట్ గేర్‌లో కొండ ఎక్కుతున్న చప్పుడు సుదీర్ఘంగా వినిపించింది.

సుశీల మెల్లగా వరండాలోకి వచ్చి నా పక్కన నిలబడింది. తల మీద చెయ్యివేసి అతి వాత్సల్యంతో జుత్తు కదిపి లేపింది.

"లే, భోజనం చేద్దాం. లైట్లొచ్చాయి. పిల్లలు వెళ్ళిపోయారు. నువ్వు కథ పూర్తి అయిన మరుక్షణంలోనే అలసిపోయి నిద్రపోయావ్. పద. నా బంగారు దుమ్మలగొండివి కదూ, నా వజ్రాల పందికొక్కువి కదా. పద పద." అని నిద్ర ముంచుకొస్తూవున్న నన్ను లోపలికి తీసుకుపోయింది, చెయ్యి పట్టుకుని, భోజనం పెట్టడానికి.

* * *

అలా రెండు సంవత్సరాలు. రెండు సీజన్లు. ఎలా గడిచాయో. ఉద్యోగంలో గొడవలు వచ్చినప్పుడు బూటి, బాబుట్టి, కుబ్బ సమావేశం చేసి సలహాలు యిచ్చారు. తేనె రంగు వెన్నెల్లో గోధూళి సమయాల యింద్రజాలపు గంటల్లోనూ, మేం పిలిచినప్పుడూ, పిలవకుండా కూడా వచ్చి, నా కథలు వినడం, వాళ్ల కథలు - అవి వేరే - చెప్పడం.

సుశీలకి మొదట కాస్త కొత్తగా అనిపించేదేమో గాని రెండు సీజన్ల తరువాత, మూడోసారి వచ్చినప్పుడు, తనకి బాగా దగ్గరయిపోయి చనువయిపోయారు. తను దూరంగావున్న ఊర్లోకి వెళ్ళి తిరిగి వచ్చినప్పుడు 'ఇవిగో బూటికి స్కార్ఫులు, బాబుట్టికి లోలక్కులు, కుబ్బకి రసగుల్లాలూ, సందేష్‌లు' అంటూ ఉత్సాహంతో, ఆనందంతో యింటినంతా నింపి, టేబుల్‌మీద అన్నీ సర్దిపెట్టి, వాళ్ల కోసం వేచి వుండేది ఒకోసారి. ముగ్గురికీ ఏమిటేమిటి యిష్టమో అని ఆలోచించుకుంటూ తినుబండారాలు తయారు చేయించేది. సుశీల పిలుపుకి ఒకరి తరువాత ఒకరు సిగ్గుగా, చిరునవ్వుల్తో వచ్చేవారు ద్వారాల్లోంచి, కిటికీల్లోంచి, సరస్సులోని నీళ్ళు బిందువులుగా వాళ్ళ జుత్తు మీద యింకా మెరుస్తూ వుంటే. సుశీల యిచ్చే కానుకల్ని చూసి వాళ్ళు పడే సంబరం గదినిండా గుబాళించేది. ఆ సీజను - ఆ ఆఖరి సీజను - దరిదాపు అంతా సుశీలతోనే గడిపారు. దేహం కదలికలతోనే తనని తాను ఎక్కువగా ఎక్స్‌ప్రెస్ చేసుకునే సుశీల ఎంత మాటల పోగు అయిందనీ! నా స్టడీలో కూచుని నేను ఏదో రాసుకుంటూంటే, పడక గదిలో ఎన్ని మాటలు, ఎన్ని నవ్వులు, ఎన్ని పసిపిల్లల ఆటలు, పరుగులు! సౌభాగ్యం వెల్లివిరిసింది ఆ యింట్లో. ఆ ఆఖరి సీజను రోజుల్లో. కాని, ఫిబ్రవరి నెల రాగానే, వలస పక్షులు ముందు ఒకటీ రెండుగా, తరువాత గుంపులు గుంపులుగా తరలి పోయాయి. పిల్లలు కూడా ఆకాశంలోంచి సువార్తలు పంపిస్తూ ఎగిరి పోయారు.

* * *

యిరవయి ఏడేళ్ళ సర్వీస్ తరువాత, ఉద్యోగం విరమించి రేపే ప్రయాణం. అన్ని సామాన్లూ క్రేట్లలోనూ, పెద్ద పెద్ద ట్రంకుల్లోనూ, టీ ఛెస్ట్‌ల్లోనూ స్థిరబడి సిద్ధంగా వున్నాయి కేరియర్ల కోసం, లారీల కోసం. రెండు కేన్ కుర్చీలు మాత్రం మిగిలి వున్నాయి. అక్కడే వదిలేస్తాం కాబట్టి. సుశీల మూర్తీభవించిన వ్యాకులత్వం లాగా, కూచుని వుంది ఒక కుర్చీలో. నేను కిటికీ దగ్గర నిలబడి సరస్సు వేపు చూస్తున్నాను. ఆకాశంలో శరత్కాలపు రంగురంగుల మేఘాలు రాడానికి యింకా కొంతకాలం పడుతుంది. వర్షం, వర్షం వెనువెంబడే చలీ రావాలి. అప్పుడు వస్తుంది పక్షుల కాలం. సైబీరియాలో మంచు ఎడతెరిపిగా కురవడం మొదలు పెడ్తుంది. అప్పుడు పక్షులు వలస కార్యక్రమం మొదలు పెట్తాయి. ఇంకా పది, పదిహేను రోజులు పట్టవచ్చు.

లేక సైబీరియాలో శీతాకాలం కాస్త ముందే ఆరంభం అయితే, పక్షులు త్వరలోనే రెండు మూడు రోజుల్లోనే రావడం మొదలుపెట్టొచ్చు.

పక్క బంగళాకి వెళ్ళి ఆఖరి భోజనం చేశాం మిత్రులతో. కిందటి వారం అంతా పార్టీలూ, ఫోటోగ్రాఫులూ, కానుకలూ, వేదనా, ప్రశంసలూ. ఈ ఆఖరి రాత్రి తరువాత రేపు తెల్లవారుఝామున ప్లేన్ ఎక్కాలి.

యీ యింటినీ, యీ సరస్సునీ, యీ వూరినీ వదిలి, యీ యిరవయి ఏడేళ్ళ స్మృతి శకలాల్నీ మోసుకుని.

"రారు గాబోలు, మనం వెళ్ళేలోగా" అంది సుశీల.

"రారు."

"మరి ఎప్పుడూ రారా మన దగ్గరికి?"

"రారు"

"మన ఊరు వెళ్ళిపోయాక అక్కడికి రారా?"

"రారు"

"మరెప్పుడూ రారా?"

మరి జవాబు చెప్పలేని నాకు కళ్ళు సముద్రాలవుతున్నాయి.

సుశీల ఏమీ కనిపించని గాలిలోకి, కిటికీ ఫ్రేమ్ చేసిన ఆకాశపు చతురస్రంలోకి చూస్తూ ఏమనుకుంటూందో నాకు కనిపించలేదు.

చాలాసేపు అలా ఆకాశంలోకి చూసి, స్వప్నంలోంచి చైతన్యంలోకి వచ్చినట్లుగా, ఆఖరికి అంది :

"రాలేరు వాళ్ళు, పాపం"

యిదొక కలకొలనులో కలకలం. ప్రచండమైన కలయిక. ఇదొక నిర్భేధ్యమైన వ్యూహం. యిదొక మహా పారుదల. బరువుగా దిగులుగా యిదొక శక్తివంతమైన కుదుపు, 'బాధ్యత'లోకి నన్ను, మళ్ళీ, మళ్ళీ. మళ్ళీ, ఎప్పుడూ.

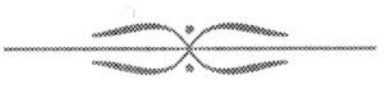

# నిద్ర రావడం లేదు

రై ళ్ళు కుడి చెవిలోంచి దూరి ఎడమ చెవిలోంచి పైకి పోతున్నట్లు, ఎడమ వేపు తిరిగి పడుకుంటే ఎవరో ఎర్రటి గోళ్ళతో మెడపట్టుకుని చీరుతున్నట్టు, కుడి వేపు తిరిగితే డేల్మేషన్ కుక్క, ఎలుగుబంటి లాంటిది, ఆకురాయిలాంటి నాలికతో పరపర నాకుతున్నట్లు....

లేచి, అద్దంలో చూసుకుంటే కళ్ళల్లో ఒక్క అయోటా అయినా నిద్ర కనిపించదు. రిస్ట్ వాచ్‌లో కాలం ఘోరంగా ముందుకు, రాత్రిలోంచి తోసుకుంటూ.... రెండు గంటల యిరవయి నిమిషాల పదహారు సెకండ్లు... పదిహేడు....

జగ్‌లోంచి మెల్లగా గ్లాస్‌లో నీళ్ళు పోసి మె..ల్ల...గా తాగి, ఆవులించి, పక్క మీద మల్లె పువ్వులాంటి షీట్ మీద ఒళ్ళు విరుచుకుంటూ పడుకుని - నటన - మళ్ళీ ఆవులిస్తూ, కళ్ళు మూసుకుని, ఆ క్షణంలో నిద్రపోయేవాడిలా - అంతా నటన - ఒళ్ళు కొంచెం ముడుచుకుని - అంతా ఎంత నటన - మిల్లులో నలిగి అలిసిపోయిన పెద్ద కూలీలాగ... ఏవో కలలొస్తున్నట్లు ఊహించుకోబోతూ వుంటే... డేల్మేషన్ గుర్రుమంటూ నాలికతో.... ఈసారి ఎముకల్ని గీరుతున్నట్లు. ఆ ఎవరివో గోళ్ళు, పారల్లాంటి గోళ్ళు, మెడలో గుచ్చుకుంటున్నాయి.

"పాత విషయాలు, తియ్యటివి, ఏవో జ్ఞాపకం తెచ్చుకుంటూ పడుకో" అని ఎప్పుడో అన్నాడు భుజంగం ది సైకో అనలిస్ట్... పెన్సిల్ చెక్కుతుంటే దోసకాయ తరిగినట్లు తరగబడిన ఎడమచేతి చూపుడు వేలూ, అమాయకంగా పుస్తకం తీసి దుమ్ము దులుపుతుంటే క్రూరంగా కుట్టిన ఎర్ర తేలూ, పరధ్యాన్నంగా ఎదురింటి వేపు చూస్తుంటే తన వేపే ఎప్పుడూ కళ్ళప్పజెప్పి చూస్తుంటాడని భర్తతో రిపోర్ట్

చేసిన మహా యిల్లాలూ, కటకటాల్లో ఏమీ తోచక పెడితే మళ్ళీ తిరిగి రాదనుకున్న కుడికాలూ, ఆకాశం అంత న్యూస్ పేపర్ పేజీలో బొక్కి పన్నులాగ నా నంబరే లేని ఫరీక్షా ఫలితాలూ .....

యిపీ.

ఎవరివో ఆ గోళ్ళు జగ్యులర్ రక్త నాళంలోకి గుచ్చుకుని....

డేల్మేషన్ స్థిరంగా కూచుని ఎముక చుట్టూ మిగిలిన మాంసాన్ని చీకుతూ...

"అది కూడా పని చెయ్యకపోతే గొర్రెల్ని లెక్క పెట్టు. వెస్టర్నర్స్ అలాగే చేస్తారు" అన్నాడు ఈ మధ్యనే భుజంగం ది సైకో. భుజంగానికి క్లయింట్స్ లేరు. సెల్ఫ్ మీదనే ప్రయోగాలు. దారిన పోతూంటే నేనొకణ్ణి దొరికాను. మొత్తం ఇద్దరు.

... తొమ్మిది వందల తొంభయి ఆరు... తొమ్మిది వందల తొంభయి ఏడు... ఎన్నో వందల నలభయి ఎనిమిది... ఎన్నో వందల నలభయి తొమ్మిది.....

గొర్రెల్ని దగ్గరగా ఎప్పుడూ చూడలేదు. చూసినట్లు జ్ఞాపకం లేదు. చాలా కాలం నుంచీ నాలో ఒక ఊహ. పల్లెటూర్లో నాకో ఇల్లు. గజపతి నగరంలో? కారంపూడిలో? తాడి, దువ్వాడ, బండ మీద? కమ్మ పల్లె? నాకో పెద్ద పొలం. "మాగాణి". నాకో రైతు. వెంకయ్య? ఈరినాయుడు? గురప్ప? రొబ్బి సోమన్న? సోమన్నే. వాడి పాకలో గొర్రెలు, మేకలు, ఆబోతులు. కొట్టాం. నేనక్కడకి సమ్మర్‌లో సిస్తులు వసూలికి. చిన్న స్టేషన్ దిగి ఎద్దుబండి. రామినాయుడు, కాదు సోమన్న వంగి వంగి దండాలు. డబ్బు, నలిగిన నోట్లు. వేడిగా పాలు కంచు గ్లాసులో. ఇంటి వెనక గొర్రెలు. గొర్రెలెలా వుంటాయి? మేకల్లాగ వుంటాయా? అసలు మేకలెలా వుంటాయి. ఇంకా అసలుకి వస్తే మేకలంటే ఏమిటి?

గొర్రెలకీ, మేకలకీ భేదం? ..... ఏభయి వేల తొంభయి నాలుగు... ఏభయి వేల తొంభయి ఆరు... తొంభయి వేల తొమ్మిది వందల ముప్ఫయి నాలుగు .....

ఈ గొర్రెలు పెరట్లో కంచె మీంచి గెంతుతున్నాయి. గెంతుతుంటే నా లెక్క.

పక్కింటి "బుగత" కిష్టయ్య కూతురొచ్చి వీధిలో నిలబడి అరుస్తోంది. తలుపు రెండంగుళాలు తెరిచి "ఎందుకు?" అన్నాను.

"మీ గొర్రెలు మా చేన్లో పడి పెసలన్నీ తినేస్తున్నాయి."

ఎడ్మినిస్ట్రేటివ్ ప్రాబ్లమ్. డెసిషన్ తీసుకోవాలి చప్పున. సోమన్నని పిలిచి "చూడు. ఏదో చెయ్యి" అన్నాను. సోమన్న ఒక కఱ్ఱ - లావుగా, గుణుపులతో? - పట్టుకుని పంచ పైకెగ్గట్టి దూకేడు కిష్టయ్య చేన్లోకి. కఱ్ఱతో సాము చెయ్యడం మొదలు పెట్టేడు. గొర్రెలు రూట్ మార్చి వెనక్కి తిరిగి గెంతుతున్నాయి.

.... తొంభయి తొమ్మిది వేల తొమ్మిది వందల ముప్పయి అయిదు ... తొంభయి తొమ్మిది వేల తొమ్మిది వందల ముప్పయి ఆరు ... తొంభయి తొమ్మిది వేల తొమ్మిది వందల ముప్పయి ఏడూ.....

గొర్రెల కాళ్ళు విరుగుతున్నాయి. పుర్రెలెగురుత్తున్నాయి. చెవులు - గొర్రెకి చెవులుంటాయా? - చెవులు తెగుతున్నాయి. నిండుగా, అన్ని అవయవాల్తోనూ లేవు గొర్రెలు.

... ఎన్నో వేల ఎన్నో వందల ముప్ఫయి ఆరూ డెసిమల్ రెండూ... డెసిమల్ మూడూ... పాయింట్ నాలుగు... డెసిమల్ అయిదూ... ఎన్నో వేల ఎన్నో వందల ముప్పయి ఒకటీ పాయింట్ ఆరూ....

సోమన్నేడీ? గెంతే గొర్రెనాక(డి)ని? నాక(ర్తి)ని? పట్టుకుని, నోరు విప్పి చూస్తే పళ్ళు రక్తమయం. సోమన్నేడీ? చేనంతా వెతికితే ఓ మూలని సోమన్న - ఉత్త ఎముకలతో సోమన్న - గొర్రెలు తినేశాయి సోమన్నని.

ఇంకో ప్రాబ్లమ్. ఊరి చివర పోలీస్ ఠాణా. కేసులు ఏమీ లేక, ఏమీ తోచక, ఠాణా కాంపౌండ్‌లో బంతి మొక్కలు పెంచుతున్న రేలంగి లాంటి కాన్‌స్టేబుల్‌తో "సోమన్నని గొర్రెలు తినేశాయి, రాసుకోండి" అని చెప్పి, వెనక్కి తిరిగి రాబోతూంటే, చెయ్యి పట్టుకులాగి, బఱ బఱ వీధిలోకి లాక్కొచ్చి, టౌనుకు పోయే ఒక లారీ ఎక్కించి, నాతోనే తనూ వచ్చి, భుజంగం ఇంటికి తీసుకు వచ్చి తలుపు తట్టేడు రేలంగి.

భుజంగం తలుపు తీస్తుంటే పై నుంచి, అంటే తలుపు మీదనే పెట్టి వుంచిన ఒక బకెట్ నీళ్ళు పడ్డాయి ముగ్గురి మీదా.

"బకెట్ కాంప్లెక్స్. ఓల్డ్ జోక్. లారెల్ అండ్ హార్డీ. జడవకండి. తడిసినా వణక్కండి. బెదరక లోనికి రండి" అన్నాడు. లోపలికి తీసుకు వెళ్ళేడు.

"ఎన్ని?" అన్నాడు.

"ఎన్నో వేల ఎన్నో వందల ముప్ఫయి మూడూ" అన్నాను తడుముకోకుండా.

నోట్ చేసుకున్నాడు నల్లటి డైరీలో..

రేలంగి అడిగేడు. "నన్ను కూడా నోట్ చేసుకోమంటారా?"

"వీడెవడ"న్నాడు భుజంగం.

"వీడో బంతి మొక్క. వీడి కడ నిలచి, చివాలున వంచి..."

"బంతి మొక్కయితే వెళ్ళి బంతి పువ్వులు పూయమను. ఎర్రటోపీ పూస్తాడెందుకూ?"

"అదొక ఎబరేషన్" అన్నాను సంజాయిషీగా.

రేలంగి ఒక విలన్ నవ్వు నవ్వి, "నా కన్నీ తెలుసు. ఫ్రాయిడ్, యుంగ్, ..... ఆల్బర్ట్ కామూ నేను చదవలేదనుకున్నారా. అదంతా మా ట్రెయినింగ్ లో వుంది. అంతా కొట్టిన పిండే మాకు. అయినా, అంతగా మీరు యిదవుతుంటే..." అంటూ బంతి మొక్కగా మెల్లగా మారుకుంటూ అలాగే నడుస్తూ పైకి వెళ్ళిపోయాడు.

భుజంగం చెక్కిన పెన్సిల్ ముల్లుని కసిగా నోట్లో పెట్టుకుని నములుతూ "ఇదిగో. నేనొక టెస్ట్ చేస్తాను" అని టేబుల్ కింద దూరి, ఏదో తీసి, పైకి లేచి చేత్తో ఒక చాకు చూపించి,

"దీన్ని చూస్తే నీకు తట్టే మాటేమిటి?" అని అడిగేడు.

"మళ్ళీ" అన్నాను.

బోధపడలేదు భుజంగానికి.

"ఏమిటి?" అన్నాడు.

"మళ్ళీ టేబుల్ కింద దూరి అది తియ్యి" అన్నాను. "అప్పుడేదో మాట తట్టుతుంది."

పేరు భుజంగం అయినా, మనిషి భల్లూకం.

మళ్ళీ కింద దూరి వగరుస్తూ పైకి లేచి "ఇప్పుడూ?" అన్నాడు ఆయాసపడుతూ.

"యథార్థం"

"మరీ ఆబ్వియస్. ఇంకో టెస్ట్." టేబుల్ డ్రాయర్ లోంచి ఏదో తీసి చూపించకుండా, "ఇదేమిటో చెప్పు" అన్నాడు.

"ఖడ్గమృగం తోలుతో తయారు చేసిన ఏష్ ట్రే. దీనిని పలు విధముల ఉపయోగించవచ్చు. ఒకటి..."

"నక్కలాంటి వాడివి. జిత్తులమారి. కలా లేదూ, పాడూ లేదూ, కాంప్లెక్సూ లేదూ. పో" అని లోపలికి పాములాగ జరజర పాకిపోయాడు.

తిరిగి వస్తుంటే సోమన్న ఎదురుపడ్డాడు. "బెంబేలు పడకండి. నేను సోమన్ననే. గొర్రెలు తినేసింది కిష్టయ్యని" అన్నాడు.

"అయితే, కోర్టులో ఎలా" అన్నాను వర్రీడ్‌గా.

... "సోమన్నని గొర్రెలు తినేశాయా? గొర్రెల్ని సోమన్న తినేశాడా? సదరు సోమన్న బతికే ఉన్నాడా? సదరు గొర్రెలు, సదరు కిష్టయ్య... యివన్నీ చాలా భారీ విషయాలు. జ్యూరీ వారు సావకాశంగా ఆలోచించి నిర్ణయానికి రండి" అన్నారు జడ్జ్.

"నాట్ గిల్టీ" అన్నారు జ్యూరీ ఒక్క గొంతుకతో, ఆ క్షణంలోనే. "ఎవరు నాట్ గిల్టీ? ఏమిటి మీ వాగుడు" కోపంగా జడ్జ్.

"మాకేం పని లేదా? మీ ప్రశ్నలకి జవాబులివ్వడానికి? పొలాలు దున్నుకోవాలి. నార్లు పాతాలి. ఏతాం కిర్రు. జనప... కలప.... అంటు మామిడి గెలలు... గెత్తాం... కౌలుకి!..." అంటూ జ్యూరీ కండువాలు దులుపుకుంటూ పైకి గొర్రెల మందలాగ వెళ్ళిపోతూ వుంటే.....

ఎన్నో లక్షల, యిన్ని వేల, అన్ని వందల నలభయి ఆరో గొర్రె కిష్టయ్య చేన్లోంచి పక్కనున్న మిషనరీ కాంపౌండ్ గోడ మీంచి గెంతుతూంది. గోడ గడియారం ఐదు కొట్టింది. ఐదు కొట్టిందా? ఒంటి గంట ఐదుసార్లు కొట్టిందా?

## ఉపసంహారం

# గురుప్రసాద శేషము

త్రిపుర కథలు చదివి త్రిపుర కోసం వెదుక్కున్నాను. త్రిపురే దొరికితే క్రమంగా కథల్నింక మర్చిపోయేను. త్రిపుర పుస్తకాలు ఆయన ప్రజ్ఞ లోతులకు చిన్నపాటి మచ్చు తునకల్లాగ ఉండి 'ఇవెందుకులే త్రిపురే ఉండగా!' అనిపిస్తాయి. 'రామ్‌సే బడా రామ్ కా నామ్ - అంత్ మే నిక్‌లా యే పరిణామ్' అని పాటున్నాది. నామ్‌సే బడా రామ్ లాగయ్యింది నాకు. కథలు, కవితలంటే ఒట్టి 'మాటలు' కావు, వాటికంటె చాల లోతైనవి, విస్తారమైనవని. సృజనకు ఆయువుపట్టు కవి సాహితీ మూర్తిమత్వమని త్రిపురను చూసి చూసి, చదివీ, వినీ గ్రహించుకున్నాను. త్రిపుర సారస్వత మూర్తిని, సృజనాంతరంగాన్నీ దగ్గిరిగా పరిశీలించి, అవి మౌనంగా పంచిచ్చే కరుణను, స్వస్థతను, పాఠాన్నీ అనుభవంలోనికి తెచ్చుకొనే అపురూపమైన అవకాశం, అదృష్టం నాకు దక్కేయి. త్రిపుర స్మృతిని, ఆయన ప్రజ్ఞనూ ఆయనతో నా పాతికేళ్ళ అనుబంధాన్ని తీరు తీరులుగా నెమరు వేసుకోటం నాకు గొప్ప ఆనందం, తెరిపి. అందుకే రాయటానికి ఒప్పుకున్నాను. కాని దానికి చాల వ్యవధీ, జాగా కావాలి. ఎంతో విస్తారమైన వాటిని లోతైన వాటిని మాటలతో వాక్యాలతో కాసిన్ని పేజీల్లోకి కుదించటంలోని నొప్పి సలిపే పుప్పి పంటిని ఒడుపుగా సగం సగం నొక్కుకున్నలాంటి సుఖమైన బాధ. త్రిపురనే చదివితే తెలుస్తుంది. గుండెల్లో ఎంతో ఉండీ ఎటూ ఏమీ అనలేనితనమే ఆధునిక జీవితపు బీభత్సపు మౌలికమైన లక్షణమని, దానికి ఆకృతినివ్వటమే సృజనకారుల పని అనీ Beckett అన్నారు -"To find a form that accommodates the mess, that is the task of the artist now" అని. నైరూప్యమే అసలు రూపం. జీవితానికి అమిరే రూపమని త్రిపుర. త్రిపుర కథలు, కవితలు, సంభాషణలు, మౌనం ఇవి వేరు వేరు కావు. అవన్నీ కలిసి అల్లేదారులు ఎంతో విస్తారము, సాధారణమైన అనుభవాల కంటె లోతు, అపరిచితమైన సృజనావరణానికి

దిక్సూచికల వంటివి. అందుకే ఈ కథలు త్రిపుర సృజనకు కేవలం ప్రవేశికలు. బెకెట్ రచనలూ ఇంతే. బెకెట్‌ని చదువుకుంటే త్రిపుర ఇంకా అర్థమౌతారు.

బెకెట్‌తో, ఆయన సృజన తత్వంతో త్రిపురకు, ఆయన సృజన తత్వానికీ కొట్టొచ్చినట్టుండే పోలికలు తవ్వుతున్న కొద్దీ అబ్బురంగా, ఇంకా తవ్వాలని ఉత్సాహంగా ఉంటుంది. బెకెట్ చెప్పిన mess ఆధునిక జీవితపు బీభత్సానికి, అర్థరాహిత్యానికీ, అంతరంగ వైకల్యానికీ సూచన. ధర్మం, దైవం, కుటుంబం, సంఘం వంటి వ్యవస్థలు, వాటిమీది నమ్మకాలు అనివార్యంగా ఛిద్రమయిన ప్రపంచంలో ఒంటరి, శంకితుడైన ఆధునిక మానవుడికి ప్రశ్నగా మిగిలినది. దాన్ని అందిపుచ్చుకోడానికి, ఆవిష్కరించటానికీ అలవాటైన భాష, ఊహ చాలవు. కాని అవి తప్ప వేరే గత్యంతరమూ లేదు. ఈ వైరుధ్యంలోంచి వచ్చే మార్మికత త్రిపుర సృజనకూ అనివార్యమయ్యింది. అస్తిత్వపు అనాది ప్రశ్నల చుట్టూ చరిత్రలో తొలిసారిగా కమ్ముకున్న ఇరవయ్యవ శతాబ్దపు నిరాశను, absurdity ని యథాతథంగా, సునిశితంగా అందిపుచ్చుకోడానికి సారస్వత కళకు అనువైన భాషనూ పద్ధతిని తయారు చేసినందుకు బెకెట్‌ను పాశ్చాత్య సమాజం కృతజ్ఞతతో, విస్మయంతో స్మరించుకుంటుంది. ఆయన సృజనను ఈనాటికీ అనేక కోణాల్నుండి పరిశీలించి చదువుకొనే పాఠకులు, పరిశోధకులు, అనుయాయులు, వీరాభిమానులూ ఆయన చుట్టూ ఒక cult లాగ తయారయ్యేరు. అది పట్టుబట్టి దర్శింపచేసే 'నిజాలు' వాళ్ళకి కావాలి. మర్మపు మాటలతో, తర్కాన్నీ హేతువునూ మర్యాదనూ కవ్వించి, బెల్లించి, అవమానించి, బుజ్జగించే ఊహా శకలాలతో ఆయన నిర్మించిన సారస్వతం చుట్టూ అంతకు వెయ్యింతలుగా Beckett Canon తయారయ్యింది. కొన్ని వందలమంది పరిశోధకులూ, వందలాదిగా పుస్తకాలూ, బెకెట్ స్టడీస్ కోసం ప్రత్యేకంగా పత్రికలూ - ఇలా ఒక ప్రపంచమే తయారయ్యింది.

త్రిపుర చుట్టూ కూడా ఇలాంటి cult ఉంది. ఇది కావాలని ఆయన అనుక్కోలేదు. దాన్ని పోషించే ఏ అవకాశం ఇవ్వకుండా ఏభయ్యేళ్ళు పాటు ఒక్కళ్ళూ స్థిరంగా నిలబడ్డారు. Albert Camus మాటల్లోన He refused to play the game. అయినా ఆయన చుట్టూ త్రిపుర అభిమానుల వలయం లాగనే తయారయ్యింది. ఈ కొద్దిపాటి పాఠకులకు, అభిమానులకూ అనివార్యంగా, తప్పనిసరిగా త్రిపుర కావాలి. వాళ్ళు జీవితపు చిక్కు ప్రశ్నల్ని గురించి ఆసక్తితో, కలవరంతో అగ్గగ్గలాడు తుంటారు. ఇలాంటివాళ్ళు త్రిపురను ఒకసారి చదవటం తటస్థిస్తే ఇంక పులి నోటికి చిక్కిన లేడిపిల్లలాగ తప్పించుకొని పైకి రాలేక గిలగిల్లాడతారు. ఈ కొద్దిమందే

త్రిపుర పాఠకులు. అదొక కిరీటం ఏమీ కాదు. కొందరి అభిరుచి, ఆసక్తి తీరు ఇలాగ. వీళ్ళు త్రిపుర సృజనను ఒకటి రెండుసార్లు చదివి పక్కన పెట్టలేరు. వాటి చుట్టూ ఏళ్ళ తరబడి చక్కర్లు కొడుతూ అవి అంత నిజాన్నీ ఒకేసారి ఇవ్వకుండా నెమ్మదిగా బొట్టూ బొట్టూ స్రవించే మాదీఫల రసాయనాన్ని ఒంటబట్టించుకుంటూ 'ఇంకా కావాలి త్రిపుర! ఇంకా...ఇంకా....' అని పలవరిస్తారు. త్రిపుర స్వయంగా కాఫ్కా సృజనకు ఇలాగే చిక్కుకున్నారు - ఒదిలించుకోలేని అబ్సెషన్ లాగ. బెంగళూరు నుండి కేకే రామయ్యగారు త్రిపుర సృజనకు ఇలా చిక్కుకుని గిలగిల్లాడుతున్నారు. ఆయన, ఇంకొందరు అభిమానులూ త్రిపుర కథల్ని మూడోసారి మళ్ళీ ప్రచురించాలని త్రిపురనీ అత్తలూరినీ అందర్నీ లేవగొట్టేరు మళ్ళీ...ఊరుకున్న దెయ్యాల్లారా మేలుకోండని.

త్రిపుర కథలకు యాభయ్యేళ్ళు. వాటిలో కనిపించేవి త్రిపురలోని ఎర్ర భిక్కు అనార్కిష్ట్ అబ్సర్డిష్ట్ కళ్ళు తిరుగుతుంటే జుమ్మెత్తి పడిపోకుండా సృజన చెయ్యి గట్టిగా పట్టుకుని పలవరిస్తున్న ఏభయ్యేళ్ళ క్రిందటి ప్రపంచపు దృశ్యం, అంతకంటే చాలా పురాతనమైన మనిషి అస్తిత్వపు ప్రపంచమూ. దాన్లోని నాయకుడు, సూత్రధారీ ఏక కాలంలోనే తెలుగువాడు, భారతీయుడు, విశ్వ సంస్కృతిని ఒంటపట్టించు కున్న ఆధునికుడూ, అనాది మానవ జంతువూ. కథల్లోని సన్నివేశాలు మాటలూ 'వాస్తవం'లా ఉన్నట్టే ఉండి, ఉండుండి గజిబిజిగా అయిపోతాయి. దాదాపు అన్ని కథలూ ఇలాగే. ఇదుగో ఇది ఇది, అది అదీ అని చెప్పవుగాక చెప్పవు. అర్థోక్తి అంటే త్రిపురకు ఇష్టం. కథలకి కావాలని నలుగురూ ఆశించే తలా తోకా లేకుండా అవి ఒక్కోసారి నడుములూ పదేసి తలలూ వేసుకుని, జీవితోత్సవపు రణగొణ జాతరలో అగ్గి మంటలు ఊస్తూ సంచరిస్తూ రకరకాలుగా ఇక్కడ కనిపించి తటాల్న మాయమై అంతలోకే అక్కడ ఇంకో రకంగా ప్రత్యక్షమయ్యే చైనీస్ డ్రాగన్లలాగ మానవుల ఔద్వేగిక ప్రపంచపు ఆంతరంగిక అఖాతపు పార్శ్వాలన్నింటినీ సర్రున ఒరుసుకుని రాసుకుంటూ కలయదిరుగుతుంటాయి. కథకి ఇది మొదలూ, అది చివరా మధ్యలోన ఇలాగ కదా అని తనకు నచ్చదని, అలాగ అక్కర్లేదనీ, సృజనలో కన్ఫెషన్ ఆశిస్తాననీ త్రిపుర చెప్పుకున్నారు. కన్ఫెషన్ అని త్రిపుర చెప్పింది Camus, Sartre, Dostoyevsky వంటి అస్తిత్వవాదుల సృజనల్లో ప్రబలంగా ఉంది. త్రిపుర అభిమానించే కాఫ్కా, ఇషర్వుడ్ సృజనను ఒక ప్రార్థన అని, సాధన అనీ చెప్పుకున్నారు. బెకెట్ సృజనలో ఇది అంతర్లీనంగా ఉంది. కన్ఫెషన్ అంటే లోక వ్యవహారంలో సాధారణంగా అనుక్కునే పశ్చాత్తాపమని కాదు. కళాకారులు తమ అస్తిత్వపు

మౌలికమైన అనుభవాన్ని అంతకంటె ఇంకే మెరుగులూ దిద్దకుండా ప్రకటించుకొనే అభివ్యక్తి. బెకెట్ ఇప్పటికాలపు సారస్వత సృజనకు ఇది తప్పనిసరి అని నొక్కి చెప్పేరు. ఆయన సృజనలో స్పష్టత, నిర్వచనం, నిర్ధారణలను వ్యతిరేకించేరు. Art has nothing to do with clarity, does not dabble in the clear and does not make clear అన్నారు. సృజన కారుడంటే జీవితపు బీభత్సానికీ, విషాదానికీ ఉపశమ నంగా ఉదాత్తమైన సత్యాల్నీ, జవాబుల్నీ స్పష్టంగా గుళికలు చేసిచ్చే భిషగ్వరుడేం కాడు. అందరిలాగే బతుకు బరువును తనూ మోసుకుంటూనే ఆ నిరాశను, నొప్పినే మాటల్లో అందిపుచ్చుకొని చెక్కే కళాకారుడని ఆయన చెప్పుకున్నారు. త్రిపుర ఇంతే. ఇలాగే అనుకున్నారు. ఇంతకు మించిన నిర్ధారణలు, ఉవాచలు 'ఒద్దు వై!' అనుకున్నారు.

త్రిపుర సృజనలు అసాంతం ప్రతికాత్మకంగా, సగం చెరిగిన జాడలు, చెదిరిన గుర్తులతోను, ఒకదాన్లోంచి ఇంకొకదానికి లంకెల్లాటి ఆచూకీలతోనూ allusionల మయమై ఉంటాయి. అవి వినపడీ వినిపించకుండా చేసే చిత్రమైన ధ్వనులు. అంతర్లీనంగా ఆత్మ చారిత్రాత్మకంగా కనపడీ కనిపించకుండా చిత్రించే వర్ణాలతో మాగన్నుగా పొడచూపే నిజాలే వాటి ఆకర్షణలు. అవి మార్మికత చాటున అబద్ధాలాడవు. కేవలం కథ పాఠాన్ని పేరాలు, వాక్యాలుగా సందర్శిస్తూ, ఇతివృత్తం కోసం, సాంఘిక వాస్తవాల కోసం, సందేశం కోసం వెదుక్కునే దృష్టికి అవి బహుళ అగమ్యగోచరంగా ఉంటాయి. నిరాశ కలిగిస్తాయి. వాక్యాలు విశదం చేసే ఆలోచననూ, పదబంధాల అర్థాల్నీ, కథ సందేశాన్నీ తర్కించి త్రిపుర సృజనను అర్థం చేసుకోలేము. అలాంటి దృష్టి ఆటంకం అవుతుంది. తప్పని కాదు. అది ఒక తోవ. ఇందుకు ఎడంగా త్రిపుర పాఠకులు ఇతివృత్తానికి, మాటకు, ఆలోచనకు పగ్గాలు పూర్తిగా చేతికిస్తే ఉండే ఇబ్బందుల్నీ, అనర్థాన్నీ గ్రహించుకొని ఉంటారు. వాళ్ళు ఏరికోరి ఇష్టంగా వెతుక్కుంటూ వచ్చేరు కాబట్టి అలాగే సృజన ఆవరణంలోకి ప్రవేశించి, సృజనలోని 'అర్థం' ఏమిటో విప్పి చెప్పమని కథను, కథకుణ్ణీ దబాయించకుండా తమకు తాముగా తమదైన అర్థాన్ని నిర్మించుకోగలుగుతారు. బెకెట్ మరీ అడగ్గా అడగ్గా Waiting for Godot మొదలైన తన నాటకాలను ఇలాగ 'కథ'ను తమకు తాముగా నిర్మించుకొని ఆస్వాదించాలని సూచించేరు. త్రిపుర కథలు బెకెట్ సృజనంత సాంద్రంగాను, సంక్లిష్టంగాను ఉండవు. వాటిని అర్థం చేసుకోవాలని నిజమైన, ప్రబలమైన ఆసక్తి ఉంటే, వాటిలో అడుగడుగునా తారసపడే ప్రతీకల్నీ, జాడల్ని గురించి కథలోను, కథ బయటా వెదుక్కొని, క్రమంగా అవగతం చేసుకోవచ్చు. ఉదాహరణకు త్రిపుర సృజనావరణం నిండా Existentialism, Absurdism,

Anarchism, Nihilism, Zen Buddhism - ఈ ఐదింటి ఛాయలు కొట్టొచ్చినట్టు సర్రియలిజం కలగలిసి కనిపిస్తాయి. ఎల్లప్పుడూ ఎంపిక నీదే అని జ్ఞాపకం పెట్టుకోవడం; ఈ 'ముడి'ని ఎప్పటికీ విప్పలేకపోవటం; భగవంతం కోసం ఎదురుచూడ్డం; ఇది అసలు ప్రపంచం కాదు, ఒక కాపీ, నకల్, కౌంటర్‌ఫీట్ అనుకోవటం. నువ్వు, అతనూ అంటూ లేకపోతేనే నేనుకి అసలు అర్థం ఉందేమో అని సందేహమూ - ఇలా అడుగడుగునా. పగ్లా దెసాని, శేషియో, సుశీల, భగవంతం, భాస్కర్ ఇంకా గారబంధ మళ్ళీ మళ్ళీ! త్రిపుర కథలతో కత్తు కలపడమంటే సృజనల ప్రహేళిక లోనికి తొలిసారిగా ప్రవేశించేక ఏళ్లతరబడి ఇలాంటి జాడల వెంట తోవలు వెదుక్కుంటూ, కనిపించని ద్వారాల తలుపులు ఒక్కొక్కటీ తెరిచి లోనికి, ఇంకా ఇంకా లోపలికి ఈడ్చుకుపడిపోతూ, అవి చూపించే కొత్త కొత్త తోవల్ని చూసు కుంటూ చేసే సాహస యాత్ర. ఇది కావాలని, సంకల్పించి ప్రయత్నించి చేసేది. చెయ్యగలిగేది కాదు. త్రిపుర సృజనే ధ్యాసను తప్పనిసరిగా, అనివార్యంగా ఈడ్చుకొని పోతే మరి తప్పించుకోలేక సాగించేది. ఇలాంటి పఠనం కొన్ని సంవత్సరాల పాటు ఒక పరిశోధనలాగే జరిగినా, తరచి చూస్తున్న కొద్దీ కొత్తగా కరుగుతూ అనుభవాన్ని గహనం విశాలం చేస్తాయి కాబట్టి ఈ కథలు బహుశ కాలానికి నిలుస్తాయి.

నాకు ఇలాగ అనుభవమైన కథలు కొత్తవాటినుండి రెండు ఉదాహరణలు- వలసపక్షుల గానం ఒకటీ, గొలుసులు - చాపం - విడుదల భావం ఒకటీ. వీటిలో రెండో కథను తన కథలన్నింట్లోకీ ఎక్కువగా తనకిష్టమైన కథ అని త్రిపుర అన్నారు. ఇది చదవగానే నాకు అనుభవమయ్యింది, ఇబ్బంది లేకుండా. ఈ కథలోని ఇతివృత్తం బెకెట్ చెప్పిన మెస్ - త్రిపుర మాటల్లో డిజార్డర్. "Artists pursue meaningless-ness until they can force it to mean something. They immerse themselves in chaos to give it form" అని Rollo Mayo అన్నారు. ఈ విషయమంటే నాకు చాల ప్రగాఢమైన ఆసక్తి. అంతేకాక ఈ కథలోని కథానాయకుని కాల్పనిక మూర్తితో నాకు బాగా పరిచయం. ఈ కథలో తాత్వికుల జిజ్ఞాసకు, అస్తిత్వపు అరాచకపు వేదనకూ, అలవాటైన వానాకాలపు బురద వీధులకూ, ఎడతెగని ఆలోచనలకూ లంకెలున్నాయి. దశాబ్దాల కిందటి ఈ కథ ఆ రోజుల్లోనే అవగతమైనా, త్రిపురవంటి వాళ్ళే ఇంకెందర్నో చదువుకుంటూ నన్ను నేను చదువుకుంటూ మళ్ళీ మళ్ళీ చదివే ప్రతిసారీ కొత్తగా ఇంకేవో లోతుల్ని స్ఫురింపచేస్తుంది. వలసపక్షుల గానం అలాక్కాదు. అది చాల ప్రతీకాత్మకం, ఆత్మ చరిత్రాత్మకమైన కథ. ఈ కథ పూర్తయిన తరవాత రాత ప్రతిని త్రిపుర నాకిచ్చి, తీసుకెళ్ళి చదవమన్నారు. సుమారు ఇరవయ్యేళ్ళ కిందట. ఆ కథ

చదివి చదివీ కూడా నేను సొంతం అర్థం చేసుకోలేకపోయేను. ఏమీ అనకుండా త్రిపురకే తిరిగిచ్చీసేను. కాని ఆ తరువాత చాలా ఏళ్ళకి మళ్ళీ చదువుకుంటే ఆ కథ నాకు 'అర్థం' అయ్యింది. కథ మారలేదు. త్రిపుర మారలేదు - మారింది నేను. ఏమేం మారేయంటే కుబ్బ, బాబుట్టి లాగే మాకూ పిల్లలు, ఇల్లొదిలి వలస పోయి మేమూ వలస పక్షులమయ్యేము. ఇంతే కాక త్రిపురతో కుటుంబంతో పరిచయం విస్తారమయ్యి ఇప్పుడు కథలోని కుబ్బ, బుట్టి, బాబుట్టి వీళ్ళందర్నీ వెంట వెంటనే స్ఫురణకు తెచ్చుకోగలను. కాల్పనిక సృజన నుండి నేను ఆశించేది కూడా ఉదారమయ్యి,..... ఈ కథలోని గారబంధ, వీరబాహు, బిల్డింగ్ కంట్రాక్టర్‌గా మారిన లా ప్రొఫెసర్ వంటి అధివాస్తవిక ప్రతీకల్ని అంగీకరించగలను. ఇలా నా స్వానుభవమూ, త్రిపుర ప్రపంచంతో నా పరిచయమూ రెండూ విశాలమయ్యి ఇప్పుడు ఆ కథలోని వస్తువు, ఆవరణం, మనుషులు, అధివాస్తవిక ప్రతీకలు నాకు ఎక్కుతున్నాయి.

బెకెట్ సృజనల ప్రత్యేకతను 'He doesn't write about something. He writes something.' అని ఎత్తి రాస్తారు విమర్శకులు కొందరు. 'When hs is looking at a picture, he becomes the picture' అనీ. త్రిపుర కథల్లో కథకుడు ఎడంగా నిలబడి 'అది కథ, ఇది నేను, ఇది మీరు - మీకు నేను చెప్తున్నాను వినండి!' అనే సూచన అంతరాంతరాల్లో కూడా స్ఫురించదు. కథా సంభాషణలూ ఉన్నట్టుండి మర్యాద సరిహద్దుల్ని అతిక్రమించి - కథనాన్ని, సన్నివేశాల్నీ, సంభాషణనూ కనపడని చెయ్యేదో తడిగుడ్డతో అలికీసినట్లు రూపిస్తాయి. బెకెట్ పాత్రల్లాగే అవి ఒక సంశయాత్మకమైన పలవరింతల్లాగ మాట్లాడ్తాయి. అవి ఏ 'కథ'నూ 'చెప్పవు'. స్వయంగా బెకెట్ సంభాషణలు ఇంతేనట. 'Beckett speaks precisely like his characters - with a pained hesitation, but also with brilliance, afraid to commit himself to words, aware that talk is just another way to stir dust' అన్నారు. త్రిపురతో సంభాషణలు ఇలాగే ఉంటాయి. ఈ కథల్లోని మాటలు కథను నిర్వహించటం కోసం కథకుడు ప్రణాళిక వేసుకొని మాట్లాడిస్తే అంటున్నట్టు మాట్లాడవు. ఇతివృత్తాన్ని నిర్మించి కథను ముందుకు నడిపించడం కోసం మాట్లాడవు. కథ ఆవరణం అంతా అంతరంగికం; కథ నడిచేది లోకంలోనే అయినా దాని అసలు వేదిక పాత్రల మనోరంగమే. ఆ ఆవరణాన్నే మాటల రంగుల దృశ్యాలుగా గోచరింపచేస్తూ తమలో తామే మాట్లాడుకుంటున్నట్టుంటాయి. అవి కథకుడు ఒక ఉన్మాదం వంటి frenzyలోన అన్ని పాత్రల్లో తను తల్లీనమై పలవరించే మాటల్లాగ. ఎందకు రాస్తారో

తనంతట తనే 'ఒక్కోసారి చాలా ఒంటరితనంగా, దుర్భరంగా ఉంటుంది అప్పుడే రాస్తాను' అని త్రిపుర చెప్పుకున్నారు. రాస్తే తెరిపినిస్తుంది. ఇది సృజనశీలురైతే అర్థం చేసుకుంటారు. బెకెట్ చెప్పుకున్నదేమంటే Without writing, he could not have gone through the wretched mess of the daily round. He had to leave *'a stain upon the silence'*, and remind men of the eternal truths of life and death. ఇలాంటి నిశ్శబ్దపు పిలుపునే త్రిపుర వర్ణించింది - 'నిశ్శబ్దపు పిలుపు వినగలవు నువ్వు; నిశ్శబ్దపు గర్జనను వినగలవు; ఈ ప్రపంచం కంటే లోతైన ప్రపంచాల్లోంచీ' అని.

త్రిపురతో నా అనుబంధానికి పాతికేళ్ళు. కుష్టువాళ్ళ హాస్పటల్ ఎదురుగా కొండ దిగుతూ చాలా ఇరుగ్గా ఒక సందుండేది. దాన్లో ఒక వంద కొళాయిగొట్టాలేనా వంపులు వంపులుగా దిగుతుండేవి. అలా దిగ్గా దిగ్గా అక్కడ శాఖా గ్రంథాలయం ఉంటుంది. అక్కడ త్రిపుర కథలుంటాయి. అవి చదివి నాకు అక్కడికక్కడే షాక్కొట్టినట్టయ్యి, అగ్గి రుంజుకున్నాది. వాళ్ళతోని వీళ్ళతోని అనగా అనగా ఒకళ్ళు 'ఆయనిప్పుడు ఈ ఊళ్ళోనే ఉంటున్నారు వై!' అన్నారు. త్రిపుర కథల్ని చదివి త్రిపురని వెతుక్కున్నాను. అప్పటి నా ప్రపంచంలో త్రిపుర కథలు అంతలా ఎందుకు ఆకట్టుకున్నాయి? అప్పుడు నాకు పంధొమ్మిదేళ్ళు. కుటుంబాల్లో, యూనివర్సిటీలో, ఊళ్ళో వ్యాపారాల మీద, కళలు సాహిత్యం అంటే ఇష్టపడే మనుషుల మధ్యా తిరుగుతూ బతకడం ఎలాగో అర్థం చేసుకోడానికి గింజుకుంటున్నాను. నాకు అంతరంగం, ప్రకృతి, ప్రవర్తన ఇవన్నీ ఎలా పనిచేస్తాయని చాలా జిజ్ఞాస. అంటే - వేలు ఎలా పనిచేస్తుంది? మనం ఒక్కోళ్ళ దెగ్గిర ఒక్కోలా ఎందుకుంటాము? ఇలాగ. జిడ్డు క్రిష్ణమూర్తి గారి పుస్తకం దొరికింది. "Most human beings are selfish. If one is aware that one is selfish, one hides it very carefully and conforms to the pattern of society which is essentially selfish. The selfish mind is very cunning. Either it is brutally and openly selfish or it takes many forms...." అంటే 'అమ్మనీ! ఈయన కరక్టుగన్నాడు!' అనుకున్నాను. మా నాన్న వెర్రి బాగులాడు. 'సరిపిల్లి శ్రీరామ్మూర్తి గుమస్తాగా జాయినయ్యి గుమస్తాగానే రిటారయ్యేడు!' అని గదీ వంటిల్లు సంసారంతో గర్వంగా చెప్పుకుంటూ తిరిగేవారు. అంతగా ఆలోచించలేని అమాయకుడు కాబట్టి అలాగ హాయిగా బతుకుతారని అనుకున్నాను. నేను మా నాన్నలాక్కాదు. నాకు బుర్రనిండా ఆలోచనలు, ఆరోపణలు, పోలికలు, ప్రణాళికలు, ప్రశ్నలు. త్రిపుర కాడికెళ్ళేను. ఆయన్నీ చూసి చూసి అనుకున్నాను - ఈయన అఖండమైన ప్రజ్ఞావంతుడు. కాని మా నాన్నలాగ, నాతో ఇగటాలాడుకుంటూ మెసిలే

కూలీ నాలీ జనంలాగ, చిన్న పిల్లల్లాగ ఈయన కూడా ఉట్టి వెర్రిబాగులోళ్ళాగ ఉన్నాడు. జేకేగారు చెప్పిన 'మోస్ట్ హ్యూమన్ బీయింగ్స్' లాక్కాదీయన అనుకున్నాను. నాకు ఎక్కడికెళ్ళినా ఎవర్ని చూసినా ఎవరి దునియాలో వాళ్ళు ఏదో 'గుద్దుకున్నట్టు' గుంటుంది. మీ దెగ్గిర అలాగ లేదు. హాయిగా ఉంటుంది అంటే 'ఒహో? నీకలాగుంటాదివై!' అని నవ్వేరు. కూలీ నాలీ జనం దెగ్గిర హాయిగా ఉంటుంది, ఎందుకు త్రిపుర? అంటే 'అవునువై. సింపుల్ సౌల్స్ కదా!' అన్నారు. దా ఇలాగొచ్చీవై! అన్నారు. త్రిపురే దొరికితే క్రమంగా కథల్నింక మరిచేపోయేను.

బెకెట్‌ని గురించి విని 'ఈయనా త్రిపురలాగున్నాడు!' అనుకున్నాను. అభిమానులు, విమర్శకులూ బెకెట్‌ను secular monk అన్నారు. త్రిపురకి పుస్తకాల షాపుల్లో 'యోగి' అన్నలాంటి అభిప్రాయం పెట్టుకుని ఎగస్ట్రా డిస్కౌంట్లు ఇస్తారు. బెకెట్ త్రిపుర లాగనే సారస్వత చర్చ ఒద్దు, సాహిత్యపు సాంగత్యాలు ఒద్దని ఒక recluse లాగ బతికేరు. ఎప్పుడైనా అరుదుగా ఆయన్ను కలిసే అవకాశం దొరికినవాళ్ళు He is kindness it self అని అబ్బురంగా చెప్పుకున్నారు. త్రిపుర కరుణ అవ్యక్తము, అనుభవైకవేద్యమైనది. బెకెట్ సన్నిహితులు ఆయన్ను గురించి "....-such economy marked his every move.....Talking to him privately, one could feel Beckett belonged to a different order and relish this awareness of the presence of genius - though any such suggestion would have struck him as ridiculous" అని చెప్పుకున్నారు. త్రిపుర సమక్షంలో ఇలాగుంటుంది. త్రిపుర కొద్దిపాటి మాటలు, రాతలు, మౌనమూ ఆయన సృజనలాగనే విస్తారము, గహనమైన అనుభవానికి, లోకంతో మమేకమైన సహానుభూతికి, క్షమకూ కేవలం సంకేతప్రాయాలుగా ఉండి, అందుకో గలిగితే సహాయంగా ఉంటాయి. బెకెట్ సృజననూ త్రిపుర సృజనలాగనే శూన్యవాదమనీ, నిరాశావాదమనీ, నిష్క్రియాపరత్వమనీ అన్నారు. ఆయన్ను దగ్గిరసా పరిశీలించినవాళ్ళు, అర్థం చేసుకున్నవాళ్ళు మాత్రం "His work permeated with love for human beings and with a kind of humour that I could reconcile neither with despair nor nihilism" అని చెప్పుకున్నారు. ఈ మాటలు త్రిపురకు ముమ్మార్తులా సరిపోతాయి. ఆయన సృజన సూచించే తోవ బెకెట్ కళాకారుల బాధ్యత అని హెచ్చరించిన తోవ. "There will be a new form, and this form will be of such a type that it admits the chaos and does not try to say that it is really something else" అని బెకెట్ చెప్పుకున్న రూపం త్రిపుర సృజన రూపం. కాని మన confusion తెలుగు కన్ఫ్యూజను. మన బతుకు తెలుగు బతుకు. కురపాం

మార్కెట్లో కూరలు కొనుక్కోని, బురద రోడ్ల మీద సైకిల్ చైన్లూడగొట్టుకుని, ఔటర్ హార్బరు బాంబింగులైతే ఊళ్ళొదిలి పారిపోయి, పొట్టచేత పట్టుకుని దేశాలంట పోయి, రహస్య జీవితాల్ని దాచుకొని డుస్కీ మాటలు చెప్తూ, వింటూ యా పద్మరాగాయితా మని రవ్వ దోశలు కరకర నములుతూనే అట్నుంచి ఏడో నెంబరు కోసం ఇట్నుంచి పదమూడో నెంబరు కోసం ఎదురుచూసే అల్లడ తల్లడ. అందుకే ఈ త్రిపుర తెలుగు త్రిపుర.

త్రిపుర బాల్యం ఆంధ్ర, ఒరిస్సా సరిహద్దుల్లో. హైస్కూల్, కాలేజీ చదువు విశాఖపట్నంలో. విశాఖపట్నం మీద బాంబులు పడే రోజుల్లో త్రిపురకు పదహారేళ్ళు. ప్రజలు ఊరు ఖాళీ చేసి పోయేవారు. పంతొమ్మిదవ శతాబ్దపు చివరి రోజుల్లో మొదలైన ఆధునికవాదం కళల్లో, తత్వంలోను రియలిజం, హార్మొనీ వంటి అదివరకటి సంప్రదాయికమైన విలువల్ని ధిక్కరించింది. సర్రియలిజం, డాడాయిజం, క్యూబిజం, సింబాలిజం వంటి అధివాస్తవిక ధోరణులను కలుపుకొని ఆధునికవాదపు మొదటి దశ 1930-1940ల మధ్య పరాకాష్టను చేరుకుంది. దీనికి సమాంతరంగా 1917 అక్టోబర్ విప్లవం తరువాతి దశాబ్దాల్లో ప్రపంచవ్యాప్తంగా మార్క్సిజం కూడా వ్యాపించింది. 1945 తరువాతి రోజుల్లో మానవాళి క్రమంగా రెండవ ప్రపంచ యుద్ధపు విషాదాల నుండి తేరుకుంటున్న రోజుల్లో ఆధునిక వాదపు మలి దశ మొదలయ్యి 1970ల వరకు విస్తరించింది. పోస్ట్ మోడర్నిజం అని వ్యవహరించే ఈ మలి దశలో సారస్వత సృజనకు దిశను, గొంతును, భాషను నిర్దేశించిన మహా రచయితగా బెకెట్‌ను చెప్పుకుంటారు. Theater of the Absurd అని వ్యవహరించే అరాచకవాద ప్రధానమైన నాటకరంగం, చిత్రకళలో అబ్‌స్ట్రాక్ట్ ఎక్స్‌ప్రెషనిజం వేళ్ళూనుకున్నది ఈ రోజుల్లోనే. త్రిపుర కౌమారం మీద ఆధునికవాద ప్రపంచపు తొలి దశ ప్రభావం, యవ్వనం, తదుపరి జీవితం మీద దాని మలి దశకు ప్రతీక అయిన అబ్సర్డిజం ప్రభావం కనిపిస్తాయి. అప్పట్లో ఒక పుస్తకం కావాలంటే, ఏదైనా విషయం మీద వివరాలు దొరకాలంటే ఇప్పట్లా సులభం కాదు, చాల ప్రియం కూడాను. మద్రాసులాంటి నగరాలకు పోయి, డబ్బు కూడబెట్టుకునీ ఒక్కొక్క పుస్తకం సంపాదించుకోవాలి. ఆ రోజుల్లో త్రిపుర వాళ్ళు, ఊళ్ళో ఎవరూ ఎక్కువగా చెప్పులు తొడుక్కునేవారు కారట. రెండు జతల బట్టలే ఉండేవి, మిల్లు బట్టతో కుట్టించినవి. స్కూలుకెళ్ళడానికి పొద్దున బట్టలు లేకపోతే ఉతికిన బట్టలు తెచ్చుకోడానికి మైళ్ళ దూరం సముద్రం ఒడ్డున నడుచుకుంటూ వెళ్ళి, చాకలి ఇచ్చిన తడి బట్టల్నే తొడుక్కుని ఇంటికొచ్చేసరికి అవి ఒంటి మీదే ఎండిపోయేవి. వెచ్చాల కోసం రేషన్లుండేవి. అలాంటి రోజుల్లో

త్రిపుర దర్శించి, అందించిన ఈ కథల దృశ్యావరణంలో, శైలిలో, వస్తువుల్లోని కొత్తదనం, అరాచకం, టెర్రర్ అప్పటి త్రిపుర పాఠకుల్ని సహజంగానే తీవ్రంగా ప్రభావితం చేసాయి. త్రిపుర కల్ట్‌కు అలాగ పునాదులుపడి వుంటాయి. దేశానికి స్వాతంత్ర్యం వచ్చేనాటికే త్రిపురకు మైనార్టీ తీరింది. జమిందారీ వంటి ఉన్నత మధ్యతరగతికి చెందిన ఆయన కుటుంబ నేపథ్యంలోన దివ్యజ్ఞాన సమాజపు ప్రభావం కూడా ఉండేది. విజయనగరంలో వాళ్ళ పెదనాన్నగారికి థియాసఫీలో గొప్ప ఆసక్తి, ప్రవేశం ఉండేవి. సిగ్మండ్ ఫ్రాయిడ్‌తో ఆయనకు ఉత్తర ప్రత్యుత్తరాలుండేవి. వాళ్ళకు పిల్లల్లేరు. త్రిపురకు వాళ్ళింటికి రాకపోకలు బాగా ఉండేవి. త్రిపుర వాళ్ళ నాన్నగారు బ్రిటిష్ ప్రభుత్వంలో వైద్యాధికారి. ఆయన మదనపల్లెలో ఉద్యోగం చేసే రోజుల్లోను, పెదనాన్న ప్రభావం వలనా త్రిపురకు తర్వాతి రోజుల్లో జిడ్డు కృష్ణమూర్తిగారితో పరిచయం, శిష్యరికం కలిగేయి. బ్రిటిష్‌రాజ్ సంస్కృతి ఛాయల్లోన టెన్నిస్ ఆడుతూ, ఇంగ్లీష్ క్లాసిక్స్ నుండి అప్పుడే ప్రాచుర్యంలోకి వచ్చిన అబ్సర్డిష్ట్ సాహిత్యం వరకు ఆయన విస్తారంగా చదువుకున్నారు. బెనారస్ విశ్వ విద్యాలయంలో చదువుకున్నప్పుడు అక్కడ జి.వి. దేసానివంటి వారితో పరిచయాలు, వారణాసిలో స్వాతంత్ర్యం వచ్చిన తరువాతి రోజుల్లోని నవజాతీయ సంస్కృతి ప్రభావమూ ఆయనపై ఉన్నాయి. ఈశాన్య భారతదేశం, రంగూన్ వంటి ప్రదేశాల్లో నివాసం, సహజమైన తత్వ జిజ్ఞాస ఆయనకు జెన్ బుద్ధిజంతో ప్రత్యక్షమైన పరిచయాన్నిచ్చేయి. అబ్సర్డిజం వలన, Albert Camus, James Joyce, Samuel Beckett, Franz Kafka వంటి రచయితల వలన ఆయన చాల ప్రభావితమయ్యేరు. ఆంగ్ల సాహిత్యం మీద తీవ్రమైన ఆసక్తి, ఇంగ్లీష్‌లో అరుదైన అభినివేశం ఆయన్ను సైన్స్‌ను ఒదులుకొని, సాహిత్యం చదువుకొనేలా ప్రేరేపించేయి. ఇంగ్లీష్ సారస్వతంపై ఆయనకున్న సహజమైన ప్రతిభ, పట్టు అసాధారణమైనవి; ఆయన సృజనలన్నింటినీ విశేషంగా ప్రభావితం చేసినవి. కాని ఆయన ఏ ఒక్కనాడూ తనను ఇంగ్లీష్ రచయితగా అనుకోలేదు. మన సంస్కృతి, నుడికారం, ఆలోచన అన్నీ మౌలికంగా తెలుగువి అని, మనం వేరే భాషల్లో రాస్తే ఏదోలా ఉంటుందనీ అనేవారు.

అరవయ్యావ, డెబ్భయ్యావ దశకాలు మృదు స్వభావులైన మనుషుల్ని మార్క్సిజం, కమ్యూనిజం తీవ్రంగా ప్రభావితం చేసిన రోజులు. దేశానికి కొత్తగా స్వాతంత్ర్యం వచ్చిన ఉత్సాహం, నవ జాతీయ వాదుల ఆశావాదానికీ, చుట్టూవున్న దుర్భరమైన పేదరికం, కపటం, అసమానతలకూ సమన్వయం కుదరని బుద్ధిజీవులు, కళాకారులను ఇవి బలంగా ఆకట్టుకున్నాయి. ఇలాంటి ప్రభావంతోనే త్రిపుర

స్వయంగా ఈశాన్యంలోని నక్సల్బరి ఉద్యమంతో ప్రత్యక్షం, ప్రచ్ఛన్నమైన సంబంధాలు పెట్టు కున్నారు. కాని అదే సమయంలో ఆయనలోని సత్యాన్వేషణ పైని మొగ్గ, మనుషుల స్వభావాల్లోని వైకల్యాల్నీ, వైవిధ్యాన్నీ, ఊహలు, మాటలు, చేతలకూ మధ్య వైరుధ్యాల్నీ సంభ్రమంగా పరిశీలిస్తూ వచ్చింది. వ్యక్తిగత జీవితంలోను, అంతరంగంలోను, ఉద్యమాల్లోను, చుట్టూ ప్రపంచపు అర్థ రాహిత్యం, కపటం, అరాచకత్వాల్నీ అర్థం చేసుకొని, రాజీ చేసుకొనే ప్రయత్నం త్రిపుర సృజనంతా ఆవరించి కనిపిస్తుంది. సహజంగా అపురూపమైన ప్రతిభ, artistic sensibility తో పాటు అంతరంగ ప్రపంచం అంటే తీవ్రమైన, అనివార్యమైన ఆసక్తి ఉన్న త్రిపుర పైన క్రమంగా కాఫ్కా ప్రభావం ప్రబలమయ్యింది. కాఫ్కాను A man obsessed with his own righteousness అని అంటారు; ఇలాంటి తగులాట, మీమాంస త్రిపుర కథలన్నింట్లోనూ అంతర్వాహినుల్లా వెంటవస్తూనే ఉంటాయి. దీన్ని అవగాహన చేసుకోలేని, అర్థం చేసుకోలేని సారస్వత సమాజంలో ఆయన 'ఊరికి జోగు వెఱ్ఱి, జోగికి ఊరు వెఱ్ఱి' అన్న చందంగా కార్యవాద, ప్రగతిశీల సామాజికులకు ఉన్మత్తునిలా, న్యూరోటిక్ లాగ, లేకుంటే 'ఒకానొక కాఫ్కాయెస్క్ త్రిపుర!' అని ఒక అర్థం కాకున్నా నమస్కారం పెట్టి పోవలసిన మిస్టరీలాగా మిగిలేరు. మార్మికమైన త్రిపుర సృజనను అర్థం కావని విస్మరించటం, లేదు వీరాభిమానంతో పూజించటం రెండింటివలనా ప్రయోజనం లేదు. జటిలమైన విషయాలేవీ కూడా గురువు లేకుండా, విశేషమైన పరిశ్రమ చెయ్యకుండా అర్థం కావు. అనుభవంలోనికి రావు. ఉదాహరణకు జన్యుశాస్త్రం, గణితం వంటివి కూడా తమవైన పారిభాషికమైన పదాలకు, ఆలోచనలకూ లంకెలతో ఉంటాయి. వాటిమీద ప్రగాఢమైన ఆసక్తి ఉన్నవాళ్ళు ఓపిగ్గా ఒక్కొక్క పదాన్నీ, పదబంధాన్నీ, వాక్యాన్నీ విప్పి పరిశీలించి, అవి సూచించే విషయాల్ని కూడా వెతికి చదువుకొని మననం చేసుకుంటే తప్ప అవి చెప్పే విషయాలు అవగతం కావు. అనుభవం లోనికి రావు. కాని దురదృష్టవశాత్తు బెకెట్, త్రిపుర వంటి వాళ్ళ సృజన సూచించే నిజాలు శాస్త్ర విజ్ఞానం లాగ విస్తృతమైన చర్చకు కాక, అంతరంగికమైన విచికిత్సకు, నిశ్శబ్దమైన శోధనకూ దారితీస్తాయి. సాధారణంగా సాహిత్యం అని వ్యవహరించే వ్యవస్థ ఇటువంటి మౌనాన్ని, సంశయాత్మకమైన స్తబ్దతను అర్థం చేసుకోలేదు, అర్థమైనా మన్నించలేదు - బహిరంగమైన చర్చ, విస్పష్టమైన ప్రకటన పునాదులుగా నిర్మించుకున్న తన ఉనికికే అవి ఎసరుపెడతాయి కాబట్టి.

త్రిపుర, బెకెట్ కాల్పనిక సృజనల సంకల్పంలో, తత్వంలో, దృక్పథాల్లోనైతే అంతర్లీనంగా చాల సామీప్యాలున్నాయి గాని, శైలిలోనూ, సృజన నిర్మాణంలోను

ప్రత్యక్షంగా ఏమంత సారూప్యత ఉండదు. వాటి వ్యక్తీకరణ వేరు. త్రిపుర కథలు సాంప్రదాయికమైన కథ నిర్మాణ పద్ధతుల్ని ఎంతో కొంత మన్నిస్తాయి. మనకు పరిచితమైన భౌతిక ప్రపంచాన్ని పూర్తిగా విసర్జించకుండానే, అంతరంగం, బహిరంగాలమీద అటూ ఇటూ సాము చేస్తుంటాయి. బెకెట్ Unnamable వంటి కడపటి రచనలు ఇందుకు భిన్నంగా భౌతిక ప్రపంచాన్నీ, వాక్యం, వర్ణన, సంభాషణ వంటి పరిచితమైన సారస్వత స్వరూపాల్నీ పూర్తిగా తోసిరాజని అంతరంగపు లోతుల్నే excavatory form అని వ్యవహరించే రూపంతో తవ్విపోస్తూ, అలవాటైన దృష్టికి మిక్కిలి అరాచకంగా సాగుతాయి. త్రిపుర ఈ టెక్నిక్‌ను స్వీకరించినా, ఎప్పుడో అరుదుగా వాడుకుంటారు; ఇది ఇటీవలి (కొత్త) కథల్లో ప్రస్ఫుటంగా కనిపిస్తుంది. ఉదాహరణకు : వలస పక్షుల గానంలో "గుండు చెంబు గుండు చెంబుతనంలోకీ, కర్ర చెక్క కర్ర చెక్కతనంలోకీ, మొత్తం అంతా మొత్తం తనలోకీ..." వంటివి అభౌతికము, రూపమే లేని విషయాల్ని అందిపుచ్చు కునేటప్పుడూ; కనిపించని ద్వారంలో...."ఎవరు వీరు? సంబంధం? వీళ్ళా? ఇదా? ఇలా నేను వాళ్ళతో ఉండాలా? అలా మాట్లాడాలా? వాటన్నిట్నీ తెగ్గొట్టు. అవన్నీ అలా కాదు. అవన్నీ ఇలా" వంటి సంశయాత్మకమైన వర్ణనలు. ఇలాంటిదే ఉదాహరణకు బెకెట్ నవల Molloy నుండి ఈ సంశయాత్మక వాక్యం : "A and C I never saw again. But perhaps I shall see them again. But shall I be able to recognize them? And am I sure I never saw them again? And what do I mean by seeing and seeing again?" Excavatory Form ` the art of 'Importance' and 'Ignorance' అని పేరుపడిన బెకెట్ నిర్మాణ పద్ధతులు, శైలి, వాక్య నిర్మాణాల్లో కనిపించే ప్రగాఢమైన అరాచకాన్నీ, మార్మికతను త్రిపుర సంశయాత్మకమైన, అంతరంగ ప్రధానమైన విషయాల్ని వర్ణించవలసి వచ్చినప్పుడు మాత్రమే వాడుకుంటారు. అందుకే త్రిపుర కథలు పూర్తిగా నైరూప్యాలు కాకుండా అంతరంగం - బహిరంగం, స్వరూపం - నైరూప్యం, స్పష్టత - మార్మికత, అరాచకం - ఒద్దిక, ఇలాంటి వ్యతిరిక్త లక్షణాల్ని మార్చి, మార్చి కలగలిపి చిత్రిస్తూ Van Gogh, Monet వంటి ఇంప్రెషనిస్ట్ చిత్రకారుల చిత్రాలను తలపిస్తాయి. త్రిపుర కథ ఇలాంటివి అనేక ధృవాల మధ్య సంఘర్షణను ఆవిష్కరించి, ఐక్యతను సాధించుకొనే ప్రయత్నంలో ద్వైదీభావాల అంచుల మీద లాఘవంగా అటూ ఇటూ నర్తిస్తూనే ఎటూ తూలిపడిపోకుండా చివరివరకూ నడుచుకుంటుంది. ఈ విషయంలో బెకెట్ తొలినాళ్ళ నవలికలు Murphy వంటి సృజనల్లోని నిర్మాణ పద్ధతులకు, వర్ణనల శైలికి త్రిపుర కథలు ఇంకొంత దగ్గరగా

ఉంటాయి. బెకెట్ కడపటి నవలికల్లాగ అవి ఆసాంతం మార్మికంగాను, అంత సంక్లిష్టంగాను ఉండవు. ఇలాంటి సాంద్రతరమైన మార్మికత కావాలనుకుంటే త్రిపుర కథను కాకుండా, కవితను ఆశ్రయిస్తారు. అందుకే త్రిపుర కవితలు, ముఖ్యంగా కాఫ్కా కవితలు వంటి ఇటీవలివి ఆయన కథలకంటే క్లిష్టంగా ఉంటాయి. త్రిపుర కథ బెకెట్ కథ వలెనే దృగ్గోచరం, బహిరంగమైన ప్రపంచాన్నుండి దూరంగా, అంతరంగపు చీకటి లోతుల్లోకి బాగా వంగి తొంగిచూస్తుంది కాని బాహ్య ప్రపంచాన్ని సాంతం తిరస్కరించదు, అసహ్యించుకోదు. ఇది ఇలా ఉంది, అది అలా ఉంది అని ఒప్పుకొని, అటు లోతుల్లోకి నడిచి నడిచీ, చివరికి - అంటే 'ముగింపు'లో ఈ లోకంలోకే తిరిగి వస్తుంది. త్రిపుర కథలు అన్నింటిలోనూ ఆఖరికి ఇంతే.

బెకెట్‌ను ఇరవయ్యవ శతాబ్దపు రచయితల్లోకెల్లా విశిష్టమైన రచయిత అని చెప్పుకుంటారు. కాని స్వయంగా ఆయన అలా పేరు ఒద్దనుకున్నారు - He felt it grotesque to receive personal attention for giving expression to what he called, in one of his characteristically pithy phrases, 'the issueless predicament of existence'. బతుకనే కష్టాన్ని అర్థం చేసుకుని, ఆవిష్కరించటం కళాకారుని అనివార్యమైన, అసంకల్పితమైన ప్రవృత్తి అని, బాధ్యత అనీ ఆయన జీవితాంతం నమ్ముకున్నారు. సాహిత్యం పట్ల త్రిపుర వైఖరి ఇంతే. ఇప్పటి త్రిపుర ఈ కథలన్నీ మరిచేపోయేరు. 'ఇంక కథలూ ఒద్దు ఏం ఒద్దు, అసలు లిటరేచర్ ఊసే ఒద్దువై!' అని రద్దు చేసుకున్నారు. త్రిపురది అధ్యాపకుని వృత్తి, ప్రవృత్తి కూడా ఇంతే. కాలేజీలో ఆంగ్ల సాహిత్యం బోధించేటప్పుడు ఆయన ప్రసంగాలు అనర్గళంగా, గొప్ప వాక్చాతుర్యంతో ఉంటాయట. అక్కడి విద్యార్థులకు ఆయన తాము ఎంతో అభిమానించే ప్రొఫెసర్. కాలేజీ బయట కూడా నాలాంటి విద్యార్థులెందర్నో ఆయన చప్పుడుకాకుండా చేరదీసేరు. కాని ఈ ప్రైవేటు పాఠాలు ఎలాంటి బోధనలూ దిద్దుబాట్లూ లేకుండా, పొడి పొడి మాటలతో సంవత్సరాల తరబడి నడిచే మౌన వ్యాఖ్య. బెకెట్ లాగే త్రిపురకూ మాటలంటే వెర్రి ప్రేమ. ఆయన సమయమంతా చాలావరకు క్రాస్‌వర్డ్ పజిల్స్ చేసుకుంటూ పాఠకులకొచ్చే బహుమతులు సంపాదించుకుంటూ గడుపుతున్నారు. బెకెట్ లాగనే ఆయన ఎప్పుడో తప్పనిసరైతే తప్ప సాహిత్యం గురించి మాట్లాడరు. రోజువారీ కష్టం సుఖం అన్నీ ఇష్టంగా అడుగుతుంటారు. బెకెట్ ఇంతేనట. ఆయన్ని 'a born listener' అని అబ్బురంగా చెప్పుకుంటారు. త్రిపుర ముమ్మూర్తులా ఇంతే. త్రిపుర కథల్లో కూడా చాలా చోట్ల 'అందరూ వాళ్ళ వ్యథలు 'నీకు' చెప్పుకుంటారు. నువ్వు ఏ ఆరోపణా లేకుండా,

విసుక్కోకుండా అదంతా వింటావని' అని ఒస్తుంది. త్రిపుర లోకానికి ఏకాకి. "Like most great artists, he is something of a recluse; he knows that the only route for the writer is to go further and further back into the unconscious, to the terror zone. However, to describe him as being too serious would be a travesty" అని బెకెట్‌ని గురించి అన్నది యావత్తూ త్రిపురకు యధాతథంగా సరిపోతుంది. కొద్దిపాటి సన్నిహితులు ఆయనలోని అపురూపమైన ప్రజ్ఞను, తత్వాన్ని, కరుణను, హ్యూమర్‌ను, నైసర్గికమైన వినయాన్నీ చూడగలుగుతున్నారు. గొప్ప కళాకారులందరూ వాళ్ళ సృజనల కంటె కూడా చాల సమున్నతంగా ఉంటారట. అందుకేనేమో నాకు కథలూ త్రిపురా రెండూ పరిచయమున్నా, కథల గురించి రాయమంటే త్రిపుర గురించే వస్తున్నాది. ఇంతే మిగిలింది.

**కనకప్రసాద్**

సెప్టెంబర్, 2011

'అనల్ప' ప్రచురణ

---

మృణాళిని

# ప్రేమకథలు

అతి త్వరలో...

'అనల్ప' ప్రచురణ

---

ఇంద్రగంటి శ్రీకాంతశర్మ

అపూర్వ రచన

# గాథావాహిని

త్వరలో...

'అనల్ప' ప్రచురణ

ఇప్పుడు 'అమెజాన్'లోనూ లభ్యం

# ‘అనల్ప’ ప్రచురణలు

ఇప్పుడు ‘అమెజాన్’లోనూ లభ్యం

# 'అనల్ప' ప్రచురణలు

ఇప్పుడు 'అమెజాన్'లోనూ లభ్యం

# 'అనల్ప' ప్రచురణలు

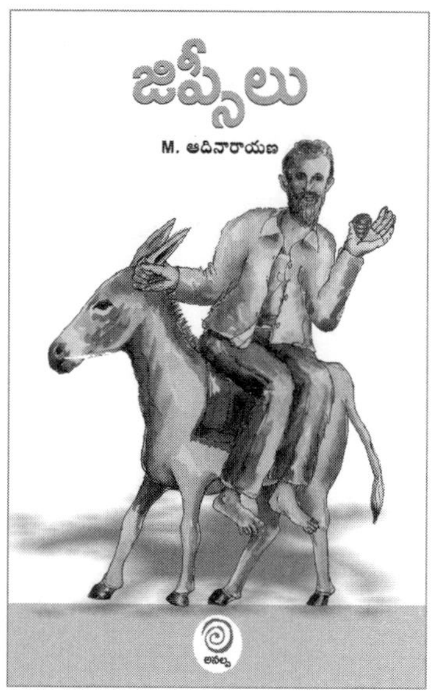

ఇప్పుడు 'అమెజాన్'లోనూ లభ్యం